സമകാലിക സാമ്രാജ്യത്വം

ഒരു മാർക്സിസ്റ്റ് വിശകലനം

samakalika samrajyatwam
oru marxist vishakalanam

•

prabhat patnaik

•

translated
p p sathyan, g vijayakumar

•

first edition
october 2013

•

published
chintha publishers, thiruvananthapuram

•

typesetting
minerva graphotechs, attukal

•

cover
vinod

വിതരണം
ദേശാഭിമാനി ബുക്ക് ഹൗസ്
H O തിരുവനന്തപുരം–695 035
phone: 0471-2303026, 6063026
www.chinthapublishers.com
chinthapublishers@gmail.com

ബ്രാഞ്ചുകൾ

ഹെഡ്ഡാഫീസ് ബ്രാഞ്ച് കുന്നുകുഴി • ഓവർബ്രിഡ്ജ് തിരുവനന്തപുരം • സ്റ്റാച്യു തിരുവനന്തപുരം • കെ എസ് ആർ ടി സി ബസ് സ്റ്റേഷൻ ആലപ്പുഴ • കെ എസ് ആർ ടി സി ബസ് സ്റ്റേഷൻ എറണാകുളം • മച്ചിങ്ങൽ ലെയ്ൻ തൃശൂർ • ഐ ജി റോഡ് കോഴിക്കോട് • മാവൂർ റോഡ് കോഴിക്കോട് • എൻ ജി ഒ യൂണിയൻ ബിൽഡിങ് കണ്ണൂർ • സെൻട്രൽ ബസ് ടെർമിനൽ കോംപ്ലക്സ് താവക്കര കണ്ണൂർ

CO - 1968 / 3327

സമകാലിക സാമ്രാജ്യത്വം
ഒരു മാര്‍ക്സിസ്റ്റ് വിശകലനം

പ്രഭാത് പട്നായിക്

പരിഭാഷ

പി പി സത്യന്‍
ജി വിജയകുമാര്‍

ചിന്ത പബ്ലിഷേഴ്സ്
തിരുവനന്തപുരം-695 035

പ്രഭാത് പട്നായിക്

പ്രശസ്ത സാമ്പത്തിക ശാസ്ത്രജ്ഞനും മാർക്സിസ്റ്റ് ചിന്തകനും. 1945 ന് ഒഡീഷയിലെ ജട്നയിൽ ജനിച്ചു. പിതാവ്: പ്രാണനാഥ് പട്നായിക്. മാതാവ്: മഞ്ജരി പട്നാ യിക്. ദില്ലി സെന്റ്സ്റ്റീവൻസ് കോളേജിൽനിന്ന് സാമ്പ ത്തിക ശാസ്ത്രബിരുദം. 1966 ൽ റോഡ്സ് സ്കോളർഷി പ്പിൽ ബ്രിട്ടനിലെ ഓക്സ്ഫോർഡ് സർവകലാശാലയിൽ ചേർന്നു. അവിടെനിന്ന് ബി ഫിൽ, ഡി ഫിൽ ബിരുദങ്ങൾ നേടി. 1969 ൽ ബ്രിട്ടനിലെ കേംബ്രിഡ്ജ് സർവകലാശാല യിൽ അധ്യാപകനായി ചേർന്നു. പിന്നീട് 1974 മുതൽ 2010 വരെ ജെ എൻ യു വിൽ സെന്റർഫോർ ഇക്കണോമിക് സ്റ്റഡീസ് ആന്റ് പ്ലാനിങ്ങിൽ അധ്യാപകനായി സേവനമ നുഷ്ഠിച്ചു.

കേരള സംസ്ഥാന ആസൂത്രണബോർഡ് ഉപാധ്യക്ഷനായി രുന്നു. സാമ്പത്തിക ശാസ്ത്രവുമായി ബന്ധപ്പെട്ട് നിരവധി കൃതികൾ രചിച്ചു. *സോഷ്യൽ സയന്റിസ്റ്റ്* എന്ന ജേണ ലിന്റെ പത്രാധിപരാണ്. പ്രശസ്ത സാമ്പത്തിക ശാസ്ത്ര ജ്ഞയും എഴുത്തുകാരിയുമായ ഉത്സ പട്നായിക്കാണ് സഹധർമിണി.

പി പി സത്യൻ

നിരൂപകനും പരിഭാഷകനും. പന്ത്രണ്ടോളം കൃതികൾ മല യാളത്തിലേക്ക് മൊഴിമാറ്റം ചെയ്തിട്ടുണ്ട്. നിരവധി ഗ്രന്ഥ ങ്ങൾ രചിച്ചിട്ടുണ്ട്.

ജി വിജയകുമാർ

എൻ ജി ഒ യൂണിയൻ സംസ്ഥാന സെക്രട്ടറി, *കേരള സർവീസ്* മാസികയുടെ എഡിറ്റർ എന്നീ ചുമതലകൾ വഹി ച്ചിട്ടുണ്ട്. ഇപ്പോൾ *ചിന്ത* വാരികയുടെ പത്രാധിപസമിതി അംഗം.

ഉള്ളടക്കം

പ്രഭാത് പട്നായിക്/പി പി സത്യൻ

1

മാർക്സിസവും മാറുന്ന ലോകക്രമവും

ഇരുപതാം ശതാബ്ദത്തിലെ ഏറ്റവും സുപ്രധാനമായ രചനകളി ലൊന്നാണ് ലെനിന്റെ *സാമ്രാജ്യത്വം മുതലാളിത്തത്തിന്റെ പരമോന്നത ഘട്ടം* എന്ന ഗ്രന്ഥം. ഈ ഗ്രന്ഥത്തിന്റെ പ്രാധാന്യം, ഇത് നൽകുന്ന വിലപ്പെട്ട വിശദാംശങ്ങളോ വിവരങ്ങളോ, സാമ്രാജ്യത്വം, ലോകയുദ്ധം എന്നിവയ്ക്ക് നൽകുന്ന വിശദീകരണമോ മാത്രമല്ല. ഇരുപതാം നൂറ്റാ ണ്ടിലും തുടർന്നും ചരിത്രത്തിനാവശ്യമായ വിപ്ലവകരമായ പ്രയോഗമാ തൃകയ്ക്കടിസ്ഥാനമായ, ഒന്ന് ഈ ഗ്രന്ഥം പ്രദാനംചെയ്യുന്നു. അതെ ന്താണ്? മാർക്സിസത്തിന്റെ ഉജ്വലമായ പുനർ നിർമാണത്തിന്റെ 'ഉരുക്കു ചട്ടക്കൂട്.' ഈ ഉരുക്കു ചട്ടക്കൂടിനകത്താണ് യുദ്ധങ്ങളെക്കുറിച്ചുള്ള മാർക് സിസ്റ്റ് വിശദീകരണങ്ങൾ നിലയുറപ്പിക്കുന്നത്.

അതുകൊണ്ട് തന്നെ അനന്യസാധാരണമായ രചനയാണിത്. സാധാരണഗതിയിൽ മിക്ക ഗ്രന്ഥകർത്താക്കളും ചെയ്യുന്നതുപോലെ ഒരു സിദ്ധാന്തം (സാമ്രാജ്യത്വത്തെ കുറിച്ചുള്ള) വികസിപ്പിച്ച് അത് കടലാ സിൽ പകർത്തുകയായിരുന്നില്ല. അതിലുപരി മാർക്സിസത്തിന്റെ ശ്രേഷ്ഠമായ പുനർനിർമിതിയും അതിന്റെ ഘടനാപരമായ മാർഗരേഖയും വിഭാവനം ചെയ്തശേഷം അതിനുവേണ്ട ഉരുക്കു ചട്ടക്കൂട് സ്ഥാപിക്കു ക്കയായിരുന്നു ലെനിൻ. നമ്മുടെ കാഴ്ചയെ അന്ധമാക്കുന്ന സാമ്രാജ്യത്വ ത്തിന്റെ ചില സഹജമായ പ്രഭാവലയങ്ങളിൽ നിന്നല്ല ഈ കൃതിയുടെ പ്രചോദനം. മറിച്ച്, ഒന്നാംലോകമഹായുദ്ധാന്തര കാലഘട്ടത്തിൽ തൊഴി ലാളി വർഗപ്രസ്ഥാനത്തെ ഗ്രസിച്ച, വിപ്ലവകരമായ പ്രയോഗ മാതൃക യുമായി ബന്ധപ്പെട്ട പ്രതിസന്ധിയിൽ നിന്നാണ് ഈ ഗ്രന്ഥത്തിന്റെ പിറവി. വിപ്ലവകരമായ ഏതൊരു പ്രയോഗമാതൃകയ്ക്കും അടിസ്ഥാന മായി വേണ്ടത് സൈദ്ധാന്തികമായ വിടവുകൾ പരിഹരിക്കലാണെന്ന് ലെനിൻ മനസിലാക്കുകയും അതിനുവേണ്ട അടിസ്ഥാന വിവരങ്ങളുപ

യോഗിച്ച് അത് ചെയ്തുതീർക്കുകയും ചെയ്തു. വിവരങ്ങളും വിശദാം
ശങ്ങളും അൽപ്പം കൂടിയിരുന്നെങ്കിൽപ്പോലും ഈ ഗ്രന്ഥത്തിന്റെ ഗഹ
നതയ്ക്ക് അണുപോലും കുറവുവരികയില്ല. എന്നാൽ വൈരുധ്യമെന്നു
പറയട്ടെ. വിശദാംശങ്ങളുടെ പേരിൽ, ഈ കൃതി കുറഞ്ഞ പരിഗണന
ലഭ്യമായ ലെനിന്റെ രചനകളിലൊന്നാണ്. വിദൂര ഭൂതകാലവുമായി ബന്ധ
പ്പെട്ട് ദീർഘവിസ്തൃതരായ ഗ്രന്ഥകർത്താക്കളിൽനിന്നും സ്വരൂപിച്ചതാ
ണ് ഇതിലെ വിവരണങ്ങളും വിശദാംശങ്ങളും. അതുകൊണ്ട് തന്നെ ഈ
ഗ്രന്ഥം വായനക്കാർക്ക് അത്ര അനായാസമാവുകയില്ല. അതേ അവസ
രത്തിൽത്തന്നെ സൈദ്ധാന്തികമായി ഇതിന്റെ വിടവുകൾ നികത്തപ്പെട്ടി
രിക്കുന്നു. അങ്ങനെ, ഗഹനത നഷ്ടപ്പെടുത്തിക്കൊണ്ട് വായനക്കാരെ
കബളിപ്പിക്കുന്നുവെന്ന ഗുണം ഈ കൃതിക്കുണ്ട്. _സാമ്രാജ്യത്വം_ എന്ന
ഗ്രന്ഥത്തിന്റെ പ്രാധാന്യം വേണ്ടവിധം വിലയിരുത്താൻ കഴിയണമെങ്കിൽ,
ഈ കൃതി രചിക്കപ്പെട്ട കാലഘട്ടത്തിന്റെ ചരിത്രപരമായ പരിതോവസ്ഥ
നാം തിരിച്ചറിയേണ്ടതുണ്ട്. ഈ ദുർഘടസന്ധിതന്നെയാണ് പ്രയോഗ
മാതൃകയുടെ പ്രതിസന്ധിയ്ക്കാധാരമായ സൈദ്ധാന്തികക്കുഴപ്പ
(സൈദ്ധാന്തിക വിടവ് എന്ന് ഞാൻ വിളിക്കുന്നത്) ത്തിന് വഴിതെളിച്ചത്.

യൂറോപ്പിൽ പൊതുവിലും ജർമൻ തൊഴിലാളിവർഗ പ്രസ്ഥാന
ത്തിൽ വിശഷിച്ചും സൈദ്ധാന്തികമായി സ്വാധീനം നിലനിർത്തുന്നതിൽ
മാർക്സിസം വിജയം വരിച്ച ഏതാണ്ടതേ കാലഘട്ടത്തിൽ തന്നെ, അത്
പുത്തൻ ഭീഷണികൾ അഭിമുഖീകരിച്ചിരുന്നു. ഈ ഭീഷണി വന്നത്
ബക്കുനിന്റെ അനന്തരഗാമികളിൽ നിന്നോ പ്രുധോണിൽ നിന്നോ
അല്ലെങ്കിൽ ലസാലെ (Lassalle) യിൽനിന്നോ ആയിരുന്നില്ല. മറിച്ച് 1888
മുതൽ എംഗൽസിന്റെ സുഹൃത്തും ജർമൻ സോഷ്യൽ ഡമോക്രാറ്റ്
പാർട്ടിയിലെ പ്രബലാംഗവുമായിരുന്ന എഡ്വാഡ് ബേൺസ്റ്റീൻ (Eduard
Berstein) എന്ന തിരുത്തൽവാദികളുടെ ആചാര്യനിൽ നിന്നുമായിരുന്നു.
1901 ൽ, അദ്ദേഹം, മാർക്സിസത്തിൽ വിപുലമായ തിരുത്തലിനുവേണ്ടി
(Revision) വാദിച്ചതാണ് തിരുത്തൽവാദ (revisionism) ത്തിന്റെ ഉത്ഭ
വം. അദ്ദേഹത്തിന്റെ അഭിപ്രായത്തിൽ, മുതലാളിത്തത്തെ വിപ്ലവകരമായി
തകർത്തെറിയൽ എന്ന മാർക്സിസ്റ്റ് കാഴ്ചപ്പാട്, മുതലാളിത്തം ചരിത്ര
പരമായി മരണമടുത്ത ഒരു വ്യവസ്ഥയാണെന്നും, അത് തകർച്ചയിലേക്ക്
നീങ്ങിക്കൊണ്ടിരിക്കയാണെന്നുമുള്ള ധാരണയിൽ നിന്നുണ്ടായതാണ്.
എന്നാൽ ചരിത്രത്തിലെവിടെയും അത്തരമൊരു തകർച്ച സംഭവിച്ചിട്ടി
ല്ലാത്തതുകൊണ്ടും എവിടെയും അത് ദൃശ്യമാവാത്തതുകൊണ്ടും, മുത
ലാളിത്തത്തെ തകർത്തെറിയൽ എന്ന അജണ്ട മാറ്റിവെച്ച് തൊഴിലാളി
വർഗം മുതലാളിത്തത്തിനുള്ളിൽ തന്നെ സാമ്പത്തിക പുരോഗതി നേടി
യെടുക്കാനുള്ള സമരങ്ങൾക്ക് പ്രാധാന്യം കൊടുക്കണമെന്നും അദ്ദേഹം
വാദിച്ചു. മറ്റൊരു ഭാഷയിൽ പറഞ്ഞാൽ തൊഴിലാളിവർഗം അതിന്റെ
വിപ്ലവകരമായ സോഷ്യലിസ്റ്റ് പരിപാടി ഉപേക്ഷിക്കുകയും മുതലാളി
ത്തത്തിനുള്ളിൽ തന്നെ സമാധാനപരമായ ട്രേഡ് യൂണിയനിസത്തിൽ

ഒതുങ്ങിക്കഴിയുകയും വേണം.

ജനാധിപത്യത്തിൽ നിലനിൽക്കുന്ന ഭൂരിപക്ഷ ഇച്ഛാശക്തി, രാഷ്ട്രീ യസ്വാതന്ത്ര്യം, മുതലാളിത്തത്തിലെ സാർവത്രിക വോട്ടവകാശം എന്നിവ, രാഷ്ട്രം വർഗഭരണത്തിന്റെ ഒരുപകരണം മാത്രമാണെന്ന വിശ്വാസത്തെ തുടച്ചുനീക്കുമ്പോൾ മറ്റെന്തുവേണം. ബേൺസ്റ്റീന്റെ നിലപാട് ഇതാണ്. "പ്രസ്ഥാനം എല്ലാമാണ്. എന്നാൽ അന്തിമലക്ഷ്യം ഒന്നുമല്ല." തൊഴിലാളി വർഗം സോഷ്യലിസം സ്ഥാപിക്കുകയെന്ന പ്രാഥമിക ലക്ഷ്യത്തെക്കുറിച്ചും, മുതലാളിത്തത്തിന്റെ അടിസ്ഥാനസവിശേഷതകളെയും അതിന്റെ പരി ണാമദശയെക്കുറിച്ചുമെല്ലാം വിസ്മരിച്ച് താൽക്കാലിക രാഷ്ട്രീയ നേട്ട ങ്ങളിലും ആനുഭാവികമായ ദൈനംദിന പ്രവർത്തനങ്ങളിലും ട്രേഡ് യൂണി യനിസത്തിലും അഭിരമിച്ച് ഒതുങ്ങിക്കൂടിക്കഴിയണം. ഇതാണ് തൊഴി ലാളി വർഗത്തിന് ബേൺസ്റ്റീൻ നൽകുന്ന ഉപദേശം!

ഇത്തരമൊരു തിരുത്തൽവാദ പരിപാടി നിർദേശിക്കുന്നതിൽ ബേൺ സ്റ്റീൻ ഒറ്റയ്ക്കല്ല. പരിപാടിയാവട്ടെ സമഗ്രമാണ്. സാമ്പത്തികം, രാഷ്ട്രീയം എന്നീ മേഖലകളിൽ മാത്രമല്ല ദർശനത്തിന്റെയും അർഥശാസ്ത്രത്തിന്റെയും തലങ്ങളെ ഉൾക്കൊള്ളുന്നത്.

തിരുത്തൽവാദ പ്രവണത സോഷ്യൽ ഡെമോക്രാറ്റിക് പാർട്ടിക്കുള്ളിൽ വെച്ചുതന്നെ ശക്തമായി ആക്രമിക്കപ്പെട്ടെങ്കിലും അത് തൊഴിലാളി വർഗ പ്രസ്ഥാനത്തിൽ ആഴമേറിയ കടന്നാക്രമണങ്ങൾ നടത്തി. ഒന്നാം ലോക യുദ്ധത്തോടെ 'സാമൂഹിക രാജ്യസ്നേഹ'ത്തിന്റെയും സോഷ്യൽ ഷോവി നിസത്തിന്റെയും രൂപത്തിൽ ആവിഷ്ക്കരിക്കപ്പെട്ട തിരുത്തൽവാദത്തിന്റെ സ്വാധീനശക്തി സ്പഷ്ടമായി. റഷ്യ ഒഴികെയുള്ള മിക്ക യൂറോപ്യൻ സോഷ്യൽ ഡെമോക്രാറ്റിക് പാർട്ടികളിലും ഭൂരിപക്ഷം വരുന്ന നേതൃത്വം 'ദേശീയ' യുദ്ധസംരംഭങ്ങൾക്ക് പിറകിൽ അണിനിരന്നു. സോഷ്യൽ ഡെമോക്രാറ്റ് ഡെപ്യൂട്ടികൾ പാർലമെന്റുകളിൽ യുദ്ധനേട്ടങ്ങൾക്ക് വേണ്ടി വോട്ട്ചെയ്തു. ഒന്നാം ലോകയുദ്ധത്തിൽ തൊഴിലാളിവർഗ പ്രസ്ഥാനത്തിന് സ്വീകാര്യമായ ഒരു പൊതു നിലപാട് സാധ്യമാക്കാൻവേണ്ടി രണ്ടാം ഇന്റർനാഷണലിന്റെ പ്രസിഡന്റായിരുന്ന ബൽജിയൻ സോഷ്യലിസ്റ്റ്, വാൻഡർ വെൽഡെ (Vander Velde) യോട്, ഇന്റർ നാഷണലിന്റെ എക്സിക്യൂട്ടീവ് യോഗം വിളിച്ചു ചേർക്കാൻ ആവശ്യപ്പെട്ടപ്പോൾ അദ്ദേഹത്തിന്റെ പ്രതികരണം സോഷ്യൽ ഷോവിനിസത്തിന്റെ ഉത്തമ ഉദാഹരണമായിരുന്നു. "ബെൽജിയൻ തൊ ഴിലാളികളുടെ നാട്ടിൽ ജർമൻ സൈനികർ ശിരഛേദം ചെയ്യപ്പെടുമ്പോൾ എക്സിക്യൂട്ടീവ് യോഗം ചേരുന്നതിനെപ്പറ്റി സംസാരിക്കുക സാധ്യമല്ല."

ജർമൻ സോഷ്യൽ ഡെമോക്രാറ്റിക് പാർട്ടി തൊഴിലാളി വർഗത്തി നിടയിൽ ശക്തമായി വേരുറപ്പിക്കുകയും യൂറോപ്യൻ ലോകത്തിലെ ഏറ്റവും വലിയ ഒറ്റ സോഷ്യൽ ശക്തിയെന്ന നിലയിൽ ഉയരുകയും ചെയ്തിരിക്കുന്നു. ബേൺസ്റ്റീന്റെ (Bernstein) റിവിഷനിസത്തിനെതിരായ പോരാട്ടം, എംഗൽസുമായുള്ള സൗഹൃദം, മാർക്സിസ്റ്റ് ഗ്രന്ഥങ്ങളിലുള്ള പ്രാവീണ്യം എന്നിവയിലൂടെ ശ്രേഷ്ഠമായ വ്യക്തിപ്രഭാവം നേടിയെടുത്ത

കാൾ കൗത്സ്കിയെപ്പോലുള്ള നേതാക്കളുടെ താരനിര തന്നെ അതി നുണ്ടായിരുന്നു.

ഒന്നാം ലോകയുദ്ധകാലത്ത് ജർമൻ സോഷ്യൽ ഡെമോക്രാറ്റിക് പാർട്ടി 86 ദിനപത്രങ്ങളാണ് ജർമനിയിൽ പുറത്തിറക്കിയത് എന്നതിൽ നിന്നുതന്നെ ആ പാർട്ടിയുടെ ശക്തിയും സ്വാധീനവും വിലയിരുത്താൻ കഴിയും. യുദ്ധം പൊട്ടിപ്പുറപ്പെട്ടപ്പോൾ യുദ്ധത്തിനെതിരെ ദൃഢമായ ഒരു നിലപാട് സ്വീകരിക്കുന്നതിനു പകരം ആ പാർട്ടിയിലെ നേതൃത്വത്തിലെ ഭൂരിപക്ഷവും അവസരവാദപരമായ നിലപാടെടുക്കുകയാണുണ്ടായത്. 1914 ൽ ജർമൻ റിച്ച്സ്റ്റാഗിൽ മഹാഭൂരിപക്ഷവും യുദ്ധാനുകൂലമായി വോട്ട് രേഖപ്പെടുത്തി. 110 സോഷ്യൽ ഡെമോക്രാറ്റിക് ഡെപ്യൂട്ടികളിൽ കാൾ ലിബ്ക്നിറ്റും (Karl Liebknecht) ഓട്ടോ റൂലെയും (Otto Rule) ഒഴികെ യുള്ളവരെല്ലാം യുദ്ധത്തിനനുകൂലമായിരുന്നു. കാൾ ലിബ്ക്നിറ്റ് തന്റെ *സൈനികവൽക്കരണവും പ്രതിസൈനികവൽക്കരണവും* (Militarim and Antimilitarim) എന്ന ഗ്രന്ഥത്തിന്റെ പേരിൽ 1907 ൽ പരമമായ രാജ്യദ്രോഹ ക്കുറ്റത്തിന് ജയിൽശിക്ഷയ്ക്ക് വിധേയനാവുകയുണ്ടായി. 'മുഖ്യ ശത്രു രാജ്യത്തിനുള്ളിൽത്തന്നെയാണ്' (The main Enermy is within the country) എന്ന ലഘുലേഖാകർത്താവുകൂടിയായ കാൾ ലിബ്ക്നിറ്റും ഫ്രാൻസ് മെഹ്റിങ്ങും (Franz Mehring) ക്ലാരാസെത്കിനും (Clara zetkin) ലിയോ ജോഗി ചെസും (Leo Jogiches) റോസലക്സംബർഗും (Rosa Lumexmburg) ഉൾപ്പെടെ ഒരു ചെറിയ ന്യൂനപക്ഷം മാത്രമാണ് സോഷ്യൽ ഷോവിനി സത്തിനെതിരെ ധീരവും ദൃഢവുമായ നിലപാടെടുത്തത്.

യുദ്ധവുമായി ബന്ധപ്പെട്ട യൂറോപ്യൻ സോഷ്യൽ ഡെമോക്രസി യിൽ മൂന്ന് വ്യതിരിക്ത നിലപാടുകൾ ഉയർന്നുവന്നിരുന്നു. ഒന്നാമത്തേത് തുറന്നടിച്ച സോഷ്യൽ ഷോവിനിസ്റ്റ് നിലപാട്. മിക്ക പാർട്ടികളിലെയും നേതൃത്വത്തിലെ ഭൂരിപക്ഷവും സ്വീകരിച്ച നിലപാടായിരുന്നു ഇത്. രണ്ടാ മത്തേത് കൗത്സ്കി, ലോൻഗിറ്റ്, റ്റുറാറ്റി (Turati) റാസെ മാക്ഡൊനാൾഡ് (Rasay macdonald) മാർട്ടൊവ് (Martov) തുടങ്ങിയവർ സ്വീകരിച്ച് മധ്യ വർത്തിനയം. സോഷ്യൽ ഷോവിനിസത്തെ എതിർക്കുമ്പോൾതന്നെ സോഷ്യൽ ഡെമോക്രസിയിലെ ഷോവിനിസ്റ്റ് ഘടകങ്ങളുമായി കണക്ക് പറഞ്ഞു പിരിയാതിരിക്കുക, യുദ്ധത്തെ എതിർക്കുമ്പോൾതന്നെ വിപ്ലവ ത്തിനുവേണ്ടി പോരാടാതെ സമാധാനത്തിനുവേണ്ടി നിലകൊള്ളുക എന്നിവയായിരുന്നു മധ്യവർത്തി സവിശേഷതകൾ. ലെനിന്റെ ഭാഷയിൽ:

എല്ലാ മധ്യവർത്തികളും ആണയിടുകയും ഉൽഘോഷിക്കുകയും ചെയ്യുന്നത് തങ്ങളെല്ലാം മാർക്സിസ്റ്റുകളും സാർവദേശീയവാദി കളാണെന്നുമാണ്. തങ്ങൾ സമാധാനത്തിനുവേണ്ടി നിലകൊള്ളു ന്നുവെന്നതാണ്, സമാധാനത്തിനു വേണ്ടിയുള്ള ജനങ്ങളുടെ ഇച്ഛാ ശക്തി സാക്ഷാൽക്കരിക്കാൻ തങ്ങളുടെ സ്വന്തം ഗവൺമെന്റിൽ സർവവിധ സമ്മർദങ്ങൾ നടത്തുന്നതിനുവേണ്ടി നിലകൊളളുന്നു വെന്നാണ്, തങ്ങൾ സർവവിധ സമാധാന പ്രചാരണങ്ങൾക്കും

വേണ്ടി നിലകൊള്ളുന്നുവെന്നാണ്; അധിനിവേശമില്ലാത്ത സമാ
ധാനത്തിനുവേണ്ടി നിലകൊള്ളുന്നുവെന്നാണ്; സോഷ്യൽ ഷോവി
നിസ്റ്റുകളുമായി സമാധാനത്തിനുവേണ്ടി നിലകൊള്ളുന്നുവെ
ന്നാണ്. മധ്യവർത്തി നയം ഐക്യത്തിനുവേണ്ടിയാണ്, ഒരു പിളർ
പ്പിനെതിരെ അത് നിലകൊള്ളുന്നു.

ലെനിനും ലീബ്ക്നിറ്റും ലക്സംബർഗും മറ്റും സ്വീകരിച്ച മൂന്നാ
മത്തെ നിലപാട് ലീബ്ക്നിറ്റിന്റെ ലഘുലേഖയുടെ ശീർഷകരൂപത്തിൽ
സംഗ്രഹിക്കാം. "മുഖ്യശത്രു നമ്മുടെ രാജ്യത്തിനുള്ളിൽ തന്നെയാണ്."
'Main Enemy is within the country'. യുദ്ധമെന്ന പ്രശ്നം വിപ്ലവകര
മായ മാർഗത്തിലൂടെ മാത്രമെ പരിഹരിക്കാൻ കഴിയൂ. യുദ്ധം, തങ്ങളുടെ
കൊള്ളമുതൽ പങ്കിടാൻ സാമ്രാജ്യത്വരാഷ്ട്രങ്ങൾ നടത്തുന്നതാകയാൽ,
ഓരോ രാജ്യവും തങ്ങളുടെ സാമ്രാജ്യത്വ ബൂർഷ്വാസിയ്ക്കെതിരെ
പോരാടാതിരിക്കുവേളം, യുദ്ധത്തിനെതിരായ യുദ്ധത്തെക്കുറിച്ച് സംസാ
രിക്കുന്നത് അസംബന്ധമാണ്. തൊഴിലാളിവർഗം, സാമ്രാജ്യത്വ യുദ്ധത്തെ
വിപ്ലവാത്മക ആഭ്യന്തരയുദ്ധമാക്കി പരിവർത്തിപ്പിക്കുന്നതിലൂടെ മാത്ര
മേ, സാമ്രാജ്യത്വ ബൂർഷ്വാസിയെ കടപുഴക്കിയെറിയാൻ കഴിയൂ. അങ്ങ
നെ, ഈ മൂന്നാം ലോക നിലപാട് സോഷ്യൽ ഷോവിനിസത്തിൽനിന്നും
'മധ്യവർത്തി വാദത്തിൽനിന്നും (അത് സോഷ്യൽ ഷോവിനിസത്തി
ൽനിന്നും വേറിടാൻ തയാറാവാത്തതുകൊണ്ട്) സമ്പൂർണമായ വേറി
ടൽ ആവശ്യപ്പെടുന്നു. അങ്ങനെ ഒരു പുത്തൻ സാർവദേശീയ വിപ്ലവ
മാർക്സിസം സ്ഥാപിക്കാൻ അത് ലക്ഷ്യംവെക്കുന്നു.

യുദ്ധത്തിൽ നിന്നുയർന്നുവരുന്ന പുത്തൻ സാഹചര്യങ്ങൾ ചർച്ച
ചെയ്യാൻ യൂറോപ്യൻ തൊഴിലാളി പ്രതിനിധികളെ രണ്ടാം ഇന്റർനാഷണ
ലിന്റെ ഔദ്യോഗിക നേതൃത്വം അനുവദിക്കാതിരുന്നതിനാൽ 1915 സെപ്തം
ബറിൽ ഇറ്റാലിയൻ സോഷ്യലിസ്റ്റുകളുടെ ഉത്സാഹഫലമായി, ഒരു സാർവ
ദേശീയ സോഷ്യലിസ്റ്റ് സമ്മേളനം സിമ്മർവാൾഡിൽ (Zimmerwald)
സംഘടിപ്പിക്കപ്പെട്ടു. ഒന്നിനൊന്നു യുദ്ധം ചെയ്യുന്ന രാജ്യങ്ങളുൾപ്പെടെ
11 രാജ്യങ്ങളിൽ നിന്നായി 38 പ്രതിനിധികൾ അതിൽ പങ്കെടുത്തു.

ഒരു പുതിയ ഇന്റർനാഷണൽ സ്ഥാപിക്കാനും ആഭ്യന്തര വിപ്ലവ
യുദ്ധം നടത്താനുള്ള ആഹ്വാനമുൾക്കൊള്ളുന്ന ലെനിന്റെ പ്രമേയം 12
നെതിരെ 19 വോട്ടുചെയ്ത് പിന്തിരിപ്പന്മാർ പരാജയപ്പെടുത്തി. ലെനിനോ
ടൊപ്പമുള്ള ന്യൂനപക്ഷം വരുന്ന സിമ്മർവാൾഡിലെ ഇടതുപക്ഷം പ്രമേ
യത്തെ പിന്താങ്ങി. ബദൽ പ്രയോഗങ്ങളൊന്നും നിർദേശിക്കാതെയാണെ
ങ്കിലും മുഖ്യപ്രമേയം യുദ്ധത്തെ അപലപിക്കുകയുണ്ടായി. 1916 ലെ
കിൻഥളിൽ (Keinthal) നടന്ന രണ്ടാം സമ്മേളനത്തിന്റെ പ്രചോദന
കേന്ദ്രവും കമ്യൂണിസ്റ്റ് ഇന്റർനാഷണലിന്റെ മാർഗദർശിയുമായിരുന്നു.
സിമ്മർവാൾഡ് ലെഫ്റ്റ്.

അതുകൊണ്ടുതന്നെ *സാമ്രാജ്യത്വം* എന്ന ഗ്രന്ഥത്തിൽ ചർച്ചചെയ്യ
പ്പെടുന്ന നിലപാടുകൾ, സോഷ്യലിസ്റ്റ് പ്രസ്ഥാനത്തിന്റെ വക്താവ് എന്ന

നിലയിൽ ലെനിൻ ഉൽബോധിപ്പിച്ചിരുന്ന ധാരണയുടെയും പരിപാടിക
ളുടെയും ഭാഗമായിരുന്നു. അങ്ങനെ കുറച്ചുകാലം ആകാശമണ്ഡലത്തിൽ
മാത്രം വിരാജിച്ചിരുന്ന നിലപാടുകളെ ലെനിൻ ഒരൊറ്റ സമഗ്രമായ പ്രാമാ
ണിക രേഖയാക്കിയശേഷം *സാമ്രാജ്യത്വം* എന്ന കൃതിയിലൂടെ മാർക്
സിസ്റ്റ് അർഥശാസ്ത്ര സമുച്ചയത്തോട്, ചേർത്ത്, അതിനെ മണ്ണിലുറപ്പി
ക്കുകയും ചെയ്തു.

സാമ്രാജ്യത്വത്തെക്കുറിച്ചുള്ള ലെനിന്റെയും റോസ ലക്സംബർഗി
ന്റെയും ഗ്രന്ഥങ്ങൾ തമ്മിലുള്ള നിലപാടുകളുടെ വ്യത്യാസം പരിശോ
ധിക്കപ്പെടേണ്ടതാണ്.

ലെനിന്റെ ഗ്രന്ഥം ഭാവപരമായും കൃത്യമായും പ്രയോഗമാതൃക
(Praxis) യുമായി ബന്ധപ്പെട്ടതാണെങ്കിൽ ലക്സംബർഗിന്റേത് അമൂർത്ത
മായ സിദ്ധാന്തത്തെക്കുറിച്ചുള്ള നിശിതമായ പ്രബന്ധമാണ്. എന്നാൽ
ലൂക്കാച്ച് (Lukacs) പറഞ്ഞപോലെ, ''പ്രയോഗമാതൃകയുടെ തലത്തി
ലേക്ക് തള്ളിക്കയറുമ്പോഴാണ് ഒരു സിദ്ധാന്തം അതിന്റെ വികാസത്തിന്റെ
ഏറ്റവും ഉയർന്ന തലത്തിലെത്തുന്നത്.''

ഒന്നാം ലോകയുദ്ധവുമായി ബന്ധപ്പെട്ട് യൂറോപ്യൻ തൊഴിലാളി
പ്രസ്ഥാനം അഭിമുഖീകരിച്ച പ്രയോഗമാതൃകയുടെ പ്രതിസന്ധിയിൽ
നിന്നാണ് *സാമ്രാജ്യത്വം* പിറവികൊള്ളുന്നതെങ്കിലും, ഈ ഗ്രന്ഥം, മേൽപ്പ
റഞ്ഞ പ്രതിസന്ധിക്കുള്ള പരിഹാരം മാത്രമല്ല. ഈ ഗ്രന്ഥത്തിന്റെ മുഖ
മുദ്രയെന്ന് പറയുന്നത്, ഇത് യൂറോപ്യൻ തൊഴിലാളി പ്രസ്ഥാനത്തിന്റെ
വിപ്ലവപ്രയോഗവുമായി ബന്ധപ്പെട്ട പ്രശ്നങ്ങൾക്ക് സൈദ്ധാന്തികമായ
ഉത്തരങ്ങൾ നൽകുമ്പോൾത്തന്നെ, മർദിതരാഷ്ട്രങ്ങളുടെ ദേശീയപ്രശ്ന
ങ്ങൾ ഉൾപ്പെടെയുള്ള വിഷയങ്ങളുമായി ബന്ധപ്പെട്ട വിപ്ലവ പ്രയോഗ
ങ്ങളുടെ രാഷ്ട്രീയ മാനങ്ങൾ വികസിപ്പിക്കുന്നുവെന്നതാണ്. ഇതിലെ
ലെനിനിസ്റ്റ് സിദ്ധാന്തമാണ് ഇരുപതാം നൂറ്റാണ്ടിലെ രണ്ട് സുപ്രധാന
വിപ്ലവ സമരങ്ങളുടെ ഓളങ്ങളെ പരസ്പരം കോർത്തിണക്കുന്നത്. കമ്യൂ
ണിസ്റ്റ് ഇന്റർനാഷണൽ, എന്ന സാർവദേശീയ സംഘടന അന്നുവരെ
ലോകം കണ്ടിട്ടില്ലാത്ത ഒന്നായിരുന്നു. ഇന്ത്യ, ചൈന, വിയറ്റ്നാം തുടങ്ങിയ
രാജ്യങ്ങളിലെ പ്രതിനിധികൾ ജർമനി, ബ്രിട്ടൻ, ഫ്രാൻസ് എന്നീ രാജ്യ
ങ്ങളിലെ പ്രതിനിധികളുമായി കൈകോർത്തു.

മാർക്സും എംഗൽസും മുഖ്യമായും ശ്രദ്ധ കേന്ദ്രീകരിച്ചത് യൂറോപ്യൻ
രാജ്യങ്ങളിലെ തൊഴിലാളി വർഗ വിപ്ലവങ്ങളുമായി ബന്ധപ്പെട്ടായിരുന്നു
വെങ്കിലും, അവരുടെ കത്തുകളിലും മാധ്യമ ലേഖനങ്ങളിലുമെല്ലാം കോള
നിരാജ്യങ്ങളിലെ വിപ്ലവ പ്രശ്നത്തിന്റെ മിന്നലാട്ടങ്ങൾ ദൃശ്യമാണ്. 1853
ആഗസ്റ്റ് 8 ന്റെ *New York Daily Tribune* ലെ ലേഖനത്തിൽ മാർക്സ്
എഴുതി:

ഒന്നുകിൽ ബ്രിട്ടനിൽ തൊഴിലാളിവർഗം അധികാരത്തിൽ വരണം.
അല്ലെങ്കിൽ ഇന്ത്യക്കാർ ഇന്ത്യയിലെ ബ്രിട്ടീഷ് അധിനിവേശ
ത്തിന്റെ നുകം വലിച്ചെറിയാൻ കരുത്തുപ്രാപിക്കണം. ഇതിലേ

തെങ്കിലുമൊന്ന് നടക്കാത്തിടത്തോളം ബ്രിട്ടീഷ് മുതലാളിത്തം ഇന്ത്യക്കാര്‍ക്കിടയില്‍ വിതറിയ സമൂഹത്തിന്റെ പുത്തന്‍ ഘടകങ്ങളുടെ ഫലം കൊയ്യാന്‍ ഇന്ത്യക്കാവില്ല.

1882 (സെപ്തം 12) എംഗല്‍സ് കൗത്സ്കിക്കെഴുതി:

ഇന്ത്യ ഒരുപക്ഷേ, ഒരു വിപ്ലവം നടത്തിയേക്കാം.... ഇതേ അവസ്ഥതന്നെ അള്‍ജിയേര്‍സിലും ഈജിപ്തിലും സംഭവിക്കുമെങ്കില്‍ നമ്മെ സംബന്ധിച്ചിടത്തോളം മഹത്തായ സംഭവമായിരിക്കുമത്.

ലെനിനാവട്ടെ ഏഷ്യന്‍ രാജ്യങ്ങളുടെ വിപ്ലവ അജണ്ടയും സാമ്രാജ്യത്വ രാജ്യങ്ങളിലേതെന്നപോലെ ഏഷ്യന്‍ രാഷ്ട്രങ്ങളിലെ വിപ്ലവ പ്രശ്നവും കമ്യൂണിസ്റ്റ് ഇന്റര്‍നാഷണലിന്റെ ഉത്തരവാദിത്വമായി ഏറ്റെടുത്തു.

അങ്ങനെ, യൂറോപ്പിലെയും ഏഷ്യയിലെയും വിപ്ലവങ്ങള്‍ എങ്ങനെ പരസ്പരം വൈരുധ്യാത്മകമായി ബന്ധപ്പെട്ടിരിക്കുന്നുവെന്ന് ലെനിന്‍ സാമ്രാജ്യത്വത്തില്‍ താത്വികമായി വിശദീകരിക്കുന്നു. ഈ ഗ്രന്ഥത്തിന്റെ ജര്‍മന്‍ – ഫ്രെഞ്ച് പതിപ്പുകളുടെ ആമുഖത്തില്‍ ഈ ഇരട്ട മര്‍ദനത്തിന്റെ സമന്വിത ചിത്രം ഇങ്ങനെ ആവിഷ്കരിക്കുന്നു.

വാസ്തവത്തില്‍ മുതലാളിത്തത്തിന്റെ സാമ്പത്തിക ബന്ധങ്ങള്‍ അനേകായിരം ഊടുവഴികളിലൂടെ വ്യാപാരസംരംഭങ്ങളെ ഉല്‍പ്പാദനോപാധികളിലെ സ്വകാര്യ സ്വത്തുമായി കോര്‍ത്തിണക്കുന്നു. അങ്ങനെ അത് റെയില്‍വെ നിര്‍മാണത്തെ ആയിരം ദശലക്ഷം ജനങ്ങളെ മര്‍ദിച്ചൊതുക്കാനുള്ള ഉപകരണമായി മാറ്റിയിരിക്കുന്നു. മര്‍ദിതരായ ഈ ജനതയില്‍ 'പരിഷ്കൃത' രാജ്യങ്ങളിലെ കൂലിയടിമകളും കോളനി രാജ്യങ്ങളില്‍ ജീവിക്കുന്ന ഭൂമണ്ഡലത്തിലെ പകുതിയിലധികം വരുന്ന ജനങ്ങളും ഉള്‍പ്പെടുന്നു.

അങ്ങനെ കോളനി–അര്‍ധ കോളനി രാജ്യങ്ങളിലെ ജനങ്ങളുടെ രാഷ്ട്രീയ പ്രശ്നം പരിഷ്കൃത രാജ്യങ്ങളിലെ കൂലി അടിമത്തത്തോടൊപ്പം, വിപ്ലവസിദ്ധാന്തത്തിന്റെ കേന്ദ്രസ്ഥാനത്ത് പ്രതിഷ്ഠിക്കപ്പെട്ടു.

'ആയിരം ദശലക്ഷം' ജനങ്ങളുടെ വിപ്ലവചൈതന്യത്തെക്കുറിച്ചുള്ള ലെനിന്റെ ചിന്തകള്‍ മലര്‍പൊടിക്കാരന്റെ സ്വപ്നമായിരുന്നില്ല. ചരിത്രത്തില്‍ നടക്കാനിരിക്കുന്ന സംഭവങ്ങളുടെ പ്രവചനമായിരുന്നു. "1905 നെ തുടര്‍ന്ന് തുര്‍ക്കി, പേര്‍ഷ്യ, ചൈന എന്നീ രാജ്യങ്ങളില്‍ വിപ്ലവങ്ങളുണ്ടായി. ഇന്ത്യയില്‍ വിപ്ലവകരമായ പ്രസ്ഥാനങ്ങള്‍ ശക്തിപ്പെട്ടു." ലെനിന്‍ നിരീക്ഷിക്കുന്നു. ബാലഗംഗാധര തിലകന്റെ അറസ്റ്റിനെ തുടര്‍ന്ന് ബോംബെയില്‍ തൊഴിലാളികളുടെ ഒരു പൊതുപണിമുടക്ക് നടന്നു. "ഇന്ത്യന്‍ തൊഴിലാളിവര്‍ഗത്തിന് പ്രായപൂര്‍ത്തിവന്നു"വെന്നാണ് ഇതിനെക്കുറിച്ചുള്ള അദ്ദേഹത്തിന്റെ വിലയിരുത്തല്‍.

യുദ്ധകാലത്തേക്കാളും, യുദ്ധപൂര്‍വകാലത്തേക്കാളും തീക്ഷ്ണമായ

കൊളോണിയൽ വിരുദ്ധസമരങ്ങൾ ഏഷ്യൻ രാജ്യങ്ങളിൽ ഉയർന്നു വരി കയായിരുന്നു. *സാമ്രാജ്യത്വം* എന്ന ഗ്രന്ഥത്തിൽ നൽകിയതിനേക്കാൾ പ്രാധാന്യം പിന്നീട് അദ്ദേഹം മർദിത ജനതയുടെ പ്രക്ഷോഭങ്ങൾക്ക് നൽകുകയായിരുന്നു.

1923 ൽ ലെനിൻ എഴുതി.

റഷ്യ, ഇന്ത്യ, ചൈന തുടങ്ങിയ രാജ്യങ്ങളിലെ ജനത ഭൂമണ്ഡല ത്തിലെ ജനസംഖ്യയുടെ ഭൂരിപക്ഷത്തെ പ്രതിനിധാനം ചെയ്യു ന്നുവെന്ന യാഥാർഥ്യമാണ് പോരാട്ടങ്ങളുടെ ഫലത്തെ നിർണ യിക്കുന്നത്. അടുത്ത കാലത്തായി ഈ ഭൂരിപക്ഷമാണ്, അനന്യ സാധാരണമായ ഊർജസ്വലതയോടെ വിമോചന സമരങ്ങളിലേക്ക് എടുത്തെറിയപ്പെട്ടത്. അതുകൊണ്ടുതന്നെ ലോക വിപ്ലവത്തിന്റെ അന്തിമ ഫലമെന്തായിരിക്കുമെന്നതിനെക്കുറിച്ച് അശേഷം സന്ദേ ഹമുണ്ടായിരിക്കേണ്ടതില്ല.

ഈ ധാരണ, പക്ഷേ, പിന്നീടുണ്ടാവുന്നത് എങ്കിലും, 'സാമ്രാജ്യത്വം' എവിടെയും പൊട്ടിപ്പുറപ്പെടാവുന്ന ആസന്നമായ വിപ്ലവത്തെ അഭിലഷിക്കുന്നു. വിപ്ലവത്തിന്റെ പെട്ടെന്നുള്ള പ്രതിബന്ധങ്ങൾ അഴിമതിക്കാരായ സോഷ്യൽ ഷോവിനിസ്റ്റുനേതാക്കളിൽനിന്നും അവരുടെ നട്ടെല്ലില്ലാത്ത സമാധാനവാദി കളുടെ പിണിയാളുകളിൽനിന്ന് ഉണ്ടായേക്കാവുന്നതുകൊണ്ട് അവരുടെ സ്വാധീനവലയത്തിൽനിന്ന് തൊഴിലാളി വർഗം വിമോചിക്കപ്പെടേണ്ടതുണ്ട്.

അങ്ങനെ മാർക്സിസത്തിന്റെ അടിസ്ഥാനപരമായ പുനർനിർമ്മി തിയുടെ പ്രക്രിയയിൽ, ലെനിൻ, നിരവധി സുപ്രധാന പ്രശ്നങ്ങൾ നമ്മുടെ ശ്രദ്ധയിൽ കൊണ്ടുവരുന്നു. അഞ്ച് അടിസ്ഥാനപരമായ വിഷയങ്ങൾ ഇതിൽ ചർച്ചചെയ്യപ്പെടുന്നു.

ഒന്നാമതായി, മാർക്സ് ഉത്തരം നൽകാത്ത നിർണായകമായ പ്രശ്നത്തിന്, ലെനിൻ, നവീനമായ ഉത്തരം നൽകുന്നു.

മാർക്സ് പറയുന്നു:

No social order ever perishes before all the productive forces for which there is room in it have developed.

ഉത്തരം ലഭിക്കാതിരുന്ന ചോദ്യമിതാണ്. ഒരു സാമൂഹിക വ്യവസ്ഥ അതിന്റെ ചരിത്രപരമായ പരിധി പ്രാപിച്ചിരിക്കുന്നുവെന്ന് മനസിലാക്കാ നുള്ള വസ്തുനിഷ്ഠ മാനദണ്ഡമെന്താണ്?

മാർക്സ് തന്റെ *തത്വശാസ്ത്രത്തിന്റെ ദാരിദ്ര്യം* എന്ന കൃതിയിൽ പറയുന്നു.

എല്ലാ ഉൽപ്പാദന ഉപകരണങ്ങളിലും വെച്ച് ഏറ്റവും മഹത്തായ ഉൽപ്പാദനശക്തി തൊഴിലാളിവർഗം തന്നെയാണ്. ഈ വീക്ഷണ മനുസരിച്ച് വിപ്ലവവർഗത്തിന്റെ രൂപവൽക്കരണം തന്നെയാണ്

ഉല്പാദനരീതിയുടെ പരിധി നിർണയിക്കുന്നത്. അതായത്, ഒരു ഉല്പാദന വ്യവസ്ഥയെ ചരിത്രപരമായി പുരോഗമനപരമോ, മര ണാസന്നമോ എന്നറിയാൻ സ്വതന്ത്രമായ വസ്തുനിഷ്ഠ മാനദ ണ്ഡങ്ങളൊന്നുമില്ല.

ഈ കാഴ്ചപ്പാട് ആത്മനിഷ്ഠമായും ഭൗതികവാദ വിരുദ്ധവുമാണ്. എഡ്വേഡ് ബേൺസ്റ്റീന്റെ വീക്ഷണമനുസരിച്ച് മുതലാളിത്തത്തിന്റെ നാശം അതിന്റെ സാമ്പത്തിക വ്യവസ്ഥയുടെ പതനവുമായി ബന്ധപ്പെ ട്ടതാണ്. ബേൺസ്റ്റീന്റെ റിവിഷനിസത്തിനെതിരെ ജർമൻ സോഷ്യൽ ഡെമോക്രാറ്റിക് പാർട്ടിയിൽ ശക്തമായ നിലപാടെടുത്ത റോസ പോലും അദ്ദേ ഹത്തിന്റെ വ്യാഖ്യാനത്തെ പിൻപറ്റുകയാണുണ്ടായത്. എന്നാൽ മുത ലാളിത്തത്തിന്റെ തകർച്ച തുടങ്ങിക്കഴിഞ്ഞുവെന്ന് റോസ നിരീക്ഷിക്കുന്നു. ലെനിനാവട്ടെ തികച്ചും വ്യത്യസ്തമായ പരിപ്രേക്ഷ്യമാണ് സ്വീക രിക്കുന്നത്. സാമ്രാജ്യത്വം യുദ്ധത്തെ സൃഷ്ടിക്കുന്നു. അത് തൊഴിലാളി വർഗത്തെ തങ്ങളുടെ അന്യനാടുകളിലെ സഹോദരങ്ങളെ കൊലചെ യ്യാൻ നിർബന്ധിക്കുന്നു. തൊഴിലാളികൾക്ക് ഈ സാഹചര്യം മറികട ക്കാനുള്ള മാർഗം തങ്ങളുടെ വെടിക്കോപ്പുകൾ യജമാനന്മാർക്കെതിരെ ഉപയോഗിക്കുകയെന്നതാണ്. അങ്ങനെ സാമ്രാജ്യത്വം തൊഴിലാളിവർഗ ത്തിന് തീരുമാനമെടുക്കാനുള്ള അവസരം നൽകുന്നു. ഒന്നുകിൽ സ്വയം നശിക്കാനും സഹോദരങ്ങളെ നശിപ്പിക്കാനും. അല്ലെങ്കിൽ മുതലാളി ത്തത്തെ തകർത്തെറിയുക (അതാണ് ബോൾഷെവിക്കുകളുടെ "സാമ്രാ ജ്യയുദ്ധത്തെ ആഭ്യന്തര യുദ്ധമാക്കി പരിവർത്തിപ്പിക്കുക"യെന്ന മുദ്രാ വാക്യത്തിന്റെ അന്തഃസത്ത) വിപ്ലവത്തിനും സാമൂഹിക തകർച്ചയ്ക്കു മിടയിൽ ഒടുക്കത്തെ തിരഞ്ഞെടുപ്പ് നടത്താനുള്ള അവസരം തൊഴിലാളി വർഗത്തിനുള്ളതിനാൽ, സാമ്രാജ്യത്വം, മുതലാളിത്തത്തിന്റെ ആത്യന്തിക സീമയാവുന്നു. മുതലാളിത്തം കുത്തകാധിപത്യത്തിന്റെ ഘട്ടമെത്തുമ്പോ ഴേക്കും (ഈ ഘട്ടത്തെയാണ് ലെനിൻ, സാമ്രാജ്യത്വമായി വേർതിരിച്ചു കാണുന്നത്). ഒരു വ്യവസ്ഥയെന്ന നിലയിൽ അതിന്റെ ചൈതന്യം നശിക്കുന്നു. അത് മരണാസന്നമാവുന്നു. മൂലധനകേന്ദ്രീകരണത്തിലൂടെ കുത്തകക ളുടെ ആവിർഭാവം എന്ന മാർക്സിന്റെ സിദ്ധാന്തത്തിന്റെ പ്രയോഗപര മായ സാഫല്യമാണ് ലെനിന്റെ, *സാമ്രാജ്യത്വം* മുന്നോട്ടുവെക്കുന്നത്. രണ്ടാമതായി, യൂറോപ്യൻ രാഷ്ട്രങ്ങളിലെ തൊഴിലാളിവർഗ വിപ്ല വത്തെയും, കോളനി രാജ്യങ്ങളിലെ ദേശീയവിമോചന പ്രസ്ഥാനങ്ങ ളെയും കൂട്ടിയിണക്കുകയെന്ന മഹത്തായ ആശയം ആവിഷ്ക്കരിക്കുക മാത്രമല്ല ചെയ്യുന്നത്. ഓരോ രാജ്യത്തിന്റെയും സവിശേഷ സാഹചര്യം സൂക്ഷ്മമായി വിശകലനം ചെയ്തുകൊണ്ട്, സവിശേഷ വിപ്ലവതന്ത്രങ്ങൾ ആവിഷ്കരിക്കേണ്ടതിന്റെ ആവശ്യകത ലോക വിപ്ലവപ്രസ്ഥാനത്തിന് ബോധ്യപ്പെടുത്തുകയായിരുന്നു ലെനിൻ.

അതിന്റെയെല്ലാം അടിസ്ഥാനാശയങ്ങൾ രണ്ടാം കമ്യൂണിസ്റ്റ് ഇന്റർനാഷണലിൽ (കോമിന്റേൺ) അദ്ദേഹം അവതരിപ്പിച്ചു.

ലെനിന്റെ വിപ്ലവപ്രയോഗവുമായി ബന്ധപ്പെട്ട സങ്കല്‍പ്പത്തില്‍ രണ്ടു സുപ്രധാനഘടകങ്ങള്‍ ഉള്‍ച്ചേര്‍ന്നിരിക്കുന്നു. ഒന്ന്, കമ്യൂണിസ്റ്റ് ഇന്റര്‍ നാഷണലും കമ്യൂണിസ്റ്റ് പാര്‍ട്ടികളും കോളനി രാജ്യങ്ങളിലും മറ്റുമുള്ള 'ബൂര്‍ഷ്വാ' ജനാധിപത്യ വിമോചന പ്രസ്ഥാനങ്ങളെ പിന്തുണയ്ക്കണം. എന്നാല്‍ ഇതിനൊരു മുന്നുപാധിയുണ്ട്. എത്ര ഭ്രൂണാവസ്ഥയിലാണെ ങ്കില്‍പ്പോലും തൊഴിലാളിവര്‍ഗം അതിന്റെ സ്വയം വിമോചനം എന്ന ലക്ഷ്യം ഏതൊരു സാഹചര്യത്തിലും ഉയര്‍ത്തിപ്പിടിക്കണം. രണ്ടാമതായി, കര്‍ഷക പ്രസ്ഥാനത്തിന് അത്, നിര്‍ലോഭമായ പിന്തുണ നല്‍കണം. ഭൂവുടമ കള്‍ക്കും ഫ്യൂഡലിസത്തിന്റെ പ്രതിനിധികളായ എല്ലാ പിന്തിരിപ്പന്‍ ശക്തികള്‍ക്കുമെതിരായ സമരത്തില്‍ കര്‍ഷകജനസാമാന്യത്തോടൊപ്പം നില്‍ക്കണം. പ്രാക്-മുതലാളിത്ത സാമൂഹിക ബന്ധങ്ങള്‍ക്ക് പ്രാമുഖ്യ യുള്ള രാജ്യങ്ങളിലെങ്ങും സോവിയറ്റ് വ്യവസ്ഥയുടെ അടിസ്ഥാനതത്വ ങ്ങള്‍ സാക്ഷാല്‍ക്കരിക്കാന്‍ വേണ്ടിയുള്ള ശക്തമായ പ്രവര്‍ത്തനങ്ങള്‍ നടത്തണം.

കോമിന്റേണിന്റെ രണ്ടാം സമ്മേളനത്തില്‍ എം എന്‍ റോയി, ലെനി ന്റെ ഈ സിദ്ധാന്തത്തെ എതിര്‍ത്തു. റോയിയുടെ അഭിപ്രായത്തില്‍ സാമ്രാജ്യത്വ രാഷ്ട്രങ്ങളിലെയും കോളനി രാജ്യങ്ങളിലെയും ബൂര്‍ഷ്വാ സികള്‍ തമ്മില്‍ വിപ്ലവപ്രസ്ഥാനങ്ങളെ എതിരിടുന്നതില്‍ പൊതുവായ വര്‍ഗസമാനതയുണ്ട്.

അതുകൊണ്ടുതന്നെ, തൊഴിലാളിവര്‍ഗം, ബൂര്‍ഷ്വാ ജനാധിപത്യ ദേശീയ പ്രസ്ഥാനങ്ങളെ പിന്തുണയ്ക്കുകയെന്ന ലെനിന്റെ നിലപാട്, വിപ്ലവവിരുദ്ധമാണ്. അങ്ങനെ, കോമിന്റേണിന്റെ അവസാന റിപ്പോര്‍ട്ടില്‍, 'ബൂര്‍ഷ്വാ' ജനാധിപത്യത്തെ പിന്തുണയ്ക്കുന്നതിനു പകരം 'ദേശീയ – വിപ്ലവ പ്രസ്ഥാന'ത്തെയെന്ന് ഭേദപ്പെടുത്തി ഏകകണ്ഠമായി അംഗീകരിച്ചു.

ലെനിന്റെ വീക്ഷണത്തില്‍, സാമ്രാജ്യത്വവും സാമ്രാജ്യത്വ യുദ്ധവും പരസ്പരം ബന്ധപ്പെട്ടതാണ്. അതുപോലെ രണ്ടു വിപ്ലവങ്ങളും (സാ മ്രാജ്യത്വ രാജ്യങ്ങളിലെ തൊഴിലാളിവര്‍ഗ വിപ്ലവവും കോളനി രാജ്യ ങ്ങളിലെ വിപ്ലവവും) സാമ്രാജ്യത്വ യുദ്ധവുമായി അഭേദ്യമായി കണ്ണി ചേര്‍ക്കപ്പെട്ടതാണ്. കോളനിരാജ്യങ്ങളിലെ ദേശീയ വിമോചനപ്രസ്ഥാ നങ്ങളും വിപ്ലവങ്ങളും ലോകത്തെങ്ങുമുള്ള മര്‍ദിത ജനതയുടെ പോരാ ട്ടങ്ങളെയും വിപ്ലവങ്ങളെയും ആഴത്തില്‍ പ്രചോദിപ്പിക്കുന്നു. സാമ്രാജ്യ ത്വയുഗം സോഷ്യലിസ്റ്റ് വിപ്ലവങ്ങളുടെ പുലരിയാണ്. വിപ്ലവങ്ങള്‍ ലോക ത്തിന്റെ ഏതെങ്കിലും ഒരു കോണില്‍ മാത്രം ഒതുങ്ങിനില്‍ക്കുന്നില്ല. അത് ഭൂമണ്ഡലമാകെ അഗ്നിപോലെ പടരുകയും ലോകവിപ്ലവത്തിന്റെ സ്വഭാ വമാര്‍ജിക്കുകയും ചെയ്യും. ലോകമുതലാളിത്തത്തിന്റെ സാമ്പത്തികകു ഴപ്പം, എന്ന കോമിന്റേണിന്റെ ആശയം, മേല്‍പ്പറഞ്ഞ വീക്ഷണത്തിന്റെ സൈദ്ധാന്തികമായ പ്രകാശനമാണ്.

ലോകവിപ്ലവം കമ്യൂണിസ്റ്റ് ഇന്റര്‍നാഷണലില്‍ മുഖ്യഅജണ്ടയായി ഉയര്‍ന്നുവന്നപ്പോള്‍ സോഷ്യല്‍ ഡമോക്രസിയുടെ പ്രമുഖവക്താക്കള്‍ റിവിഷനിസത്തിലേക്ക് വഴുതിവീണതെന്തുകൊണ്ട്? ലെനിന്റെ സാമ്രാ

ജ്യത്വത്തെക്കുറിച്ചുള്ള സിദ്ധാന്തം ഈ ചോദ്യത്തിന് തികച്ചും നൂതന മായ ഉത്തരം നൽകുന്നു. ഇവിടെയാണ് റിവിഷനിസം എന്ന പ്രതിഭാസ ത്തിന്റെ രാഷ്ട്രീയപരിസരം ലെനിൻ വ്യക്തമാക്കുന്നത്.

മുതലാളിത്ത സമ്പദ്ഘടനയിൽ ധാരാളം മധ്യവർഗം അനസ്യൂത മായി ആവിർഭവിക്കുന്നു. ഇവർ അനിവാര്യമായും തൊഴിലാളി വർഗത്തിന്റെ സാമൂഹിക പദവിയിലേക്ക് തള്ളിവിടപ്പെടുന്നു. അതു കൊണ്ടുതന്നെ പെറ്റിബൂർഷ്വാസിയുടെ ലോകവീക്ഷണം തൊഴി ലാളിവർഗ പ്രസ്ഥാനങ്ങളിലേക്ക് നിരന്തരം പ്രസരിക്കുന്നു.

എന്നാൽ 1908 ൽ ലെനിൻ നൽകിയ ഈ വിശദീകരണം, ഒന്നാം ലോകയുദ്ധത്തോടെ അപര്യാപ്തമായി. അങ്ങനെ, *സാമ്രാജ്യത്വം* എന്ന ഗ്രന്ഥത്തിൽ ലെനിൻ, ഈ പ്രതിഭാസത്തിന് മൗലികമായ വിശദീകരണം നൽകി. സാമ്രാജ്യത്വ രാഷ്ട്രങ്ങളിലെ കുത്തകകളുടെ കുന്നുകൂടിയ ലാഭം, തൊഴിലാളിവർഗത്തിനിടയിലെ ചില മാടമ്പി വിഭാഗത്തെയും ചില ട്രേഡ് യൂണിയൻ വിഭാഗത്തെയും വിലയ്ക്കെടുക്കാൻവേണ്ടി ഉപയോഗപ്പെടു ത്തുന്നു. എംഗൽസിന്റെ രണ്ടു കത്തുകളിൽ നിന്നാണ്, ലെനിന് ഈ യാഥാർഥ്യം മനസിലാക്കാൻ പ്രചോദനം ലഭിച്ചത്. തൊഴിലാളി വർഗ പ്രസ്ഥാനത്തിൽ പെറ്റിബൂർഷ്വാ സ്വാധീനമുറപ്പിക്കുന്നതിനെക്കുറിച്ചുള്ള സംവാദങ്ങൾക്കും ചിന്തകൾക്കും തുടക്കമിട്ടത് ലെനിന്റെ നിരീക്ഷണ ങ്ങളാണ്. പിൽക്കാലത്ത് ഉയർന്നുവന്ന 'അസമമായ വിനിമയം' (Un-equal exchange) എന്ന പരികൽപ്പനയുടെ പ്രഭവവും പ്രചോദനവും ലെനിന്റെ നിരീക്ഷണങ്ങളാണ്. വികസിത മുതലാളിത്ത രാഷ്ട്രങ്ങളിലെ വിപ്ലവ പ്രസ്ഥാനത്തിന്റെ അപചയത്തെ വിശദീകരിക്കാൻ ഇന്ന് 'അസ മമായ വിനിമയ'ത്തെക്കുറിച്ച് ധാരാളം പഠനങ്ങളുണ്ട്.

തൊഴിലിന്റെ നിശ്ചലാവസ്ഥ എന്നത് സാർവദേശീയ പ്രതിഭാസമാണ്. രാജ്യങ്ങൾക്കിടയിൽ നിലനിൽക്കുന്ന കൂലി നിരക്കിലുള്ള വ്യത്യാസം അഥവാ അസമത്വമാണ് ഈ പ്രതിഭാസത്തിനു കാരണം. എന്നാൽ തുറന്ന മത്സരമുള്ള സമൂഹത്തിൽ തൊഴിലിന്റെ ചലനാത്മകത നിലനിൽക്കും. താഴ്ന്ന കൂലിനിരക്കുള്ള രാജ്യങ്ങളിലെ ചരക്കുകൾക്ക്, കൂടിയ കൂലിനി രക്കുള്ള രാജ്യങ്ങളിലെ ചരക്കുകളെ അപേക്ഷിച്ച് വിലകുറവായിരിക്കും (relative price). ഉൽപ്പാദനത്തിന്റെ ആപേക്ഷികച്ചെലവും ചരക്കുകളുടെ (ഉൽപ്പന്നങ്ങളുടെ) ആപേക്ഷികവിലയും തമ്മിലുള്ള വ്യത്യാസമാണ് കൂലിനിരക്കിലെ അസമത്വത്തെ നിലനിർത്തുന്നത്. അസമമായ വിനിമ യത്തിന്റെ ഗുണഭോക്താക്കൾ, കൂലിവർധനവുള്ള രാജ്യങ്ങളിലെ തൊഴി ലാളിവർഗമാണ്.

എന്നാൽ ഇതിനെതിരെ ബെറ്റൽ ഹീം (Bettel heim) ഉന്നയിക്കുന്ന വിമർശനമെന്തെന്നാൽ, രാഷ്ട്രങ്ങൾക്കിടയിലെ ഉൽപ്പാദനക്ഷമതയുടെ വ്യത്യാസം കൂലിനിരക്കിലെ വ്യത്യാസത്തെക്കാൾ വലുതാണെന്നാണ്. വികസിത മുതലാളിത്ത രാഷ്ട്രങ്ങളിലെ ഉൽപ്പാദനക്ഷമതയ്ക്കനുസൃ

തമായി ഉയർന്ന വേതനം അവിടത്തെ തൊഴിലാളികൾക്ക് ലഭ്യമാവു ന്നില്ല. പിന്നാക്ക രാഷ്ട്രങ്ങളിലെ തൊഴിലാളികളുമായി താരതമ്യം ചെയ്യു മ്പോൾ, അവർക്ക് അർഹമായ വർധനവ് ലഭിക്കുന്നില്ല. അതുകൊണ്ടു തന്നെ അവർ, പിന്നാക്ക രാജ്യങ്ങളിലെ തൊഴിലാളികളെക്കാൾ ചൂഷണം ചെയ്യപ്പെടുന്നു. ബെറ്റൽ ഹീമിന്റെ വാദഗതി സാംഗത്യമുള്ളതല്ല. കാര ണം, നിരീക്ഷിക്കപ്പെട്ട കൂലി-ഉൽപ്പാദനക്ഷമതാ അനുപാതമല്ല ചൂഷ ണത്തിന്റെ സൂചികയെ നിർണയിക്കുന്നത്.

സ്വതന്ത്ര മത്സരമുള്ള (Free competition) മുതലാളിത്ത സമൂഹ ത്തിൽപ്പോലും കൂലി-ഉൽപ്പാദനക്ഷമതാ അനുപാതത്തിൽ അസമത്വമു ണ്ടാവും. ഉൽപ്പാദനക്ഷമതയെ നിർണയിക്കുന്നത് ഉൽപ്പാദനത്തിന്റെ സന്തുലനവിലയുമായി ബന്ധപ്പെട്ടാണ്.

സ്വതന്ത്ര മത്സരം നിലനിൽക്കാത്ത അവികസിത രാജ്യങ്ങളിൽ പല പ്പോഴും കൂലി-ഉൽപ്പാദനക്ഷമതാ അനുപാതം കുറഞ്ഞതായിരിക്കും. അതുകൊണ്ട് ചൂഷണ നിരക്ക് നിർണയിക്കുന്ന ബെറ്റൽ ഹീമിന്റെ മാന ദണ്ഡം ശാസ്ത്രീയമല്ല.

ഇന്ത്യൻ തൊഴിലാളികൾ ബ്രിട്ടീഷ് തൊഴിലാളികളെക്കാൾ കുറഞ്ഞ വേതനം കൈപ്പറ്റുന്നുവെന്നു വെക്കുക. ഇന്ത്യൻ തൊഴിലാളിയുടെ 'എ' എന്ന ഉൽപ്പന്നത്തിന് ബ്രിട്ടീഷ് തൊഴിലാളികളുടെ 'ബി' എന്ന ഉൽപ്പന്ന ത്തേക്കാൾ വിലകുറവാണെന്നും കരുതുക. മൂലധനത്തിന്റെ ചലനാത്മ കതയുമായി ബന്ധപ്പെട്ട്, എന്തുകൊണ്ട് ബ്രിട്ടീഷ് മുതലാളിത്തത്തിന് 'ബി' എന്ന ഉൽപ്പന്നം ഇന്ത്യയിൽ തന്നെ ഉൽപ്പാദിപ്പിച്ചുകൂടാ. അല്ലെ ങ്കിൽ ഇന്ത്യൻ മുതലാളിത്തത്തിന് 'ബി' എന്ന ഉൽപ്പന്നം അവരുടെ വില കുറഞ്ഞ അധ്വാനശക്തി സാധ്യത ഉപയോഗിച്ച് ഉൽപ്പാദിപ്പിച്ചുകൂടാ. ഈ ചോദ്യത്തിനുള്ള ഒരേ ഒരു ഉത്തരമിതാണ്. തൊഴിൽ വിതരണത്തിലെ നിശ്ചലാവസ്ഥയോടൊപ്പം ബ്രിട്ടീഷ് മുതലാളിത്തത്തിന് കുത്തകാധിപ ത്യശക്തികൂടി പ്രയോഗിക്കാൻ കഴിയുന്നു. അതുകൊണ്ടുതന്നെ, അസ മമായ വേതന വിതരണമെന്നത് കുത്തകാധിപത്യത്തിന്റെ സാമ്പത്തിക പരിസരവുമായി ബന്ധപ്പെട്ട പ്രതിഭാസമാണ്.

നാലാമതായി, ലെനിന്റെ 'സാമ്രാജ്യത്വ' സിദ്ധാന്തം അദ്ദേഹത്തിന്റെ തന്നെ ചിന്തയ്ക്ക് ഏകാഗ്ര സ്വഭാവം നൽകുന്നു. *എന്തുചെയ്യണം What is to be done* (1902), *Imperialism (സാമ്രാജ്യത്വം), State and Revolution (ഭരണകൂടവും വിപ്ലവവും)* എന്നിവയാണ് ലെനിനിസ്റ്റ് സിദ്ധാന്ത ങ്ങളുടെ അടിത്തറ. ഇതുകൂടാതെ, കാർഷിക പ്രശ്നങ്ങളെക്കുറിച്ചും ദേ ശീയപ്രശ്നങ്ങളെക്കുറിച്ചും ലെനിൻ നിരവധി ഗൗരവമായ പഠനങ്ങൾ നടത്തിയിട്ടുണ്ട്. കാർഷിക പ്രശ്നവും തൊഴിലാളി വർഗ-കർഷക സഖ്യ ത്തിന്റെ ആവശ്യകതയും മൂർത്തമായി പ്രതിപാദിക്കുന്ന രചനയാണ്. *ജനാധിപത്യ വിപ്ലവത്തിലെ സോഷ്യൽ ഡെമോക്രസിയുടെ രണ്ട് അട വുകൾ (Two Tactics of Social Democracy in the Democratic Revolution)* എന്നത്. സാമ്രാജ്യത്വയുഗത്തിലെ മുതലാളിത്ത ഭരണകൂട

ത്തിന്റെ സവിശേഷതകൾ, റഷ്യയെപ്പോലുള്ള രാജ്യങ്ങളിൽ നടക്കേണ്ട വിപ്ലവത്തിലെ വർഗസഖ്യം, വിപ്ലവത്തിന് നേതൃത്വം നൽകേണ്ട കമ്യൂ ണിസ്റ്റ് പാർട്ടിയുടെ ഘടന, തുടങ്ങിയവയെല്ലാം മേൽപ്പറഞ്ഞ ഗ്രന്ഥങ്ങ ളിൽ ചർച്ച ചെയ്യുന്നു.

ഈ നാലു കൃതികളിലും ചർച്ചചെയ്യപ്പെടുന്ന വിപ്ലവത്തിന്റെയും അതിന്റെ പ്രയോഗമാതൃകകളുടെയും അടിസ്ഥാനതത്വങ്ങളാണ് ലെനി നിസം എന്ന പേരിൽ അറിയപ്പെടുന്നത്. വ്യവസായ പ്രമുഖരുടെയും ധനി കരായ കുലീനവർഗത്തിന്റെയും ബ്യൂറോക്രാറ്റുകളുടെയും സൈനിക രുടെയും 'വ്യക്തിഗതയൂണിയൻ' ആയ മുതലാളിത്ത ഭരണകൂടം, അതിന്റെ ബാഹ്യസവിശേഷതകൾ എന്തുതന്നെയായാലും, വർഗമർദന ത്തിന്റെ ബലിഷ്ഠമായ ഉപകരണമാണ്. അതുകൊണ്ട് തന്നെ വിപ്ലവം തൊഴിലായി സ്വീകരിച്ച അച്ചടക്കമുള്ള ഗ്രൂപ്പ് എന്ന നിലയിൽ കമ്യൂണി സ്റ്റുപാർട്ടിയുടെ കടമ, ഈ ഭരണകൂടത്തിനെതിരെ സൈനികയുക്തമായി പോരാടുന്നതിന് തൊഴിലാളി വർഗത്തിന് നേതൃത്വം നൽകുകയെന്ന താണ്. ബൂർഷ്വാസികൾ കുത്തകാധിപത്യത്തിന്റെ കാലഘട്ടത്തിൽ വിപ്ല വകാരികൾക്കെതിരെ എല്ലാവിഭാഗം പ്രതിലോമശക്തികളുമായി വർഗ സഖ്യം സ്ഥാപിക്കും. അതുകൊണ്ട് തന്നെ തൊഴിലാളിവർഗം, കർഷക സഹോദരങ്ങളുമായി കൈകോർത്തുകൊണ്ട് ജനാധിപത്യ വിപ്ലവം വിജ യിപ്പിക്കണം.

ലെനിനിസത്തിന്റെ ദാർശനികാടിത്തറ മാർക്സിസം തന്നെയാണെ ങ്കിലും അത് മാർക്സിസത്തിന്റെ വികാസംകൂടിയാണ്. ഈ വികാസ ത്തിന്റെ അടിസ്ഥാനമാവട്ടെ, മാർക്സിസത്തിന്റെ സവിശേഷപഠനങ്ങളു മാണ്. പക്ഷേ, ഈ സവിശേഷ പഠനങ്ങളെ മുൻനിർത്തി മാർക്സിസത്തെ പുനർ നിർമിക്കാനുള്ള ശ്രമമാണ് ലെനിൻ നടത്തിയത്. വൈരുധ്യാത്മ കമായ ഈ സൈദ്ധാന്തിക പ്രക്രിയയുടെ ഉജ്ജലമായ പ്രതിഫലനമാണ്, *സാമ്രാജ്യത്വം* എന്ന കൃതി. മാർക്സിസത്തിന്റെ അന്തഃസത്തയിൽ അധി ഷ്ഠിതമായ ഏതൊരു സൈദ്ധാന്തികാന്വേഷണവും അതിന്റെ പുനർ നിർമിതിയാണെന്ന് ഇത് സ്പഷ്ടമാക്കുന്നു.

മുതലാളിത്തത്തിന്റെ ബലതന്ത്രം അനാവൃതമാക്കുന്ന വിഷയ ത്തിൽ, മാർക്സിന്റെ 'ലാഭനിരക്ക് കുറയുന്നതിനെ'ക്കുറിച്ചുള്ള ഉദാഹര ണത്തേക്കാൾ മാർക്സിസത്തിൽനിന്നും ധൈഷണികമായി ബഹുദൂരം അകന്ന ജെ എ ഹോബ്സന്റെ (J A Hobson) ആശയങ്ങളെയാണ് ലെനിൻ ആശ്രയിക്കുന്നത്. ചുരുക്കത്തിൽ മാർക്സിസത്തിന്റെ പ്രായോഗികതയെ ക്കുറിച്ചുള്ള സൈദ്ധാന്തികാന്വേഷണമാണ് *സാമ്രാജ്യത്വം* എന്ന കൃതി.

ലെനിന്റെ ഈ സൈദ്ധാന്തികാന്വേഷണത്തിന്റെ ഫലമായി രണ്ട് സുപ്രധാനകാര്യങ്ങൾ വ്യക്തമാണ്.

1) എല്ലാത്തരം മാർക്സിസ്റ്റ് സൈദ്ധാന്തികാന്വേഷണങ്ങളും മാർക്സിസത്തിന്റെ പുനർനിർമിതിയാണ്.

2) ഈ പുനർനിർമിതിയുടെ ലക്ഷ്യം മാർക്സിസത്തിന്റെ പ്രയോ

ഗമാത്യകയെ പുഷ്ടിപ്പെടുത്തലാണ്. ആശയതലത്തിലെ വിഷയ (object) വും യഥാർഥ ലോകത്തിലെ വസ്തുതയും തമ്മിലുള്ള (അൾത്തൂസറുടെ പരികൽപ്പന) അന്തരം നികത്താൻ വിപ്ലവകരമായ പ്രയോഗ മാതൃകയ്ക്കു മാത്രമേ സാധിക്കുകയുള്ളൂ. ഇതാണ് മാർക്സിസത്തിന്റെ പുനർനിർമിതി.

ഈ പുനർനിർമിതിയുടെ സാധ്യതയാവട്ടെ പ്രയോഗമാതൃകയുടെ ശാസ്ത്രീയതയെ ആശ്രയിച്ചിരിക്കുന്നു. *സാമ്രാജ്യത്വം* എന്ന കൃതി ആവിഷ്കരിക്കുന്ന കാഴ്ചപ്പാട് ഇതാണ്.

എന്നാൽ ഈ ഗ്രന്ഥത്തിന്റെ കേന്ദ്രവിഷയവുമായി ബന്ധപ്പെട്ട് വളരെയധികം തെറ്റിധാരണകൾ നിലനിൽക്കുന്നുണ്ട്. യാഥാസ്ഥിതിക ധാരണയനുസരിച്ച്, സാമ്രാജ്യത്വത്തെക്കുറിച്ചുള്ള ഒരു സിദ്ധാന്തം ഫങ്ഷണലായ ഒന്നായിരിക്കും– ഈ ധാരണയനുസരിച്ച് സാമ്രാജ്യത്വത്തിന്റെ അഭാവത്തിൽ മുതലാളിത്തത്തിന്, അതിന്റെ ആവാസകേന്ദ്രത്തിൽ അതിജീവനശേഷിയില്ല. മുതലാളിത്തത്തിന്റെ ഈ അതിജീവനാതീതമായ സഹജവൈരുധ്യങ്ങളിൽനിന്നും അതിനെ പരിരക്ഷിക്കുന്നത് സാമ്രാജ്യത്വമാണ് എന്നതിന്റെ വിശദീകരണമായിരിക്കും സാമ്രാജ്യത്വത്തെക്കുറിച്ചുള്ള സിദ്ധാന്തം. പക്ഷേ, സത്യത്തിൽ ലെനിന്റെ സിദ്ധാന്തം ദൃശ്യമായ ഒരു 'കൃത്യനിർവഹണ' (Functional) സിദ്ധാന്തമല്ല. അങ്ങനെ തെറ്റിധരിക്കപ്പെട്ടതിനാൽ, ലെനിന്റെ കാഴ്ചപ്പാടുകൾ അനർഹമായ പല വിമർശനങ്ങൾക്കും വിധേയമായിട്ടുണ്ട്.

ലെനിന്റെ *സാമ്രാജ്യത്വത്തെ* അൽപ്പോപഭോഗ (Under consumptionism) സിദ്ധാന്തമായി വ്യാഖ്യാനിക്കുന്നത്, വളരെക്കാലം ബ്രിട്ടീഷ് കമ്യൂണിസ്റ്റ് സൈദ്ധാന്തികനായി അറിയപ്പെടുകയും പിന്നീട് കമ്യൂണിസം തന്നെ നിരാകരിക്കുകയും ചെയ്ത സ്ട്രാച്ചീ (Strachey) ആണ്. അദ്ദേഹത്തിന്റെ വ്യാഖ്യാനമിതാണ്: കുത്തകമുതലാളിത്തത്തിന്റെ ആവിർഭാവം സമൂഹത്തിലെ തൊഴിലാളികൾ, മുതലാളിത്തേതര ചെറുകിട ഉൽപ്പാദകർ, കുത്തക മുതലാളിത്തേതര ഉൽപ്പാദകർ എന്നിവരുടെ സമ്പത്ത് കുത്തകകളിലേക്കൊഴുകാനിടയാക്കുന്നു. കുത്തകകളുടെ ഉപഭോഗ പ്രവണത ഈ സാമൂഹ്യ വർഗങ്ങളുടേതിനേക്കാൾ കുറവായതുകൊണ്ട് സമൂഹത്തിന്റെ പൊതുവായ ഉപഭോഗശേഷിയിൽ കുറവുവരുന്നു.

ഇത് അമിതോൽപ്പാദനം എന്ന സാമ്പത്തിക പ്രതിഭാസത്തിന് വഴി തെളിയിക്കുന്നു. സമൂഹത്തിന്റെ ഉപഭോഗശേഷി വർധിപ്പിക്കാനുള്ള നിക്ഷേപശ്രമങ്ങളിലൂടെ, ഈ പ്രതിസന്ധി പരിഹരിക്കാൻ കഴിയും. എന്നാൽ കുത്തക മുതലാളിത്തത്തിന്റെ സഹജമായ വൈരുധ്യങ്ങൾ കാരണം ഇത് പ്രയാസമാണ്. അമിതോൽപ്പാദന പ്രതിസന്ധിയിൽ സമൂഹ നിക്ഷേപ നിലവാരം വീണ്ടും കുറയാനിടവരുകയാണ് ചെയ്യുന്നത്. ചുരുക്കത്തിൽ, സ്വതന്ത്രമത്സരാധിഷ്ഠിത മുതലാളിത്തത്തിൽ നിന്ന്, കുത്തകാധിപത്യത്തിലേക്കുള്ള പരിവർത്തനം, സമ്പദ്‌വ്യവസ്ഥയെ, പൊതുവായ അമിതോൽപ്പാദനത്തിലേക്ക് തള്ളിവിടുന്നു.

അൽപ്പ ഉപഭോഗസിദ്ധാന്തവുമായി ബന്ധപ്പെട്ട്, ചരിത്രപരമായി പ്രസക്തിയുള്ള, സവിശേഷമായ ഒരു വാദഗതിയുണ്ട്. കുത്തകമുതലാ

ളിത്തത്തിൻകീഴിലെ, ചെറുകിട ഉൽപ്പാദകരുടെ വരുമാനം, കുത്തകക
ളിലേക്കൊഴുകുന്ന പ്രക്രിയ സമ്പദ്‌വ്യവസ്ഥയിലെ തൊഴിൽ മേഖലയിൽ
ഗുരുതരമായ പ്രത്യാഘാതങ്ങൾ സൃഷ്ടിക്കുന്നു. കുത്തകാധിപത്യത്തി
ലുള്ള ഉൽപ്പാദന മേഖലയ്ക്ക് വേണ്ട പ്രാഥമിക ചരക്കുകൾ (Primary
Commodities) ഉൽപ്പാദിപ്പിക്കുന്നത്, കർഷകരുടെ രൂപത്തിലുള്ള, ചെറു
കിട ഉൽപ്പാദകരാണ്. അവരുടെ ഉപഭോഗശേഷി കുറയുന്നത്, ഉൽപ്പാദനമേഖ
ലയിൽ വിവിധ രൂപത്തിലുള്ള പ്രതിസന്ധികളോടൊപ്പം അന്തിമമായി
അമിതോൽപ്പാദന പ്രതിസന്ധി (Over production crisis) സൃഷ്ടിക്കുന്നു.

ലോക സമ്പദ്‌വ്യവസ്ഥയിൽ പൊതുവിൽ ദൃശ്യമാവുന്ന, കുത്തക
മുതലാളികളിലേക്കുള്ള വരുമാനത്തിന്റെ ഒഴുക്ക്, ചെറുകിട ഉൽപ്പാദക
രുടെ ഉൽപ്പാദന സംരംഭങ്ങളെ തകർക്കുന്ന പ്രതിഭാസമാണെന്ന് മന
സിലാക്കാം. അമിതോൽപ്പാദന പ്രവണത, കയറ്റുമതി മേഖലയിലെ മാന്ദ്യ
ത്തിന് (Sluggishness) വഴിതെളിയിക്കുന്നു. (ഗവൺമെന്റിന്റെ സാമ്പത്തിക
സഹായം, മൂലധനക്കയറ്റുമതിയുടെ വിവിധരൂപങ്ങൾ എന്നീ മാർഗങ്ങൾ
പിന്തുടരാത്തിടത്തോളം) ഇത് മൂന്നാം ലോക രാഷ്ട്രങ്ങളിലെ തൊഴിൽ
മേഖലയുടെ തകർച്ചയ്ക്ക് കാരണമാവുന്നു.

അൽപ്പ ഉപഭോഗ പ്രവണതയിൽനിന്നും വ്യതിരിക്തമായ, സാഹച
ര്യത്തിൽ നിന്നും അമിതോൽപ്പാദനമെന്ന പ്രതിഭാസം ഉടലെടുക്കുന്നു.
സ്വതന്ത്ര മത്സരാധിഷ്ഠിത മുതലാളിത്തത്തിൽനിന്നും കുത്തകമുതലാ
ളിത്തത്തിലേക്കുള്ള പരിവർത്തനത്തിൽ, ഉൽപ്പന്നത്തിന് ആപേക്ഷികമായ
ഉപഭോഗശേഷി സ്ഥിരമായി നിന്നാൽപ്പോലും ഉൽപ്പന്നത്തിനാപേക്ഷിക
മായി നിക്ഷേപത്തിന്റെ അളവിൽ കുറവു സംഭവിക്കാനിടയുണ്ട്.

കാരണം, ശരാശരിയിൽ കൂടിയ ഭീമമായ ലാഭനിരക്ക് കവർന്നെടു
ക്കാൻ കഴുകനെപ്പോലെ കാത്തിരിക്കുന്ന കുത്തകമുതലാളിത്തം, ശരാ
ശരി ലാഭനിരക്ക് സാധ്യതയുള്ള നിക്ഷേപപദ്ധതികൾ ഏറ്റെടുക്കുകയില്ല.
ഇതിന്റെ ഫലമായി നിക്ഷേപനിലവാരം താഴുകയും (Under investment)
അത് അമിതോൽപ്പാദനത്തിന് കാരണമാവുകയും ചെയ്യുന്ന മൂലധന കയ
റ്റുമതിയുടെ സഹായത്തോടെ കയറ്റുമതി മിച്ചം അനിവാര്യമാക്കുകയാ
ണെങ്കിൽ, മുതലാളിത്തത്തിൽ നിന്ന് കുത്തകയിലേക്കുള്ള പരിവർത്ത
നത്തിനിടയിലെ അമിതോൽപ്പാദന പ്രവണത സാമ്രാജ്യത്വത്തിന് പരി
ഹരിക്കാൻ കഴിയുന്നതാണ്. കുത്തകഘട്ടത്തിലെ മുതലാളിത്തത്തിന്റെ
ധർമങ്ങൾ നിർവഹിക്കുന്നതിന് അനിവാര്യമായ ഒന്നാണ് സാമ്രാജ്യത്വം
എന്ന് അഭിദർശിക്കുന്ന സിദ്ധാന്തം, യുക്തിഭദ്രവും ചരിത്രപരമായി സാധു
തയുള്ളതുമാണ്.

എന്നാൽ മുകളിൽ പരാമർശിച്ച വാദഗതികൾ ചരിത്രപരമായ അനു
ഭവത്തിന്റെ വെളിച്ചത്തിൽ പരിശോധിക്കപ്പെടേണ്ടതാണ്. രണ്ടാം ലോക
യുദ്ധം വരെയുള്ള കാലഘട്ടത്തിലെ കുത്തകകൾക്കുകീഴിലെ ചെറു
ഉൽപ്പാദനസംരംഭങ്ങളുടെ തകർച്ച റോൽ പ്രെബിഷി (Raul Prebisch)
നെപ്പോലുള്ള എഴുത്തുകാർ സാക്ഷ്യപ്പെടുത്തുന്നുണ്ട്. അതായത്, പല

സാമ്പത്തിക ചരിത്രകാരന്മാരും വാദിച്ചതുപോലെ, ഇത് യാദൃച്ഛിക പ്രതിഭാസമല്ല, ബ്രിട്ടന്റെ കയറ്റുമതി മാന്ദ്യത്തിന് കാരണമിതായിരുന്നു വെന്ന് ആർതർ ലിവിസ് (Arthur Lewis) വാദിക്കുന്നു. യുദ്ധകാലഘട്ട ത്തിൽ, വിനിമയനിരക്കിന്റെ രംഗത്തെ അനിശ്ചിതത്വത്തിന്റെ ഫലമായി മൂലധന കയറ്റുമതി നിലച്ചപ്പോൾ മുതലാളിത്തത്തിന്റെ ചരിത്രത്തിലെ ഏറ്റവും വലിയ സാമ്പത്തിക പ്രതിസന്ധി (Greatest depression) ദൃശ്യ മായി. മൂലധന കയറ്റുമതിയിലൂടെ അടിച്ചമർത്തിവെച്ച അമിതോൽപ്പാ ദന പ്രതിസന്ധി ധൃതഗതിയിൽ പുറത്തുചാടുകയായിരുന്നു.

ഈ വാദഗതികളെല്ലാം ചരിത്രപരമായി സാധുതയുള്ളതാണെന്ന് മാത്രമല്ല, ഇത് അവതരിപ്പിച്ചത്, പുരോഗമനകാരികളായ ധനശാസ്ത്ര ജ്ഞന്മാരും സാമ്പത്തിക ചരിത്രകാരന്മാരുമാണെന്നതും വളരെ പ്രധാ നപ്പെട്ടതാണ്. മുതലാളിത്തത്തെക്കുറിച്ച് ഗൗരവമായി പഠിക്കാൻ താൽപ്പ ര്യമുള്ള ഏതൊരു വിദ്യാർഥിയും ശ്രദ്ധിക്കേണ്ട വിഷയമാണിത്. എന്നാൽ പരമപ്രധാനമായ വിഷയം ഇതാണ്. അൽപ്പ ഉപഭോഗവും അൽപ്പ നിക്ഷേ പവും (under consumption and under investment) അല്ല ലെനിന്റെ സാമ്രാജ്യത്വ സിദ്ധാന്തത്തിന്റെ മുഖ്യആശയം. പക്ഷേ, ജോൺ സ്ട്രാച്ചി ലെനിന്റെ സിദ്ധാന്തത്തിന്, അൽപ്പ ഉപഭോഗവാദത്തിന്റെ വ്യാഖ്യാനം നൽകുകയായിരുന്നു. അമിതോൽപ്പാദന പ്രവണതയെ തടയാൻവേണ്ടി മൂലധനകയറ്റുമതിയെ ആശ്രയിക്കുന്ന നടപടിയെ അപ്രസക്തമാക്കിക്കൊ ണ്ടുള്ള കെയിൻസിന്റെ 'ചോദന നിയന്ത്രണ നയ' (Keynesian demand management policy) ത്തിന്റെ അടിസ്ഥാനത്തിൽ, ലെനിന്റെ സിദ്ധാ ന്തത്തെ വിമർശിക്കുകയായിരുന്നു പിന്നീട് ജോൺ സ്ട്രാച്ചി ചെയ്തത്.

എന്നാൽ ഇതല്ല ലെനിന്റെ സിദ്ധാന്തം. മേൽ പരാമർശിച്ച, അൽപ്പ ഉപഭോഗ സാഹചര്യങ്ങളിൽനിന്നും മറ്റും കുത്തകമുതലാളിത്തത്തിൽ അമിതോൽപ്പാദന പ്രവണത ഉയർന്നുവരാം. എന്നാൽ മുതലാളിത്ത ത്തിന്റെ ഈ സവിശേഷതയെ കേന്ദ്രസ്ഥാനത്തു പ്രതിഷ്ഠിക്കുന്നതല്ല, ലെനിന്റെ അന്വേഷണം. എന്തെന്നാൽ, അത്, സാമ്രാജ്യത്വത്തെക്കുറി ച്ചുള്ള ഒരു ഫങ്ഷനൽ സിദ്ധാന്തമേയല്ല.

ലെനിന്റെ അടിസ്ഥാനാശയങ്ങൾ എന്താണെന്ന് പരിശോധിക്കാം.

മുതലാളിത്തത്തിന്റെ മൗലികസവിശേഷതയായ മത്സരം, വിവിധ ദേശരാഷ്ട്രങ്ങളിലെ കുത്തകകൾക്കിടയിലെ ശത്രുതാപരമായ വൈരു ധ്യത്തിന്റെ രൂപമെടുക്കുന്നു. ഈ ശത്രുതയുടെ ഭാഗമായി, ഓരോ കുത്ത കയും പരമാവധി സാമ്പത്തികാധിനിവേശ മേഖല പിടിച്ചടക്കാൻ വെമ്പൽ കൊള്ളുന്നു. അസംസ്കൃത വിഭവങ്ങളുടെ പ്രഭവ കേന്ദ്രങ്ങളും വിപണി കളും പിടിച്ചെടുക്കുന്നു. സാമ്രാജ്യത്വം എന്നത് അതിന്റെ ഫങ്ഷനൽ ആവശ്യങ്ങളെ സേവിക്കുന്ന സവിശേഷമായ ഏതെങ്കിലും നയങ്ങളല്ല. മൂലധനക്കയറ്റുമതിയുമായി ബന്ധപ്പെട്ട സാമ്രാജ്യത്വത്തിന്റെ സാമ്പത്തി ധിനിവേശത്തിന് ബഹുവിധ മാനങ്ങളുണ്ട്.

ലെനിന്റെ ശാസ്ത്രീയ സമീപനത്തെ തെറ്റിദ്ധരിപ്പിക്കുന്ന നിരവധി

വിമർശനങ്ങളുണ്ട്. അതിലൊന്നാണ് നേരത്തെ പരാമർശിച്ച ജോൺ സ്ട്രാ ചിയുടെത്. അതനുസരിച്ച്, യുദ്ധാനന്തര കാലഘട്ടത്തിൽ പ്രാബല്യത്തിൽ വന്ന കെയ്നീഷ്യൻ ചോദനനിയന്ത്രണ നയങ്ങളുടെ ഫലമായി ലെനി നിസ്റ്റ് സിദ്ധാന്തം കാലഹരണപ്പെട്ടിരിക്കുന്നു. ലെനിനിസ്റ്റ് സിദ്ധാന്തം, അൽപ്പ ഉപഭോഗവാദമായി തെറ്റിദ്ധരിപ്പിക്കുന്ന ഈ വിമർശനത്തിന് ശാസ്ത്രീയാടിത്തറയില്ല.

അത് സാമ്രാജ്യത്വത്തെക്കുറിച്ചുള്ള 'ലെനിനിസ്റ്റ്' സിദ്ധാന്തത്തിന്റെ അടിസ്ഥാനാശയങ്ങളെ അഭിമുഖീകരിക്കുന്നില്ല. ഇതിന് സദൃശമായ മറ്റൊരു വിമർശനമിതാണ്!

സാമ്രാജ്യത്വ രാഷ്ട്രങ്ങൾ, കോളനി രാജ്യങ്ങളിലേക്കും മറ്റു ആശ്രി തരാജ്യങ്ങളിലേക്കും മൂലധന കയറ്റുമതി നടത്തുന്നു. യഥാർഥ ത്തിൽ, മൂലധനത്തിന്റെ സിംഹഭാഗവും വിതരണം ചെയ്യപ്പെട്ടി രിക്കുന്നത് വികസിത മുതലാളിത്ത രാഷ്ട്രങ്ങളിലാണെന്നത് ചരി ത്രപരമായി സാധൂകരിക്കപ്പെട്ടതിനാൽ, ലെനിനിസ്റ്റ് സിദ്ധാന്തത്തിന് പ്രസക്തിയില്ല.

ലെനിൻ തന്റെ സിദ്ധാന്തം രൂപപ്പെടുത്തിയ കാലഘട്ടത്തിൽ തന്നെ, പിന്നോക്ക രാജ്യങ്ങളിൽനിന്നും മുതലാളിത്ത രാഷ്ട്രങ്ങളിലേക്കൊഴുകി യിരുന്ന സമ്പത്തിനേക്കാൾ കുറവായിരുന്നു, മുതലാളിത്ത രാഷ്ട്രങ്ങൾ അവിടേക്ക് കയറ്റുമതി ചെയ്ത മൂലധനം.

പൊതുവായ അമിതോൽപ്പാദനത്തെ തടുത്തുനിർത്താനുള്ള നിർവ ഹണപരമായ ആവശ്യകതയായിട്ടല്ല, ലെനിൻ സാമ്രാജ്യത്വത്തെ വിശ കലനം ചെയ്യുന്നത് എന്നതുകൊണ്ടുതന്നെ മേൽപ്പറഞ്ഞ വിമർശനത്തിന് അടിസ്ഥാനമില്ല. ഈ വിമർശനം മറ്റൊരു രീതിയിൽ ആവിഷ്കരിക്കപ്പെ ടുന്നുണ്ട്. മുതലാളിത്ത രാഷ്ട്രങ്ങളിൽനിന്നും പിന്നോക്ക രാഷ്ട്രങ്ങളി ലേക്കുള്ള മൂലധനകയറ്റുമതി വ്യവസായ മുതലാളിത്തത്തിന്റെ വ്യാപ നത്തിന് കാരണമാവേണ്ടതാണ്. ഈ വ്യാപനമാവട്ടെ, വികസിത മുത ലാളിത്തവും അവികസിത മുതലാളിത്തവും തമ്മിലുള്ള അന്തരം പരിഹ രിക്കേണ്ടതാണ്. എന്നാൽ ഈ അന്തരം പരിഹരിക്കപ്പെടുന്നില്ല എന്നതി നാൽ ലെനിന്റെ മൂലധനകയറ്റുമതി സിദ്ധാന്തം (ആരോപിക്കപ്പെടുന്നത്) തെറ്റാണ്. ലെനിനെ, കേവലം വ്യാപനവാദിയായി തെറ്റിദ്ധരിക്കുന്ന ഈ വിമർശനവും അടിസ്ഥാനരഹിതമാണ്.

മൂന്നാമത്തെ വിമർശനവും ഇതേ തെറ്റിദ്ധാരണയിൽ നിന്നുണ്ടാവു ന്നതാണ്. ലെനിൻ, തന്റെ സിദ്ധാന്തം വികസിപ്പിക്കാൻവേണ്ടി ഉപയോ ഗപ്പെടുത്തിയ മൂലധന കയറ്റുമതിയുടെ സ്റ്റോക്കിനെയും ഒഴുക്കിനെയും കുറിച്ചുള്ളതാണ്. ലെനിൻ, സ്റ്റോക്കിനെ ഒഴുക്കായി (Flor) തെറ്റിദ്ധരിച്ചു വെന്ന ഈ വിമർശനത്തിനും സാധുതയില്ല. കാരണം മുതലാളിത്ത ത്തെയും മൂലധനകയറ്റുമതിയെയും അതിന്റെ ധർമനിർവഹണ തല ത്തിൽ വിശകലനം ചെയ്യുന്ന സിദ്ധാന്തമല്ല, ലെനിന്റേത്.

അവസാനത്തേത് കൗത്സ്കിയുടെ വിമർശനമാണ്. (ജർമൻ സോ
ഷ്യൽ ഡെമോക്രാറ്റിക് പാർട്ടിയുടെയും രണ്ടാം ഇന്റർനാഷണലിന്റെയും
നേതാക്കളിലൊരാളായിരുന്നു ഇദ്ദേഹം. ആദ്യം മാർക്സിസ്റ്റായിരുന്നുവെ
ങ്കിലും പിന്നീട് മാർക്സിസത്തിൽ നിന്നകന്നു. അവസരവാദത്തിന്റെ
ഏറ്റവും അപകടകരമായ വകഭേദമായ മധ്യവർത്തി വാദം (Centrism)
അഥവാ കൗത്സ്കിസത്തിന്റെ പ്രത്യയശാസ്ത്രം സോഷ്യലിസ്റ്റ് വിപ്ലവ
ത്തിനെതിരായിരുന്നു.) കൗത്സ്കിയുടെ വാദമുഖമിതാണ്.

സാമ്രാജ്യത്വമെന്നത് മുതലാളിത്തത്തിന്റെ വർത്തമാനമാണെങ്കിൽ,
അതിൽ കാലഘട്ടത്തിന്റെ എല്ലാ പ്രതിഭാസങ്ങളും അന്തർഭവിച്ചി
രിക്കും. അതുകൊണ്ടുതന്നെ സാമ്രാജ്യത്വം മുതലാളിത്തത്തിന്
അത്യാവശ്യമാണോ എന്ന ചോദ്യം നിരർഥകമായ ആവർത്തന
മായിരിക്കും. കാരണം *സാമ്രാജ്യത്വം* സ്വാഭാവികമായും മുതലാ
ളിത്തത്തിന്റെ അനിവാര്യതയാണ്.

സാമ്രാജ്യത്വത്തിന്റെ വൈരുധ്യങ്ങളുടെ ആഴം അപഗ്രഥിക്കുന്നതിനു
പകരം, അവയെ നിസ്സാരവൽക്കരിക്കുന്ന ശ്രമമാണ് കൗത്സ്കിയുടെത്.
സാമ്രാജ്യത്വത്തെക്കുറിച്ചുള്ള ലെനിന്റെ ക്രാന്തദർശിത്വമാർന്ന നിഗ
മനങ്ങൾ കാഹളസ്വരത്താൽ സ്ഥാപിക്കപ്പെടുകയായിരുന്നു 1914 – 1945
കാലഘട്ടത്തിൽ.

രണ്ടാം ലോകയുദ്ധാനന്തര സംഭവവികാസങ്ങളും ലെനിനിസ്റ്റ് കാഴ്ച
പ്പാടുകളും തമ്മിലുള്ള പാരസ്പര്യമെന്താണ്? രണ്ടാം ലോകയുദ്ധാന
ന്തര മുതലാളിത്തം, മാരകമാംവിധം പരിക്കുകളോടെയാണ് കാണപ്പെ
ടുന്നത്. വികസിത മുതലാളിത്ത രാഷ്ട്രങ്ങളിലെ വർഗബന്ധങ്ങൾ, തൊഴി
ലാളിവർഗത്തിനനുകൂലമായ ഘടകങ്ങൾ വളർന്നു വരികയാണ്. രണ്ടാം
ലോകയുദ്ധത്തിൽ ത്യാഗസുരഭിലമായ കടമകൾ നിറവേറ്റിയത് തൊഴിലാളി
വർഗമായിരുന്നു. കോളനികളിലെ ദേശീയ വിമോചനപ്രക്ഷോഭങ്ങളുടെ
അലകൾ ഒരു മഹാപ്രവാഹമായി മാറുകയായിരുന്നു. ഈ കാലഘട്ട
ത്തിൽ മുതലാളിത്തം അതിന്റെ അതിജീവനത്തിനായി ഇരുതല മൂർച്ച
യുള്ള തന്ത്രമാണ് ആവിഷ്കരിച്ചത്. വിപ്ലവകാരികളെ വിശേഷിച്ചും കമ്യൂ
ണിസ്റ്റുകളെ ഒരുഭാഗത്ത് ഒറ്റപ്പെടുത്തുകയും അടിച്ചമർത്തുകയും ചെയ്യു
മ്പോൾ, സ്വന്തം രാജ്യത്തെ തൊഴിലാളിവർഗത്തിനും കൊളോണിയൽ
പ്രസ്ഥാനങ്ങൾക്കും പല ആനുകൂല്യങ്ങൾ നൽകുകയായിരുന്നു മുതലാളി
ത്തം. ശീതസമരം, മകാർത്തിസം, മലയയിലും ഗ്രീസിലും വിപ്ലവപ്രസ്ഥാ
നങ്ങളെ അടിച്ചമർത്തൽ, വിയത്നാമിലും കൊറിയയിലും നടത്തിയ ഭീക
രാക്രമണ ശ്രമങ്ങൾ, ഫാഷിസത്തെയും മുതലാളിത്തത്തെയും ധീരമായി
പ്രതിരോധിച്ചതിനാൽ വിപുലമായ ജനസമ്മതിനേടി അധികാരത്തിലെത്തിയ
ഇറ്റലിയിലെയും ഫ്രാൻസിലെയും കമ്യൂണിസ്റ്റുകാരുടെ സഖ്യകക്ഷി
ഗവൺമെന്റുകളെ നിഷ്കാസനം ചെയ്യൽ, ലോകമെങ്ങും അമേരിക്കയുടെ
സൈനികാധിപത്യം സ്ഥാപിക്കൽ – ഇവയെല്ലാം മുതലാളിത്തത്തിന്റെ

ദ്വിമുഖതന്ത്രത്തിൽ ആദ്യത്തേതിന്റെ ദൃഷ്ടാന്തമായിരുന്നു. യുദ്ധാനന്തര ലോകത്തിൽ സാമ്രാജ്യത്വത്തിന് ലഭിച്ച അധിനിവേശാധിഷ്ഠിത വിജയ ങ്ങൾക്ക് ഒരു സുപ്രധാന കാരണം, യുദ്ധത്തിന്റെ ഭീകരതകൾ അനുഭവി ക്കാതെ അമേരിക്കയ്ക്ക് ഉയർന്നു വരാൻ കഴിഞ്ഞതും, സോവിയറ്റ് യൂണി യന് യുദ്ധത്തിന്റെ കടുത്ത ആഘാതം അനുഭവിക്കേണ്ടി വന്നതുമാണ്.

ദ്വിമുഖതന്ത്രത്തിൽ, രണ്ടാമത്തേതായിരുന്നു. മൂന്നാംലോക ബൂർഷ്വാ സിയ്ക്ക് രാഷ്ട്രീയാധികാരം കൈമാറിക്കൊണ്ട്, കോളനി രാജ്യങ്ങളെ സ്വതന്ത്രമാക്കുക എന്നത്. സ്വന്തം രാജ്യത്ത്, കെയ്നീഷ്യൻ ചോദന നിയന്ത്രണനയങ്ങൾ ആവിഷ്കരിച്ചുകൊണ്ട് പൂർണതൊഴിൽ കൈവരി ക്കുക, ജനക്ഷേമ പരിപാടികൾ നടപ്പാക്കുക എന്നിവ (ഏറിയ പങ്കും തൊഴിലാളികളുടെ ചെലവിൽ) ഈ ആനുകൂല്യങ്ങളെല്ലാം സൃഷ്ടിച്ച പരിതോവസ്ഥയിൽ നിന്നുമാണ് മുതലാളിത്തം 50 കളിലും 60 കളിലും ചരിത്രത്തിലെ അതിന്റെ ഏറ്റവും ജാജ്വല്യമാനമായ നേട്ടങ്ങൾ കൈവ രിച്ചത്. മുതലാളിത്തം കൈവരിച്ച നേട്ടങ്ങളിൽ രണ്ട് പ്രധാന ഘടകങ്ങ ളുണ്ട്. ഒന്ന് കെയിനീഷ്യൻ ചോദനനിയന്ത്രണ നയങ്ങളിലൂടെ സ്വായ ത്തമാക്കിയ ഉയർന്ന ചോദന നിലവാരവും അമേരിക്കയുടെ അധീനത യിൽ സൈനികവൽക്കരണ രംഗത്തെ നിക്ഷേപ വർധനയും, രണ്ടാമ ത്തേത് യുദ്ധകാല സാങ്കേതിക വികാസങ്ങളിൽനിന്ന് വ്യത്യസ്തമായ സ്റ്റോക്ക് എക്സ്ചേഞ്ചുകളുടെ രൂപവൽക്കരണവും വികാസവും.

ഇതെല്ലാം സൃഷ്ടിക്കുന്ന ഉയർന്ന തൊഴിൽ സാഹചര്യങ്ങളുടെ ഫല മായി തൊഴിലാളികളുടെ കൂലി വർധിക്കുകയും അങ്ങനെ മൊത്തം ഉൽ പ്പാദനക്ഷമത വർധിക്കുകയും ചെയ്തിരിക്കുന്നു.

മൂന്നാമതായി, മൂലധനസാമഗ്രികളുടെ ഇറക്കുമതിയിലൂടെ മൂന്നാം ലോക രാഷ്ട്രങ്ങൾ നടത്തുന്ന വ്യവസായവൽക്കരണ നടപടികൾ, അവയെ പ്രാഥമിക ഉൽപ്പന്നങ്ങളുടെ കയറ്റുമതി രംഗത്ത് പരസ്പരം മത്സരിക്കുന്ന പ്രവണതയിലേക്ക് വളർത്തിയിരിക്കുകയാണ്. ഇത് പ്രധാനനഗരങ്ങളിലെ നാണയപ്പെരുപ്പത്തിന്റെ നിരക്കു കുറയ്ക്കുകയും സമ്പദ്‌വ്യവസ്ഥയുടെ അഭിവൃദ്ധി നിലനിർത്തിക്കൊണ്ടുപോവുകയും ചെയ്തിരിക്കുന്നു.

ഈദൃശ സാമ്പത്തികാഭിവൃദ്ധിയുടെ ഫലമായി വൻനഗരങ്ങളിലെ തൊഴിലാളികളുടെ ജീവിത നിലവാരത്തിൽ ഗണ്യമായ പുരോഗതി കൈ വന്നിരിക്കുന്നു. ചരിത്രത്തിലിന്നുവരെയില്ലാത്ത രീതിയിൽ മൂന്നാംലോ കമാകെ തന്നെ സാമ്പത്തികമായി വളർന്നിരിക്കുന്നു. മൂന്നാം ലോകരാ ഷ്ട്രങ്ങളിൽ ചിലത് സഹജമായ ഭൂമിശാസ്ത്ര-രാഷ്ട്രീയ കാരണങ്ങ ളാൽ ഗണ്യമായ വിപണി വികാസമാർജിച്ചിരിക്കുന്നു. വിപുലമായ വ്യവ സായവൽക്കരണവും വാണിജ്യവൽക്കരണവും വിപണിവൽക്കരണവും കമ്യൂണിസത്തിനെതിരെ വിമർശകർ ഉയർത്തിക്കാട്ടുന്ന മുതലാളിത്ത സമ്പദ് വ്യവസ്ഥയിലെ നൂതന പ്രതിഭാസങ്ങളാണ്. അതുകൊണ്ട് മുതലാ ളിത്തത്തിന് 'പരിവർത്തനം' സംഭവിച്ചിരിക്കുന്നുവെന്ന ധാരണ പടർന്നി രിക്കുന്നു. അങ്ങനെ നമ്മുടെ വൻനഗരങ്ങളിലെ 'ജനക്ഷേമ മുതലാ

ളിത്തത്തിന്റെ രാജയുഗത്തിൽ തൊഴിലാളികൾ അഭിവൃദ്ധിപ്പെടുകയാണ്!
മൂന്നാംലോകം മെട്രോപൊളിറ്റൻ രാഷ്ട്രങ്ങളുമായി കണ്ണിചേർക്കപ്പെട്ടി
രിക്കുന്നതിന്റെ ഫലമായി അവയുടെ സാമ്പത്തിക വികസനത്തിന്റെ
എല്ലാ പ്രതിബന്ധങ്ങളും തിരോഭവിച്ചിരിക്കുന്നു.

യുദ്ധാനന്തര യൂറോപ്പിൽ ഉയർന്നുവന്ന മുതലാളിത്തത്തിന്റെ ജന
ക്ഷേമ സങ്കൽപ്പവും മൂന്നാംലോകത്തിലെ വ്യവസായ മുതലാളിത്തത്തിന്റെ
വ്യാപനവും മാർക്സിസ്റ്റ് പ്രവചനങ്ങളെ നിഷേധിക്കുന്ന അപവാദങ്ങ
ളായി അനുഭവപ്പെടുന്നു. യുദ്ധാനന്തര കാലഘട്ടത്തിലെ സവിശേഷവും
സങ്കീർണവുമായ മുതലാളിത്തത്തിന്റെ സാഹചര്യങ്ങളാണ് ഇത്തരം
പ്രതിഭാസം സൃഷ്ടിച്ചത്. ലെനിന്റെ മൂലധനകേന്ദ്രീകരണം എന്ന സവി
ശേഷ സിദ്ധാന്തത്തിന്റെ അടിസ്ഥാനത്തിൽ വിശകലനം ചെയ്യുമ്പോൾ
മുതലാളിത്തത്തിന്റെ സമൃദ്ധിയുഗത്തിൽ വൻകിട നഗരങ്ങളിലെ തൊഴി
ലാളിവർഗത്തിനുണ്ടായിരുന്ന എല്ലാ 'നേട്ടങ്ങ'ളും പിറകോട്ടടിക്കുന്ന കാഴ്ച
യാണ് നാം കാണുന്നത്. 1970 കളിലെ മുതലാളിത്തിൽനിന്നും വ്യത്യസ്ത
മായ (കവർന്നെടുക്കൽ, വിമാനുഷികത, അധിനിവേശശ്രമങ്ങൾ തുടങ്ങിയവ)
രൂപഭാവത്തിലാണ് സമീപകാല മുതലാളിത്തം വികസിക്കുന്നത്. യുദ്ധ
പൂർവ മുതലാളിത്തത്തെക്കുറിച്ച് ലെനിൻ നടത്തിയ കൃത്യമായും പ്രൗഢ
മായും നടത്തിയ പരിപ്രേക്ഷ്യത്തിലല്ല. മറിച്ച് പുതിയ പരിതോവസ്ഥക
ളിലൂടെ നീങ്ങുന്ന മുതലാളിത്തത്തെയാണ് ഇന്ന് നാം കാണുന്നത്.

മൂലധനത്തിന്റെ കേന്ദ്രീകരണം, ലെനിൻ വിഭാവനം ചെയ്തതിനേ
ക്കാൾ സങ്കീർണ സ്വഭാവം കൈവരിച്ചിരിക്കുന്നു. ലെനിൻ വിവരിച്ച രൂപ
ത്തിൽ, ജർമൻ മൂലധനം അതിന്റേതായ രീതിയിലും ഇംഗ്ലീഷ് മൂലധനം
അതിന്റെതായ രീതിയിലും കേന്ദ്രീകരിക്കപ്പെടുകയും അങ്ങനെ അവ
പരസ്പരം ശത്രുതാപരമായ മത്സരത്തിൽ തളച്ചിടുകയും ചെയ്യുന്നതല്ല
ആഗോളവൽക്കരണ മൂലധനത്തിന്റെ കേന്ദ്രീകരണ ബലതന്ത്രം. ഇന്നത്
ആഗോളവൽക്കരണ (ഇതിന്റെ സവിശേഷ സ്വഭാവം ഞാൻ സംക്ഷി
പ്തമായി വിവരിക്കാം) സ്വഭാവം കൈവരിച്ചിരിക്കുന്നു. മൂലധനകേന്ദ്രീ
കരണത്തിന്, ലെനിന്റെ കാലഘട്ടത്തിൽ പരിമാണാത്മക (quantitative)
മായ പരിവർത്തനമുണ്ടായിരുന്നെങ്കിൽ ഇന്നതിന് സവിശേഷ ഗുണാ
ത്മക (qualitative) പരിവർത്തനം സംഭവിച്ചിരിക്കുന്നു.

തീർച്ചയായും മൂലധനാഗോളവൽക്കരണം അതിന്റെതായ നിലയിൽ
ഒരു പുതിയ പ്രതിഭാസമല്ല. സാമ്രാജ്യത്വം, ആഗോളവൽക്കരണം അന
വാര്യമാക്കുന്നതിനാൽ മൂലധനാഗോളവൽക്കരണം ലെനിന്റെ കാലഘ
ട്ടത്തിൽതന്നെയുണ്ടായിരുന്നു. എന്നാൽ സമീപകാല ആഗോളവൽക്കര
ണത്തിന് അതിന്റേതായ സവിശേഷതകളുണ്ട്.

മൂന്നാം ലോക രാഷ്ട്രങ്ങളുമായുള്ള സാമ്രാജ്യത്വ രാഷ്ട്രങ്ങളുടെ
രാഷ്ട്രീയ ഇടപെടലുകളിൽ, ഫിനാൻസ് മൂലധനത്തിന്റെ ആഗോളീകരണ
യോജിപ്പിന്റെ ചില മേഖലകൾ സൃഷ്ടിച്ചിരിക്കുന്നുവെന്ന വസ്തുത,
ലെനിന്റെ സാമ്രാജ്യത്വ രാഷ്ട്രങ്ങൾക്കിടയിലുള്ള വൈരുധ്യങ്ങളെക്കുറി

ച്ചുള്ള കാഴ്ചപ്പാടിനേക്കാൾ കൗത്സ്കിയുടെ അതീത സാമ്രാജ്യത്വാശ
യങ്ങൾക്ക് പ്രസക്തി വർധിക്കുന്നുവെന്ന ഒരു തെറ്റിദ്ധാരണ പരത്താനി
ടയാക്കിയേക്കും. ലെനിന്റെയും കൗത്സ്കിയുടെയും കാഴ്ചപ്പാടുകൾ തമ്മി
ലുള്ള അടിസ്ഥാനവൈരുധ്യം എന്ത് എന്നതിലുപരി സമീപകാല യാഥാർഥ്യ
ത്തിന്റെ പ്രശ്നമാണ് ഈ തെറ്റിദ്ധാരണയുടെ ഗൗരവം വർധിപ്പിക്കുന്നത്.

ലോകരാഷ്ട്രീയരംഗത്ത് ഒരു കാലയളവിൽ യു എസിനുണ്ടായിരുന്ന
അപ്രതിഹതമായ അധിനിവേശത്തിന്റെ അതീത സാമ്രാജ്യത്വം (super
imperialism) ഒരു സവിശേഷ സ്വഭാവമാണ്— "ബ്രെട്ടൻവുഡ്സ് പ്രഖ്യാ
പനമായ ഡോളർ സ്വർണംപോലെ നല്ലതാണെന്നത്." 1970 കളിൽ മുഴ
ങ്ങിക്കേട്ട ഈ പ്രഖ്യാപനം സാമ്രാജ്യത്വത്തിന്റെ ആന്തരിക വൈരുധ്യ
ങ്ങളുടെ പുനഃസ്ഥാപനമെന്ന രീതിയിലാണ് അറിയപ്പെട്ടത്. എന്നാൽ ഈ
ആന്തരിക വൈരുധ്യത്തെ നിയന്ത്രണവിധേയമാക്കാൻ സാമ്രാജ്യത്വ
രാഷ്ട്രങ്ങൾ ശ്രമം നടത്തിയെന്നതിന് യാതൊരു സംശയവുമില്ല. അതിന്റെ
ഭാഗമായാണ് ഐ എം എഫ്, വേൾഡ് ബാങ്ക്, ഡബ്ല്യു ടി ഒ തുടങ്ങിയ
സ്ഥാപനങ്ങളിലൂടെ മൂന്നാംലോക രാഷ്ട്രങ്ങൾക്കുമേൽ 'ഉദാരവൽക്ക
രണ പദ്ധതികൾ' അടിച്ചേൽപ്പിക്കപ്പെട്ടത്. സാമ്രാജ്യത്വ രാഷ്ട്രങ്ങൾക്കി
ടയിലെ ഈദൃശ ഐക്യത്തിന്റെ ഉദാഹരണമാണ് 'സാർവദേശീയമായി
ഏകീകരിക്കപ്പെട്ട ഫിനാൻസ് മൂലധന'മെന്ന കൗത്സ്കിയൻ സങ്കൽപ്പ
ത്തിന് സദൃശമായ, ആഗോളവൽക്കരണ മൂലധനത്തിന്റെ പുതിയ രൂപ
ങ്ങൾ. മൂലധനത്തിന് ഒരു സഹായം ആവശ്യമാണ്. മൂലധനത്തിന് സാർവ
ദേശീയമായ ചലനാത്മക സ്വഭാവമുണ്ടെങ്കിൽ തീർച്ചയായും ഒരുപിടി
രാഷ്ട്രങ്ങളുടെ നിയന്ത്രണം അതിലുണ്ടായിരിക്കും. ഒരു 'ലോകഗവൺ
മെന്റിന്റെ അഭാവത്തിൽ, വിവിധ രാഷ്ട്രങ്ങളിൽനിന്ന് സ്വരൂപിക്കപ്പെട്ട
മൂലധനത്തിന്റെ അധീശത്വം ഇന്ന് വഹിക്കുന്നത് അമേരിക്കയാണ്.
എന്നാൽ വസ്തുതയുടെ പിൻബലത്തിൽ കൗത്സ്കിയൻ സിദ്ധാന്തത്തെ
നീതിമത്കരിക്കാനുള്ള ശ്രമം, വൈരുധ്യമെന്നു പറയട്ടെ, അതിന്റെ ദാർശ
നിക ദാരിദ്ര്യം മറനീക്കി പുറത്തുകൊണ്ടുവരികയാണ് ചെയ്യുന്നത്. വിവിധ
സാമ്രാജ്യത്വ രാഷ്ട്രങ്ങളുടെ ഫിനാൻസ് മൂലധനം ഏകീകരിക്കപ്പെ
ട്ടാണോ വിഭജിതമായാണോ നിലനിൽക്കുന്നത് എന്നതിനെക്കുറിച്ചുള്ള
പാണ്ഡിത്യപരമായ അഭിപ്രായ വ്യത്യാസമല്ല ലെനിനിസവും കൗത്സ്
കിയും തമ്മിലുള്ളത്. യുദ്ധവും സമാധാനവുമായി ബന്ധപ്പെട്ട് ലെനിനു
ണ്ടായ വ്യത്യസ്തമായ അഭിപ്രായം ഇവിടെ പ്രസക്തമാണ്.

"കൗത്സ്കിയുടെ സിദ്ധാന്തത്തിന്റെ യഥാർഥ സാമൂഹിക പ്രാ
ധാന്യം ഇതാണ്: വർത്തമാനകാല മുതലാളിത്തത്തിന്റെ തീക്ഷ്ണമായ
വൈരുധ്യങ്ങളിൽനിന്നും ജനതയുടെ ശ്രദ്ധയെ വഴിതെറ്റിച്ചുകൊണ്ടും
ഭാവിയിലെ കാൽപ്പനികമായ 'അതീതസമ്രാജ്യത്വ (ultra imperialism)
ത്തിന്റെ മിഥ്യാലോകങ്ങളിലേക്ക് അവരെ നയിച്ചുകൊണ്ടും, മുതലാളി
ത്തത്തിൻകീഴിൽ ശാശ്വതമായ സമാധാനം സാധ്യമാണെന്ന പ്രതീക്ഷ
നൽകിക്കൊണ്ടും അവരെ വ്യാമോഹിപ്പിക്കുന്ന ഏറ്റവും പ്രതിലോമപര

മായ രീതിയാണിത്.

ലെനിനും കൗത്സ്കിയും തമ്മിലുള്ള അഭിപ്രായ വ്യത്യാസത്തിന്റെ മർമം യുദ്ധവും സമാധാനവുമായി ബന്ധപ്പെട്ട പ്രശ്നമാണെന്നും, അതു കൊണ്ടുതന്നെ അത് വിപ്ലവത്തിന്റെ വിഷയയുമായി കണ്ണിചേർക്ക പ്പെട്ടിരിക്കുന്നുവെന്നും ലെനിൻ ഇങ്ങനെ സ്പഷ്ടമാക്കുന്നു.

ചരിത്രപരമായും സാമ്പത്തികമായും പറയുകയാണെങ്കിൽ അവർ (മധ്യവർത്തികൾ) 'ഒരൊറ്റപ്പെട്ട' വിഭാഗമല്ല. മറിച്ച് തൊഴിലാളി വർഗ പ്രസ്ഥാനത്തിന്റെ പൂർവഘട്ടത്തിൽ നിന്നുള്ള 'പരിവർത്തന' ദശയെ പ്രതിനിധാനം ചെയ്യുന്നവരാണ്. അതിവിപുലമായ തല ത്തിൽ ചിട്ടയോടെയും അവധാനത്തോടെയും സംഘടനാ പ്രവർത്തനം നടത്തുകയെന്ന ഒഴിച്ചുകൂടാൻ കഴിയാത്ത കലയിൽ വിശേഷിച്ചും, തൊഴിലാളി വർഗത്തിന് പൊതുവിലും വിലപ്പെട്ട സംഭാ വനകൾ നൽകിയ 1870 നും 1914 നും ഇടയിലുള്ള കാലഘട്ടത്തി ൽനിന്നും, സാമൂഹിക വിപ്ലവത്തിന് തിരികൊളുത്തിയതും 'വസ്തു നിഷ്ഠമായി' അടിയന്തര പ്രാധാന്യമുള്ളതുമായ കാലഘട്ടത്തിലേ ക്കുള്ള 'പരിവർത്തന'ത്തെ പ്രതിനിധാനം ചെയ്യുന്നവരാണവർ.

സാമ്രാജ്യത്വത്തിന്റെ അനിവാര്യഫലമായ യുദ്ധമാണ് സാമൂഹിക വിപ്ലവത്തിന്റെ യുഗം ഉദ്ഘാടനം ചെയ്തത്. കൗത്സ്കിയുടെ സാമ്രാ ജ്യത്വ മിഥ്യകൾ പ്രതിലോമകരമാണ്. കാരണം, സാമ്രാജ്യത്വ കാലഘട്ട ത്തിലെ യുദ്ധത്തിന്റെ അനിവാര്യതയെ നിഷേധിക്കുക വഴി അത്, നാം സാമൂഹ്യ വിപ്ലവയുഗത്തിലാണെന്ന വസ്തുതയെ മറച്ചുപിടിക്കാൻ ശ്രമി ക്കുന്നു. ഇതാണ് ലെനിന്റെ വിമർശനത്തിന്റെ കാതൽ.

'അതെ, സാമ്രാജ്യത്വമെന്ന സങ്കൽപ്പം ലെനിനിസത്തിന് കടകവി രുദ്ധമാണ്. കാരണം, അത് മുതലാളിത്തത്തിൻകീഴിൽ ആഗോളസമാ ധാനം സാധ്യമാണെന്ന മിഥ്യാസങ്കൽപ്പം മുന്നോട്ടുവെക്കുന്നു. (അതു കൊണ്ടുതന്നെ സാമൂഹ്യ വിപ്ലവമെന്ന അജണ്ടയെ നിഷേധിക്കുന്നു.) അതുകൊണ്ടുതന്നെയാണ് ഈ സങ്കൽപ്പത്തെ ലെനിൻ എതിർത്തത്. ലെനിന്റെ വിമർശനത്തിന്റെ പൊതുരീതി ഇതായിരുന്നു. മുതലാളിത്ത ത്തിൻകീഴിലെ യാദൃച്ഛിക സംഭവവികാസങ്ങൾ, ലോകത്തെ സംഘടി തമായി ചൂഷണം ചെയ്യാനുള്ള സാമ്രാജ്യത്വ രാഷ്ട്രങ്ങളുടെ പൊതു താൽപ്പര്യത്തെ അനിവാര്യമാക്കുന്നു. ഇതാവട്ടെ, ഈ രാഷ്ട്രങ്ങളുടെ ആപേക്ഷിക രാഷ്ട്രീയ ശക്തിയെയും സ്വാധീനത്തെയും ആശ്രയിച്ചി രിക്കുന്നു. സാമ്രാജ്യത്വ രാഷ്ട്രങ്ങൾ തമ്മിലുള്ള മത്സരങ്ങളും സംഘട്ട നങ്ങളും താൽക്കാലികമായി തടസപ്പെട്ടേക്കാമെങ്കിലും അതൊരു ആത്യ ന്തിക യാഥാർഥ്യമാണ്. സമാധാനകാലഘട്ടം കേവലം ഇടവേളകൾ മാത്ര മാണ്. ശാശ്വത സമാധാനം മുതലാളിത്തത്തിൽ അസാധ്യമാണ്.

സാമ്രാജ്യത്വരാഷ്ട്രങ്ങൾക്കിടയിലെ ഇന്നത്തെ ഐക്യം താൽക്കാ ലികമാണ്. സാമ്രാജ്യത്വ രാഷ്ട്രങ്ങളുടെ ആന്തരിക വൈരുധ്യങ്ങൾ മൂടി

വെക്കപ്പെട്ടാലും യുദ്ധത്തെ ഒഴിവാക്കാനാവില്ല. സാർവദേശീയമായി ഏകീ കരിക്കപ്പെട്ട ഫിനാൻസ് മൂലധനം ഉപയോഗിച്ച് ലോകത്തെ സംഘടിത മായി ചൂഷണം ചെയ്യാനുള്ള ശ്രമത്തെ ശിഥിലമാക്കുന്ന മറ്റു രീതിയി ലുള്ള യുദ്ധങ്ങൾ പൊട്ടിപ്പുറപ്പെടുകതന്നെ ചെയ്യും. ഏകീകൃത സാമ്രാജ്യ ത്വവും അതിന്റെ ചൊൽപ്പടിക്കു നിൽക്കാൻ വിസമ്മതിക്കുന്ന രാഷ്ട്ര ങ്ങളും തമ്മിലുള്ള യുദ്ധങ്ങളും പൊട്ടിപ്പുറപ്പെടും. സാമ്രാജ്യയുഗത്തിൽ പൊട്ടിപ്പുറപ്പെടാനിടയുള്ള നിരവധി രീതിയിലുള്ള യുദ്ധങ്ങളെക്കുറിച്ച് ലെനിൻ മുന്നറിയിപ്പ് നൽകിയിരിക്കുന്നു. സോവിയറ്റ് യൂണിയന്റെ തകർച്ച യ്ക്കുശേഷമുള്ള നമ്മുടെ കാലഘട്ടത്തിലെ സാമ്രാജ്യത്വ രാഷ്ട്രങ്ങൾ തമ്മിലുള്ള ഐക്യം നിലനിൽക്കെത്തന്നെയും, മൂന്നാം ലോകവും സാമ്രാജ്യത്വവും തമ്മിലുള്ള പോരാട്ടങ്ങൾ അതിന്റെ പ്രാരംഭദശയിൽ നിൽക്കെത്തന്നെയും സാമ്രാജ്യത്വം യൂഗോസ്ലോവിയയ്ക്കും ഇറാക്കിനു മെതിരെ അഴിച്ചുവിട്ട രണ്ടു യുദ്ധങ്ങൾ, ഈ വസ്തുതയെ ശരിവെക്കുന്നു.

മൂലധനത്തിന്റെ ആഗോളീകരണം എന്ന ഇന്നത്തെ പ്രക്രിയ മൂന്നാം ലോകത്തിനുമേൽ മാരകമായ വിപത്തുകൾ സൃഷ്ടിക്കുന്നു. ഈ പ്രത്യാ ഘാതങ്ങൾ യുദ്ധങ്ങളെയും സംഘട്ടനങ്ങളെയും അനിവാര്യമായും സൃഷ്ടിക്കും. ചുരുങ്ങിയത് അഞ്ച് പ്രത്യാഘാതങ്ങൾ ഇവിടെ പ്രസക്ത മാണ്. ഒന്ന് അത് മൂന്നാംലോകത്തിലെ തൊഴിലാളികളുടെയും കൃഷി ക്കാരുടെയും ജീവിതത്തെ കശക്കിയെറിയുന്നു. വ്യാപാരത്തിന്റെ ഉദാര വൽക്കരണം, മൂന്നാംലോക സമ്പദ്‌വ്യവസ്ഥയെ വ്യവസായവൽക്കരണ ത്തിൽനിന്ന് അകറ്റുകയും അവയെ കൃഷിയുടെ കയറ്റുമതിയിലേക്ക് തള്ളിവിടുകയും അങ്ങനെ അവയുടെ ഭക്ഷ്യസുരക്ഷയെ അപകട പ്പെടുത്തുകയും ലോകവിപണിയിലെ രൂക്ഷമായ ധനചലനാസ്ഥിരതയുടെ ബലിയാടുകളാക്കി കർഷകരെ മാറ്റുകയും ചെയ്യും. സാർവദേശീയ ഫിനാ ൻസ് മൂലധനം മൂന്നാംലോക രാഷ്ട്ര സമ്പദ്‌വ്യവസ്ഥയെയും, ലോകാ ന്തരീയ ഊഹക്കച്ചവടക്കാരുടെ ആശ്രിതരാക്കി മാറ്റുന്നു. ആഗോള വൽകൃത ഊഹവ്യാപാരം, ഈ സമ്പദ്‌വ്യവസ്ഥയുടെ പലിശനിരക്ക് വർധിപ്പിക്കുകയും ഗവൺമെന്റ് ചെലവ് നിയന്ത്രിക്കുകയും, സബ്‌സി ഡികൾ കുറയ്ക്കുകയും സമ്പദ്‌വ്യവസ്ഥയെ നാണയപ്പെരുപ്പത്തിലക പ്പെടുത്തുകയും തൊഴിലാളികളുടെ അവകാശങ്ങൾ വെട്ടിക്കുറയ്ക്കു കയും ചെയ്യുന്നു. ഇതിന്റെയെല്ലാം ആത്യന്തിക ഫലമാവട്ടെ, സാമ്പത്തിക മാന്ദ്യവും (Stagnation) വർധിച്ച തൊഴിലില്ലായ്മയും വരുമാന വിതരണ ത്തിലെ അസന്തുലിതാവസ്ഥയും മാരകമായ ദാരിദ്ര്യവൽക്കരണവുമാണ്.

രണ്ടാമതായി, അത് ഈ രാഷ്ട്രങ്ങളുടെ സാമ്പത്തികവും രാഷ്ട്രീ യവുമായ പരമാധികാരത്തെയും റദ്ദുചെയ്യുന്നു (Abrogation). സാർവ ദേശീയ മൂലധനത്തിന്റെ നിർബാധമായ പ്രവർത്തനം അധിനിവേശം സ്ഥാപിക്കുന്നത് വൻനഗരങ്ങളെ കേന്ദ്രീകരിച്ചുകൊണ്ടാണ്. ആഗോള വൽകൃത മൂലധനത്തിന്റെ പരിരക്ഷയാണ് വൻകിട നഗരങ്ങളുടെ താൽപ്പ ര്യം. അതിന്റെ ഭാഗമാണ് മൂന്നാംലോക രാഷ്ട്രങ്ങളുടെ രാഷ്ട്രീയ– സാമ്പ ത്തിക പരമാധികാരത്തിന്റെ തകർച്ച അഥവാ റദ്ദാക്കൽ. മൂന്നാം ലോക

സമ്പദ് വ്യവസ്ഥയെ ഐ എം എഫ് – ന്റെ തുടലിൽ കുരുക്കിയാണ് സാ
മ്രാജ്യത്വം, അവയുടെ പരമാധികാരത്തെ ഇങ്ങനെ കടപുഴക്കിയെറിയു
ന്നത്. ഈ ശാക്തികതന്ത്രത്തിന് വേറെയും മാർഗങ്ങൾ സാമ്രാജ്യത്വം
അവലംബിക്കുന്നുണ്ട്. 'നിക്ഷേപകരുടെ ആത്മവിശ്വാസ'ത്തെ നില
നിർത്താൻ, സാമ്രാജ്യത്വാനുകൂല രാഷ്ട്രീയ നേതൃത്വത്തെയും ബ്യൂറോ
ക്രാറ്റുകളെയും സർക്കാർ സ്ഥാപനങ്ങളിൽ തിരുകിക്കയറ്റുന്നു.

'രാഷ്ട്രീയക്കാരു'ടെ പ്രവർത്തനങ്ങളിൽനിന്നും സാമ്പത്തിക ഭര
ണസ്ഥാപനങ്ങളെ മോചിപ്പിക്കാൻവേണ്ടി അവിടങ്ങളിൽ ഐ എം എഫി
ൽനിന്നും വേൾഡ് ബാങ്കിൽനിന്നും ഉദ്യോഗസ്ഥന്മാരെ നിയമിക്കുകയും
അത്തരം സ്ഥാപനങ്ങൾക്ക് സ്വയംഭരണാധികാരം നൽകുകയും ചെ
യ്യുന്നു. (ഫിനാൻഷ്യൽ ഉദാരവൽക്കരണത്തിന്റെ ഭാഗമായിട്ടാണ് സെൻ
ട്രൽ ബാങ്കിന് സ്വയംഭരണാധികാരം നൽകിയിട്ടുള്ളത്). ഇതെല്ലാം തെളി
യിക്കുന്നത് തദ്ദേശീയ ഭരണകൂടങ്ങൾക്ക് സാമ്പത്തിക പരമാധികാരത്തി
നുള്ള അധികാരാവകാശങ്ങൾ ഇല്ലാതാക്കിയിരിക്കുന്നുവെന്നാണ്.

മൂന്നാമതായി, അപദേശസാൽക്കരണ (de - nationalization) ത്തിന്റെ
ഭാഗമായി പൊതുമേഖലാ സ്ഥാപനത്തിനുള്ള പ്രകൃതിവിഭവങ്ങളും മറ്റു
സമ്പത്തും ചുളുവിലയ്ക്ക് വിദേശികൾക്ക് വിറ്റ് തുലയ്ക്കുന്നു. ഐ എം
എഫിന്റെ ഉപാധികൾക്ക് വിധേയമായി മൂന്നാംലോക രാഷ്ട്രങ്ങളിൽ
സ്വകാര്യവൽക്കരണം അടിച്ചേൽപ്പിക്കുന്നതിന്റെ അന്തിമ ഗുണഭോക്താ
ക്കൾ ബഹുരാഷ്ട്ര കുത്തകകമ്പനികൾ തന്നെയാണ്.

അതോടൊപ്പം, സാർവദേശീയ ഊഹവ്യാപാരികളുടെ ഭീഷണിക്കു
വിധേയമാവുന്ന ദേശീയ മൂലധനത്തെ സംരക്ഷിക്കുന്നതിന്റെ ഭാഗമായി
വിലപ്പെട്ട സമ്പത്ത് പലതും സ്വകാര്യവൽക്കരിക്കാൻ മൂന്നാംലോക
രാഷ്ട്രങ്ങൾ നിർബന്ധിക്കപ്പെടുന്നു.

നാലാമതായി, രാഷ്ട്രങ്ങളുടെ പരമാധികാരത്തെ റദ്ദുചെയ്യുന്നതും
തൊഴിലാളിവർഗത്തെ ഞെക്കിപ്പിഴിയുന്നതും ആഭ്യന്തര സമ്പദ്‌വ്യവ
സ്ഥയെ വിദേശികൾക്ക് ചുളുവിലയ്ക്ക് വിൽക്കുന്നതുമെല്ലാം സാമ്രാ
ജ്യത്വം നടപ്പിലാക്കുന്നത്, ജനകീയ രാഷ്ട്രീയാധികാരത്തെ ക്ഷയിപ്പിച്ചും
ജനാധിപത്യത്തെ മെലിയിപ്പിച്ചുമാണ്.

ഇതിന്റെ ബലതന്ത്രങ്ങൾ പലതാണ്. പല മാർഗങ്ങളിലൂടെയാണ്
സാമ്രാജ്യത്വം അത് അടിച്ചേൽപ്പിക്കുന്നത്. ആ മാർഗങ്ങളിൽ ചിലത് മാത്ര
മാണ് ഇവിടെ പരാമർശിച്ചത്. എന്നാൽ ഏറ്റവും തീക്ഷ്ണമായ മെക്കാ
നിസം ഇതാണ്. മൂലധനചോർച്ചയെ ഭയപ്പെടുന്ന ബൂർഷ്വാ, പെറ്റി
ബൂർഷ്വാ പാർട്ടികളെ ഉദാരവൽക്കരണ നയത്തിന്റെ ചോറ്റു നായ്ക്കളാ
ക്കുന്നതുവഴി ജനങ്ങൾക്ക് കാര്യക്ഷമമായ രാഷ്ട്രീയപാത നിഷേധി
ക്കുന്നു. ചുരുക്കത്തിൽ, സാർവദേശീയ ഊഹവ്യാപാരികളുടെയും തൊഴി
ലാളികളുടെയും താൽപ്പര്യങ്ങൾ പരസ്പരവിരുദ്ധമാകയാൽ മുതലാളി
ത്തത്തിന് രണ്ടുതാൽപ്പര്യങ്ങളെയും ഒരേ സമയം സംരക്ഷിക്കാൻ കഴി
യാതെ വരികയും അന്തിമമായി തൊഴിലാളി വർഗ താൽപ്പര്യങ്ങൾ ബലി

കൊടുക്കപ്പെടുകയും ചെയ്യുന്നു.

അവസാനമായി, ഇത്തരം സാമ്രാജ്യത്വാഗോളവൽക്കരണത്തിൻ കീഴിൽ രാഷ്ട്രങ്ങൾ വംശീയസംഘർഷങ്ങൾക്കും, ശിഥിലീകരണ പ്രവർത്തനങ്ങൾക്കും വർഗീയാസ്വാസ്ഥ്യങ്ങൾക്കും, മതമൗലികവാദ ഭീഷണികൾക്കുമടിപ്പെട്ട്, ഉദാരവൽക്കരിക്കപ്പെട്ട തങ്ങളുടെ സാമ്പത്തിക വ്യവസ്ഥയെ സാർവദേശീയ പണ മൂലധനശക്തികൾക്ക് ശാശ്വതമായി അടിയറവെക്കുന്നു.

നാണയച്ചുരുക്കവും തൊഴിലില്ലായ്മയും മൗലികവാദശക്തികൾക്കും ഷോവിനിസ്റ്റുകൾക്കും തഴച്ചുവളരാൻ മണ്ണൊരുക്കുന്നു. യുഗോസ്ലാവിയ യുടെ തകർച്ച അടയാളപ്പെടുത്തുന്നത് പരസ്പര വിനാശകരമായ യുദ്ധ ങ്ങൾ മൂന്നാം ലോകരാഷ്ട്രങ്ങളിൽ വിള്ളലുകൾ സൃഷ്ടിക്കാൻവേണ്ടി സാമ്രാജ്യത്വം അടിച്ചേൽപ്പിക്കുന്നതാണെന്നാണ്. സാമ്രാജ്യത്വത്തിന്റെ അന്തപ്പുരങ്ങളിൽ ആസൂത്രണം ചെയ്യപ്പെടുന്ന പദ്ധതികൾ നടപ്പാക്കുന്ന എല്ലാ രാഷ്ട്രങ്ങളുടെയും അനുഭവം ഇതായിരിക്കും.

ജനങ്ങളെ ഭിന്നിപ്പിക്കുകവഴി സാമ്രാജ്യത്വത്തിനെതിരെ ഉയർന്നു വരേണ്ട വിപ്ലവജ്വാലകളെ അണയ്ക്കുകയാണ് ഇന്ന് അമേരിക്കയുടെ നേതൃത്വത്തിൽ സാമ്രാജ്യത്വം ചെയ്യുന്നത്. ജനാധിപത്യത്തെ അരിഞ്ഞു തള്ളുകയാണ് സാമ്രാജ്യത്വ പദ്ധതി. 'മനുഷ്യാവകാശം സംരക്ഷി ക്കാനെന്ന'പേരിൽ സാമ്രാജ്യത്വം മൂന്നാം ലോകരാഷ്ട്രങ്ങൾക്കുമേൽ നട ത്തുന്ന കുതിരകയറ്റം ഇതിന്റെ ഭാഗമാണ്. (നാറ്റോ ഇന്ന് പ്രഖ്യാപി ക്കുന്നത് 'സാമ്പത്തിക പരിഷ്കാരങ്ങൾ' ഭീഷണിക്കുവിധേയമാവുന്നിട ത്തെല്ലാം തങ്ങൾ ഇടപെടലുകൾ നടത്തുമെന്നാണ്. എന്നാൽ 'മനുഷ്യാ വകാശത്തിന്റെ ചാമ്പ്യനാവുക'യെന്നതാണ് കൂടുതൽ ചെലവാകുന്നത്.)

വിശദീകരിക്കപ്പെട്ട വസ്തുതകളെല്ലാം അർഥശങ്കയ്ക്കിടയില്ലാതെ വെളിപ്പെടുത്തുന്നതിതാണ്. സാമ്രാജ്യത്വ രാഷ്ട്രങ്ങൾക്കിടയിലെ താൽ ക്കാലിക രാഷ്ട്രീയ ഐക്യത്തിനിടയിലും അതിന്റെ ആന്തരിക വൈരുധ്യം മൂർഛിക്കുകയാണ്. ഈ വൈരുധ്യങ്ങൾ ഭാവിയിലെ സാമ്രാ ജ്യത്വ പ്രക്ഷോഭങ്ങൾക്ക് ആക്കംകൂട്ടുകതന്നെ ചെയ്യും.

പല രാഷ്ട്രങ്ങളിലും പൊരുതിനേടിയ മഹത്തായ നേട്ടങ്ങൾ കണ്ണിലെ കൃഷ്ണമണിപോലെ കാത്തുസംരക്ഷിച്ചുകൊണ്ടും, ഈ നേട്ടങ്ങളെ സാർവദേശീയമായി കണ്ണിചേർത്തുകൊണ്ടും, തൊഴിലില്ലായ്മ, സാമ്പത്തിക മാന്ദ്യം, ജനജീവിത തകർച്ച എന്നിവയെല്ലാം എയ്ഡ്സ് പോലെ ഗ്രസിച്ച വൻനഗരസമൂഹങ്ങളിലെ തൊഴിലാളിവർഗപ്പോരാട്ടങ്ങളെ പരസ്പരം വില ക്കിച്ചേർത്തുകൊണ്ടും തൊഴിലാളിവർഗ പ്രസ്ഥാനത്തിന് അതിന്റെ മഹ ത്തായ ലക്ഷ്യത്തിലേക്ക് മുന്നേറാൻ നൂതനമായ ഒരു സൈദ്ധാന്തിക വികാസം കൂടിയേതീരൂ. അതിലൂടെ മാത്രമേ ശരിയായ സിദ്ധാന്ത ങ്ങൾക്കും പ്രയോഗതന്ത്രങ്ങൾക്കും വേണ്ട അടിത്തറ സമ്പുഷ്ടമാവുക യുള്ളു.

2

ആഗോളവൽക്കരണത്തിന്റെ വൈരുധ്യങ്ങളും സാമ്രാജ്യത്വവും

മൂലധനം കൈവിട്ട് പലായനം ചെയ്തേക്കുമോ എന്ന ഭയം കൊണ്ടു മാത്രമല്ല ദേശരാഷ്ട്രങ്ങളുടെ (nation state) പ്രവർത്തനങ്ങൾക്കു മേൽ നിയന്ത്രണങ്ങൾ നിർബന്ധിതമാക്കുന്നത്. നവലിബറൽ നയങ്ങളെ പി ന്തുണയ്ക്കുന്നതിനായി പ്രത്യയശാസ്ത്രകാരന്മാരുടെ വലിയൊരു പട സഹിതം പ്രത്യയശാസ്ത്ര ഉപകരണങ്ങളുടെ സർവസന്നാഹങ്ങളും ഒ രുക്കിയിരിക്കുകയാണ്. ധനമൂലധനം തന്നെ അന്താരാഷ്ട്ര സ്വഭാവം കൈ വരിച്ചിരിക്കുന്നതിനാൽ, ലെനിന്റെ വാക്കുകൾ കടമെടുത്താൽ, ഒരു ആ ഗോള പണാധിപതി സംഘം (global financial oligarchy) ഉൾപ്പെടുന്ന താണ് അന്താരാഷ്ട്ര ധനമൂലധനത്തിന്റെ നിയന്താക്കൾ. ഈ ആഗോള പണാധിപതി സംഘത്തിന് തങ്ങളുടെ പ്രവർത്തനവുമായി മുന്നോട്ടുപോ കാൻ നാനാ രാജ്യങ്ങളിലായി വക്താക്കളുടെയും മാധ്യമ വക്താക്കളു ടെയും പ്രൊഫസർമാരുടെയും ബ്യൂറോക്രാറ്റുകളുടെയും സാങ്കേതിക വിദഗ്ധന്മാരുടെയും രാഷ്ട്രീയക്കാരുടെയും ഒരു പട തന്നെ ആവശ്യ മുണ്ട്.

ഈ പടയെ സൃഷ്ടിച്ചെടുക്കുന്നതുതന്നെ സങ്കീർണമായ ഒരു സംരം ഭമാണ്. അതിൽ ചുരുങ്ങിയത് മൂന്ന് പ്രക്രിയകൾ എങ്കിലും കണ്ടെത്താൻ കഴിയും. അതിൽ രണ്ടെണ്ണം തികച്ചും നേരെചൊവ്വെയുള്ളവയാണ്. ധന മൂലധനത്തിന്റെ സൈരവിഹാരത്തിനായി ഒരു രാജ്യത്തിന്റെ വാതിലു കൾ മലർക്കെ തുറന്ന് അതിനകത്തേക്ക് കടന്നു ചെന്ന് ആഗോളവൽ കൃത ധനമൂലധനത്തിന്റെ നീർച്ചുഴിയിലേക്ക് ആ രാജ്യത്തെ വലിച്ചിട ണമെങ്കിൽ, നിർബന്ധമായും ആഗോള പണാധിപതി സംഘത്തിന്റെ താ ളത്തിനൊത്ത് തുള്ളുന്നതിന് സമർഥരായ ബ്യൂറോക്രാറ്റുകളെയും രാഷ് ട്രീയക്കാരെയും പ്രൊഫസർമാരെയും ആവശ്യമുണ്ട്; അങ്ങനെ ചെയ്യു ന്നില്ലെങ്കിൽ ധനമൂലധന പ്രവാഹത്തെ ദുർബലപ്പെടുത്തിയും അസ്ഥി

രീകരിച്ചും ആ രാജ്യത്തിന് വലിയ വില നൽകേണ്ടതായി വരും. ചുരു
ക്കത്തിൽ ഒരു രാജ്യം ധനമൂലധന പ്രവാഹത്തിന് തങ്ങളുടെ വാതിലു
കൾ മലർക്കെ തുറന്നിട്ടു കൊടുത്ത് ഒരിക്കൽ അതിന്റെ കെണിയിൽ
അകപ്പെട്ടു കഴിഞ്ഞാൽ ഈ കടമ സ്വാഭാവികമായി തന്നെ നിർവഹിക്ക
പ്പെടും.

രണ്ടാമത്തെ പ്രക്രിയ ഉന്നതന്മാരുടെ സമ്മർദതന്ത്രങ്ങളാണ്. ധനമ
ന്ത്രിമാർ, സെൻട്രൽ ബാങ്കുകളുടെ ഗവർണർമാർ, പല രാജ്യങ്ങളിലെ
യും ഉന്നത ധനകാര്യ ഉദ്യോഗസ്ഥ പ്രമാണിമാർ എന്നിവർ ഒത്തുചേരു
മ്പോഴെല്ലാം, 'വൈജ്ഞാനിക സമൂഹം' എന്ന് അവർ വിശേഷിപ്പിക്കു
ന്ന ഒരു സംവിധാനത്തിന് രൂപം നൽകാനുള്ള മനോഭാവത്തിന് ശക്തി
പകരുന്നു. അവർ ക്രമേണ ഒരേ ഭാഷ സംസാരിക്കാനും ഒരേ ലോകവീ
ക്ഷണം പങ്കുവയ്ക്കാനും ഒരേ മുൻവിധികൾ ഏറ്റെടുക്കാനും തുടങ്ങുന്നു;
അതിന് വേഗത കൂടുകയും ചെയ്യുന്നു. 'ധനമൂലധനത്തിന്റെ പിത്തലാട്ടം'
എന്ന് തികച്ചും ഉചിതമായി വിശേഷിപ്പിക്കപ്പെടുന്ന അതേ സൈദ്ധാന്തി
ക നിലപാടുകളിൽ അവർ എത്തിച്ചേരുകയും ചെയ്യുന്നു. ഈ നിലപാടു
കളിൽ എത്തിച്ചേരാത്തവരും ഈ അഭിജാത സംഘത്തിന്റെ ശക്തമായ
സമ്മർദത്തിൽപ്പെട്ട് ക്രമേണ അതിൽ എത്തിച്ചേരുന്നു. ഉന്നതന്മാരുടെ
സമ്മർദത്തിന് താങ്ങായി, ലെനിൻ വിശേഷിപ്പിച്ചതുപോലെയുള്ള പ്രാ
പഞ്ചിക പ്രലോഭനങ്ങളും ഉണ്ടാകാറുണ്ട്. അതാകട്ടെ നേരിട്ടുള്ള കൈ
ക്കൂലി മുതൽ ജോലിയിൽനിന്ന് വിരമിച്ച ശേഷം ആകർഷകമായ പല
പദവികളും നൽകാമെന്ന വാഗ്ദാനങ്ങൾ വരെ നീളുന്നു. എന്നാൽ എന്ത്
മാർഗം അവലംബിച്ചായാലും ശരിയായ സാമ്പത്തിക ശാസ്ത്രം എന്ന
നിലയിൽ ആഗോളവൽകൃത ധനമൂലധനത്തെ രുചികരമാക്കുന്ന 'പിത്ത
ലാട്ട'ത്തിന് ഒത്തുനിൽക്കുന്നത് 'ബഹുമാന്യത'യുടെ അടയാളമായി
മാറ്റുന്നു.

എന്നാൽ, ഉന്നതന്മാരുടെ സമ്മർദം നടപ്പിലാക്കുന്നതിനും ധനമൂല
ധനത്തിന്റെ ഒരു കൂട്ടം അസ്ഥിയിൽ പിടിച്ച പ്രത്യയശാസ്ത്രക്കാരെ ആ
വശ്യമുണ്ട്. അവർ ഈ സമ്മർദം ചെലുത്തുകയും അതിനായി എന്ത്
സൂത്രപ്പണിയും പ്രയോഗിക്കുകയും ചെയ്യും. ഈ 'ഉന്നതന്മാർ' തന്നെ
അത്രത്തോളം സർവതന്ത്ര സ്വതന്ത്രന്മാരൊന്നുമല്ല. പക്ഷേ ഇവർക്ക് ഒരു
വിശ്വാസ വ്യവസ്ഥയെ പങ്കുവെച്ചുകൊണ്ട് ഉത്തേജിപ്പിക്കേണ്ടതായിട്ടുണ്ട്.
ആയതിനാൽ ഈ വിശ്വാസ വ്യവസ്ഥയെ പ്രോൽസാഹിപ്പിക്കുന്നതിനും
ധനമൂലധനത്തിന്റെ പ്രത്യയശാസ്ത്രത്തിന് രൂപം നൽകാനും അതിനെ
പ്രചരിപ്പിക്കുന്നതിനും പൊതുവിൽ ആഗോളവൽകൃത ധനമൂലധന
ത്തിന്റെ താൽപ്പര്യങ്ങൾ സംരക്ഷിക്കുന്നതിനുമായി ഒരു കൂട്ടം ബുദ്ധി
ജീവികളെയും പ്രത്യയശാസ്ത്രകാരന്മാരെയും ചിന്തകന്മാരെയും തന്ത്ര
ശാലികളെയും ആവശ്യമായി വരുന്നു. അവർ മുതലാളിമാരോ ബിസിനസ്സ്
മാഗ്നെറ്റുകളോ ആവണമെന്നില്ല. എന്നാൽ അവർ ധനമൂലധന മാഗ്
നെറ്റുകളുമായി വളരെ അടുത്ത് നിൽക്കുന്നവരായിരിക്കും; പലപ്പോഴും

"കൊള്ളമുതലുകളുടെ" പങ്ക് പറ്റുന്നവരായിരിക്കും. ധനമൂലധന മാഗ് നെറ്റുകൾ ഉൾപ്പെടുന്ന ശരിക്കുള്ള പണാധിപതി സംഘങ്ങളും അതോ ടൊപ്പം ഈ മുഖ്യ പ്രത്യയശാസ്ത്രകാരന്മാരും ധനമൂലധനത്തിന്റെ പ്ര ചാരകരും കൂടി ചേർന്നതാണ് 'ആഗോള ധനമൂലധന സമൂഹം' (Global Financila Comunity). ഈ ആഗോള ധനമൂലധന സമൂഹത്തിന്റെ കർ ത്തവ്യം അന്താരാഷ്ട്ര ധനമൂലധനത്തിന്റെ അധീശാധിപത്യത്തെ പ്രോൽ സാഹിപ്പിക്കുകയും ശാശ്വതീകരിക്കുകയുമാണ്. ഈ ആഗോള ധനമൂല ധന സമൂഹം വിവിധ രാജ്യങ്ങളിലെ രാഷ്ട്രീയ വ്യവസ്ഥിതിയിലേക്ക് നുഴഞ്ഞുകയറുകയും ചെയ്യുന്നു – തുടക്കത്തിൽ ധനമന്ത്രാലയങ്ങളി ലേക്ക് ഐ എം എഫിന്റെയും ലോകബാങ്കിന്റെയും പരിശീലനം സി ദ്ധിച്ച 'ഉപദേഷ്ടാക്കൾ' എന്ന നിലയിലായിരിക്കും ഈ നുഴഞ്ഞുകയ റ്റം. ക്രമേണ കാബിനറ്റ് മന്ത്രിമാരായും വ്യവസ്ഥാപിത രാഷ്ട്രീയ ക ക്ഷികളുടെ ഭാരവാഹികളായിപ്പോലും അവർ മാറുന്നു.

വിദ്യാഭ്യാസ സംവിധാനത്തിൽ അടിമുടി പരിഷ്കരണങ്ങൾ നടപ്പാ ക്കുന്നു. ആഗോള ധനമൂലധന സമൂഹം പ്രചരിപ്പിക്കുന്നതിൽനിന്ന് വ്യ ത്യസ്തമായ എല്ലാ ലോകവീക്ഷണങ്ങളെയും വേരോടെ നീക്കം ചെയ്യ ലാണ് ഈ പരിഷ്കാരങ്ങളുടെ ലക്ഷ്യം. ധനമൂലധനത്തിന്റെ പ്രത്യയ ശാസ്ത്രപരമായ അധീശാധിപത്യത്തിൽ (hegemony) ഈ പരിഷ്കര ണങ്ങൾ നിർണായകമായ പങ്ക് വഹിക്കുന്നു. വിദ്യാഭ്യാസത്തെ സ്വകാ ര്യവൽക്കരിക്കുകയും ചരക്കുവൽക്കരിക്കുകയും ചെയ്യുന്ന പ്രക്രിയ ഇത്തരം പരിഷ്കാരങ്ങൾ നടപ്പിലാക്കുന്നതിന് അവസരമൊരുക്കുന്നു.

ആഗോളവൽക്കരണത്തിന്റെ വൈരുധ്യങ്ങൾ

ആഗോളവൽക്കൃത ധനമൂലധനം പ്രബലശക്തിയായയതോടെ ലോക ത്തിനുമേൽ അടിച്ചേൽപ്പിക്കപ്പെട്ട നവലിബറൽ വാഴ്ച ഗൗരവ സ്വഭാവ മുള്ള അസംഖ്യം വൈരുധ്യങ്ങളെ ബലപ്പെടുത്തി. ഈ വൈരുധ്യങ്ങൾ വ്യവസ്ഥിതിയെ ഊരാക്കുടുക്കിൽ അകപ്പെടുത്തി. ഇപ്പോൾ നാം സാ ക്ഷ്യം വഹിക്കുന്നത് അത്തരം ഒരു ഊരാക്കുടുക്കിനാണ്. ശ്രദ്ധിക്കപ്പെ ടേണ്ടതായിട്ട് ചുരുങ്ങിയത് നാല് വൈരുധ്യങ്ങളെങ്കിലുമുണ്ട്.

ചരക്കുകളുടെയും സേവനങ്ങളുടെയും ഒപ്പം മൂലധനത്തിന്റെയും (തൊഴിലാളികളുടേതല്ല) സ്വതന്ത്രവ്യാപനംമൂലം പരമ്പരാഗതമായി മു തലാളിത്തത്തിന്റെ സവിശേഷതയായിരുന്ന വികസിത സമ്പദ്ഘടനക ളും പിന്നോക്ക സമ്പദ്ഘടനകളും തമ്മിലുള്ള വേതന വ്യത്യാസം നില നിർത്താൻ പ്രയാസമായിരിക്കുന്നു എന്ന വസ്തുതയിൽ അടങ്ങിയിരി ക്കുന്നതാണ് ഒന്നാമത്തെ വൈരുധ്യം. എല്ലാ സമ്പദ്ഘടനകളിലേക്കും പൊതുവെ സമാനമായ സാങ്കേതിക വിദ്യ ലഭ്യമാകുന്നതിനാൽ (മൂലധ നത്തിന്റെ സ്വതന്ത്രവ്യാപനം ഇത് ഉറപ്പാക്കുന്നുമുണ്ട്) മൂന്നാംലോക സമ്പദ്ഘടനകളിൽ നിലനിൽക്കുന്ന കുറഞ്ഞ കൂലിക്ക് ലഭിക്കുന്ന തൊഴി ലാളികൾ ഉൽപ്പാദിപ്പിക്കുന്ന ചരക്കുകൾക്ക് വികസിത രാജ്യങ്ങളിൽ

ഉൽപ്പാദിപ്പിക്കുന്നവയെ മൽസരത്തിൽ പിൻതള്ളാൻ കഴിയും. ഇതുകാ രണം, വികസിത രാജ്യങ്ങളിൽ കൂലി വർധിപ്പിക്കാനാവില്ല. വികസിത രാജ്യങ്ങളുടെ ഉൽപ്പന്നങ്ങളെ കൂടുതൽ മൽസരക്ഷമമാക്കുന്നതിനുവേണ്ടി, മൂന്നാംലോകത്ത് നിലനിൽക്കുന്ന തലത്തിലേക്ക് കൂടുതൽ അടുത്തെ ത്തുന്നതിനായി എന്തെങ്കിലും പ്രത്യേക ശ്രദ്ധ ചെലുത്തണമെന്നാണെ ങ്കിൽ, ചരിത്രപരമായി നിർണയിക്കപ്പെട്ടിട്ടുള്ള ആവശ്യങ്ങൾ നിറവേറ്റു ന്നതിനുവേണ്ടതിലധികം തൊഴിൽസേനയുടെ നിലനിൽപ്പാണ് ആവശ്യ മായിട്ടുള്ളത്.

മറ്റു വാക്കുകളിൽ പറഞ്ഞാൽ, വികസിത രാജ്യങ്ങളിലെ തൊഴി ലാളികൾക്ക് മൂന്നാംലോക രാജ്യങ്ങളിൽ നിലനിൽക്കുന്ന തൊഴിലാളി കളുടെ കരുതൽ സേനയുടെ വിനാശകരമായ പ്രത്യാഘാതങ്ങളെ അതി ജീവിക്കാനാവില്ല. (അത് സൃഷ്ടിക്കപ്പെട്ടത് കൊളോണിയൽ അർധ-കൊ ളോണിയൽ ചൂഷണങ്ങളിലൂടെയാണ്). വികസിത രാജ്യങ്ങളിലെ തൊ ഴിലാളികളുടെ നിലവിലുള്ള ഉൽപ്പാദനക്ഷമതയുടെ തലത്തിൽ അവരു ടെ കൂലി കുറഞ്ഞാൽപോലും മൂന്നാംലോക രാജ്യങ്ങളിലെ തൊഴിലാ ളികളുടെ ഉൽപ്പാദനക്ഷമത അവരുടെ നിലവിലുള്ള കൂലി നിലവാ രത്തിൽ തന്നെ വികസിത രാജ്യങ്ങളിലെ ഉൽപ്പാദനക്ഷമതയ്ക്ക് സമമാ യി ഉയരുന്നു. അപ്പോഴും നിലനിൽക്കുന്ന വേതന വ്യത്യാസം വികസി ത രാജ്യങ്ങളിൽനിന്ന് മൂന്നാംലോക രാജ്യങ്ങളിലേക്ക് വ്യവസായങ്ങൾ വ്യാപിക്കുന്നതിന് ഇടയാക്കുന്നത് മൂലമാണിത്. ഈ ഇരട്ടനീക്കം മൂലം ലോകത്തിലെ മൊത്തം ഉൽപ്പാദനത്തിൽ കൂലിയുടെ വിഹിതം കുറയു കയാണുണ്ടാകുന്നത്. ലോകത്തിലെ ആകെ ഉൽപ്പാദനത്തിൽ കൂലിയുടെ വിഹിതം കുറയുന്നതിന് മറ്റൊരു കാരണം കൂടിയുണ്ട്. ലോക സമ്പദ് ഘടനയിൽ സാങ്കേതികവിദ്യയുടെ മുന്നേറ്റം മൊത്തത്തിൽ തൊഴിലാളി കളുടെ ഉൽപ്പാദനക്ഷമതയുടെ നിലവാരം ഉയർത്തുന്നതോടെ അതിനനു സരിച്ച് തൊഴിലാളികളുടെ കൂലി ഉയരുന്നില്ല. ലോകസമ്പദ്ഘടനയിൽ ഗണ്യമായ തോതിൽ തൊഴിലാളികളുടെ കരുതൽസേന നിലനിൽക്കു ന്നതുമായി ബന്ധപ്പെട്ടാണ് ഈ കൂലി ഇങ്ങനെ തന്നെ തുടരുന്നത്.

തൽഫലമായി, ലോക സമ്പദ്ഘടനയെ മൊത്തത്തിൽ എടുക്കു മ്പോൾ വരുമാന അസമത്വങ്ങൾ വർധിക്കുന്നതിനോടൊപ്പം തന്നെ അതിന്റെ അനന്തരഫലമായി മൊത്തം ചോദനം അപര്യാപ്തമാകുക എന്ന പ്രശ്നവും വർധിച്ചുവരുന്നു: കാരണം, അധ്വാനിക്കുന്ന ജനങ്ങളു ടെ കൈയിൽ ലഭിക്കുന്ന ഓരോ ഡോളറും ഉപഭോഗത്തിനായി ചെലവ ഴിക്കപ്പെടുമ്പോൾ മുതലാളിമാരുടെ കൈയിലെത്തുന്ന ഓരോ ഡോളറി ന്റെയും ഒരു ഭാഗം സമ്പാദ്യമായി മാറുകയാണ്. കൂലിയിൽനിന്ന് ലാഭ ത്തിലേക്ക് വരുമാന വിതരണം മാറുന്ന പ്രവണത ചോദനം ഇടിയാൻ ഇടയാക്കുകയും ''ദ്രവ്യ വിനിമയ പ്രശ്നം'' സൃഷ്ടിക്കുകയും ചെയ്യുന്നു. വായ്പാ പണംകൊണ്ടുള്ള ചെലവിടലുകളും ഊഹക്കച്ചവടത്തിലൂടെ യുണ്ടാകുന്ന ആസ്തിവില ''കുമിള''കളുടെ ഉത്തേജനത്താൽ ഉണ്ടാ

കുന്ന ചെലവിടലുകളും ലോകത്തിലാകെ അമിതോൽപ്പാദനം ഉണ്ടാകുന്ന പ്രവണതയ്ക്കുള്ള താൽക്കാലിക പരിഹാരം മാത്രമേ ആകുന്നുള്ളൂ. ഇത്തരം ''കുമിളകൾ'' പൊട്ടിച്ചിതറുകയയും അനിവാര്യമായി ഇങ്ങനെ യുള്ള വായ്പപ്പണം ലഭിക്കുന്നത് നിന്നു പോവുകയും ചെയ്യുന്നതോടെ ലോക സമ്പദ്ഘടനയിലെ അടിസ്ഥാനപരമായ പ്രതിസന്ധി അതിന്റെ എല്ലാ രൂക്ഷതയോടുംകൂടി വീണ്ടും പ്രത്യക്ഷപ്പെടുന്നു.

ഇതിൽനിന്നാണ് നവലിബറൽ വാഴ്ചയിലെ രണ്ടാമത്തെ വൈരുധ്യം ഉയർന്നുവരുന്നത്. തൊഴിലില്ലായ്മയ്ക്കും സാമ്പത്തിക മാന്ദ്യത്തിനും ഇ ടയാക്കുന്ന വിധത്തിൽ മൊത്തം ചോദനത്തിലുണ്ടാകുന്ന ഏത് കുറവും, സ്വാഭാവികമായും ഇന്ത്യയെയോ ചൈനയെയോ പോലുള്ള കൂലി കുറ ഞ്ഞ രാജ്യങ്ങളിലുള്ളവരെക്കാൾ വികസിത രാജ്യങ്ങളിലെ ഉയർന്ന കൂലി ലഭിക്കുന്നവരെയും അതുകൊണ്ടുതന്നെ വലിയ ഉൽപ്പാദകരെയുമാണ് കൂടുതൽ രൂക്ഷമായി ബാധിക്കുന്നത്. ആയതിനാൽ അമിതോൽപ്പാദന ത്തിലേക്കുള്ള ഈ ആഗോള പ്രവണതയുടെ ഫലമായി അമേരിക്കയെ പ്പോലുള്ള രാജ്യങ്ങളിൽ ഉയർന്ന തോതിലുള്ള തൊഴിലില്ലായ്മ ഉണ്ടാ കുമെന്ന് മാത്രമല്ല, അതിനോടൊപ്പം അവരുടെ അടവ് ശിഷ്ടത്തിൽ നി രന്തരം കറന്റ് അക്കൗണ്ട് കമ്മി വർധിച്ചുകൊണ്ടിരിക്കുകയും ചെയ്യും. ചുരുക്കത്തിൽ, രൂക്ഷമായ തൊഴിലില്ലായ്മയും – പ്രത്യേകിച്ച് ഇതേവ രെ ഉയർന്ന കൂലി ലഭിച്ചിരുന്ന സമ്പദ്ഘടനകളിൽ – ''ആഗോള അസ ന്തുലിതാവസ്ഥ'' എന്നറിയപ്പെടുന്ന പ്രശ്നവും (ചൈനയെപ്പോലുള്ള രാ ജ്യങ്ങളിൽ തുടർച്ചയായി കറന്റ് അക്കൗണ്ട് മിച്ചം വർധിച്ചുകൊണ്ടിരി ക്കുമ്പോൾ തന്നെ അമേരിക്കയിൽ കമ്മി വർധിക്കുകയും അതുകൊണ്ടു തന്നെ കടബാധ്യത വലിയ തോതിൽ വർധിച്ചുകൊണ്ടിരിക്കുകയും ചെ യ്യുന്നു) സൃഷ്ടിക്കുന്നത് ആഗോളവൽകൃത ധനമൂലധനം ലോകത്തി നുമേൽ അടിച്ചേൽപ്പിച്ചിരിക്കുന്ന നവലിബറൽ വാഴ്ച കാരണമാണ്. അ മേരിക്കൻ ബഹുരാഷ്ട്ര കോർപ്പറേഷനുകളും അമേരിക്കൻ ധനമൂലധന താൽപ്പര്യക്കാരും ലോകമാസകലം നവലിബറൽ വാഴ്ച വ്യാപിക്കണ മെന്ന് ആഗ്രഹിക്കുമ്പോൾ ഈ ആവശ്യത്തിന്റെ അനന്തരഫലം അമേ രിക്കൻ തൊഴിലാളികളുടെ കൂലി കുറയുന്നതും അവർക്ക് തൊഴിൽ ഇല്ലാ താകുന്നതുമാണ്.

അമേരിക്കയെപ്പോലുള്ള സമ്പദ്ഘടനകളിലെ ഭരണകൂടത്തിന് ചോ ദനം വർധിപ്പിക്കാൻ ഇടപെടുന്നതിന് കഴിയുമായിരുന്നെങ്കിൽ, തൊഴിലി ല്ലായ്മ കുറയ്ക്കാനാകുമായിരുന്നു. എന്നാൽ, ആഗോളവൽകൃത ധനമൂ ലധനത്തിന്റെ വാഴ്ചയ്ക്കു കീഴിൽ ഡിമാന്റ് മാനേജ്മെന്റിൽ ഭരണകൂട ഇടപെടൽ അവസാനിപ്പിക്കുന്നതായാണല്ലോ നാം കാണുന്നത്. നിശ്ച യമായും, മുൻനിര സമ്പദ്ഘടനയായ അമേരിക്കയുടെ ഭരണകൂടത്തിന് (അമേരിക്കയുടെ നാണയമാകട്ടെ, ഏറക്കുറെ 'സ്വർണത്തെപ്പോലെ മിക വുറ്റ'തുമാണ്) ഈ കാര്യത്തിൽ അന്താരാഷ്ട്ര ധനമൂലധനത്തിന്റെ തന്നി ഷ്ടങ്ങളിൽനിന്ന് ഒരു പരിധിവരെ മോചനം ലഭിക്കുന്നുണ്ട്; കുറെയൊക്കെ

ധനപരമായ പരമാധികാരം അവർക്ക് ഇപ്പോഴുമുണ്ട്. വേണമെങ്കിൽ ഇ പ്പോഴും അവർക്ക് ഡിമാന്റ് മാനേജ്മെന്റ് ഏറ്റെടുക്കാനും പറ്റും. കാ രണം അമേരിക്കൻ നാണയത്തിൽനിന്നുള്ള മൂലധനത്തിന്റെ ഒഴുക്ക് അ ത്രയൊന്നും കാര്യമായി ഉണ്ടാവില്ല. എന്നാൽ, മുൻനിര നാണയമുള്ള ഈ രാജ്യം വർധിച്ച തോതിൽ കടബാധ്യതയിൽ അകപ്പെട്ടുകൊണ്ടിരി ക്കുന്നതിനാൽ ഡിമാന്റ് മാനേജ്മെന്റ് ഏറ്റെടുക്കാൻ അതിന് വേണ്ടത്ര ശേഷി ഇല്ലാതായിരിക്കുന്നു. മുൻപത്തേതിൽനിന്ന് വ്യത്യസ്തമായി ഇ പ്പോൾ ഡിമാന്റ് മാനേജ്മെന്റ് ഏറ്റെടുക്കുന്നതിനുള്ള മുതലാളിത്ത ഭര ണകൂടത്തിന്റെ ശേഷിയില്ലായ്മയാണ് നവലിബറൽ വാഴ്ചയുടെ മൂന്നാ മത്തെ വൈരുധ്യം. ആയതിനാൽ ഈ നവലിബറൽ വാഴ്ചയ്ക്കുകീഴിൽ ആഗോള അമിതോൽപ്പാദനത്തിന്റെയും ആഗോള അസന്തുലിതാവസ്ഥ കളുടെയും പ്രശ്നത്തിന് ഫലപ്രദമായ പരിഹാരം കാണാനാവില്ല.

ചുരുക്കത്തിൽ, ഒത്തുചേർന്ന് പ്രവർത്തിക്കുന്ന നിരവധി കാരണ ങ്ങളാൽ നവലുദാരവൽക്കരണം മുതലാളിത്തത്തെ നീണ്ടുനിൽക്കുന്ന പ്ര തിസന്ധിയിലേക്ക് തള്ളിനീക്കുന്നു: ആഗോള വരുമാന വിതരണത്തിൽ അസന്തുലിതാവസ്ഥ ഉൽപ്പാദിപ്പിച്ചുകൊണ്ട് അത് ലോക സമ്പദ്ഘടന യിൽ അമിതോൽപ്പാദനത്തിലേക്കുള്ള പ്രവണത സൃഷ്ടിക്കുന്നു; ഡിമാന്റ് മാനേജ്മെന്റ് ഏറ്റെടുക്കുന്നതിന് പറ്റാത്തവിധം അത് മുതലാളിത്ത ദേശ രാഷ്ട്രങ്ങളെ (Nation States) ദുർബലമാക്കുന്നു; സമാനമായ ഒരു പങ്ക് വഹിക്കുന്നതിനുള്ള നായകപദവിയുള്ള ഭരണകൂടത്തിന്റെ ശേഷിയേയും അത് തകർത്തിരിക്കുന്നു; എന്നാൽ ഇത് വ്യത്യസ്തമായ കാരണത്താ ലാണെന്നു മാത്രം – അതായത്, തുടർച്ചയായി രൂക്ഷമായ കറന്റ് അ ക്കൗണ്ട് കമ്മിയിൽ അകപ്പെട്ടിരിക്കുന്നതുകൊണ്ട്.

നമ്മുടെ ചർച്ചാവിഷയമായ പ്രതിസന്ധി പ്രാഥമികമായും വികസിത മുതലാളിത്ത രാജ്യങ്ങളുമായി മാത്രം ബന്ധപ്പെട്ടതാണെന്നും ഇനിയും വളരെ കാലത്തേക്ക് ഈ രാജ്യങ്ങൾ പ്രതിസന്ധിയിൽനിന്ന് കരകയറാ നാവാതെ അതിൽ മുങ്ങിക്കഴിയുമെന്നും (ഏതെങ്കിലും ഒരു പുതിയ ' കുമിള് താൽക്കാലികമായി ഈ പ്രതിസന്ധിയിൽനിന്നും അവയെ പിടി ച്ചുയർത്തിയാൽപ്പോലും അത്തരം കുമിളകളുടെ അനിവാര്യമായ തകർച്ച അവയെ വീണ്ടും പ്രതിസന്ധിയിൽ അകപ്പെടുത്തും) മൂന്നാംലോക രാ ജ്യങ്ങളെ, വിശിഷ്യാ ഇന്ത്യയെപ്പോലെയുള്ള രാജ്യങ്ങളെ, അത് ബാധി ക്കില്ല എന്നും ചിന്തിച്ചേക്കാം. എന്നാൽ, ഇവിടെയാണ് നവലിബറൽ മു തലാളിത്തത്തിന്റെ നാലാമത്തെ വൈരുധ്യം പ്രസക്തമാകുന്നത്. കർഷ കരുടേതും ചെറുകിട ഉൽപ്പാദകരുടേതുമായ സമ്പദ്ഘടനയെ പിന്തു ണയ്ക്കുകയും സംരക്ഷിക്കുകയും പ്രോൽസാഹിപ്പിക്കുകയും ചെയ്യുക യെന്ന പങ്കിൽനിന്നും മൂന്നാംലോക രാജ്യങ്ങളിലെ ബൂർഷ്വാ നേതൃത്വ ത്തിലുള്ള ഭരണകൂടം പിൻവാങ്ങുകയാണെന്ന വസ്തുതയുമായി ഇത് ബന്ധപ്പെട്ടിരിക്കുന്നു. നവലിബറൽ വാഴ്ചയിൽ തദ്ദേശീയ വൻകിട ബൂർ ഷ്വാസിയും ധനമൂലധന താൽപ്പര്യക്കാരും അന്താരാഷ്ട്ര ധനമൂലധന

വുമായി ഇഴുകിച്ചേർന്നു കഴിഞ്ഞതോടെ, രാഷ്ട്രത്തിന്റെ തകർച്ചയ്ക്കും അതിനുള്ളിൽ അഗാധമായ വിള്ളലുകൾ വളർന്നു വരുന്നതിനും അത് അവസരമൊരുക്കി. കോളനിവാഴ്ചയിൽനിന്ന് സ്വാതന്ത്ര്യം നേടുന്നതി നുള്ള പോരാട്ടത്തിന്റെ പൈതൃകത്തിന്റെ ഭാഗമെന്ന നിലയിൽ സാമ്പ ത്തിക സാമൂഹ്യനയങ്ങളിൽ ഭരണകൂട നിയന്ത്രണമുണ്ടായിരുന്ന കാല ഘട്ടത്തിൽ ബൂർഷ്വാ നേതൃത്വത്തിലുള്ള ഭരണകൂടം തന്നെ ഏറ്റെടുത്തി രുന്ന ഈ പങ്ക് ഉപേക്ഷിക്കപ്പെട്ടത്, മൂലധനത്തിന്റെ പ്രാകൃത സഞ്ചയ പ്രക്രിയ (Process of Primitive accumulation of Capital) കെട്ടഴിച്ചുവിടു ന്നതിനിടയാക്കി. (അഥവാ പൊതുവെ അത് അറിയപ്പെടുന്നതുപോലെ, 'കൈയേറ്റത്തിലൂടെയുള്ള സഞ്ചയ' പ്രക്രിയ) ചെറുകിട വ്യാപാരികളുടെ തൊഴിൽ തട്ടിപ്പറിക്കുന്നതിന് വാൾമാർട്ടിനെപ്പോലെയുള്ള ബഹുരാഷ്ട്ര ചില്ലറ വ്യാപാര ശൃംഖലകൾ വരുന്നു; കർഷക ജനസാമാന്യത്തെ ഞെ ക്കിപ്പിഴിയാൻ അഗ്രി ബിസിനസുകാർ എത്തുന്നു; കർഷകരെ അവരുടെ ഭൂമിയിൽനിന്ന് ആട്ടിയോടിക്കാൻ ഭൂമി ബലമായി തട്ടിയെടുക്കുന്ന പണാ ധിപതികൾ വരുന്നു; ഭരണകൂടം സബ്സിഡികൾ പിൻവലിക്കുന്നതുമൂ ലം ഉൽപ്പാദനോപാധികളുടെ വിലകൾ ഉയരുന്നതിനും ലോകചരക്ക് വി പണിയിലെ വില പ്രവണതകളിൽനിന്നുള്ള ഭരണകൂട സംരക്ഷണം പിൻവലിച്ചതുമൂലം ഉൽപ്പന്ന വിലകൾ ഇടിയുന്നതിനും മധ്യേയുള്ള കെ ണിയിൽ കുടുങ്ങിയിരിക്കുകയാണ് ലോകത്തെവിടെയുമുള്ള എല്ലാത്തരം ചെറുകിട ഉൽപ്പാദകരും. വിദ്യാഭ്യാസത്തിന്റെയും ആരോഗ്യത്തിന്റെയും മറ്റനവധി അവശ്യസേവനങ്ങളുടെയും സ്വകാര്യവൽക്കരണം കാരണം അധ്വാനിക്കുന്ന ജനവിഭാഗങ്ങളെ ആകെ ബാധിക്കുന്ന ജീവിതച്ചെലവി ലെ വർധനവിനോട് ഇതെല്ലാം കൂടി കൂട്ടിച്ചേർക്കുമ്പോൾ, ഇപ്പോൾ കെ ട്ടഴിച്ചുവിടപ്പെട്ട പ്രാകൃത സഞ്ചയ പ്രക്രിയയുടെ കാഠിന്യം നമുക്ക് അള ക്കാൻ കഴിയും. ആയതിനാൽ പ്രതിസന്ധിയും തൊഴിലില്ലായ്മയും ബാ ധിച്ചിട്ടുള്ളത് വികസിത മുതലാളിത്ത രാജ്യങ്ങളെ മാത്രമല്ല ഇന്ത്യയെ പ്പോലെയുള്ള പ്രത്യക്ഷത്തിൽ 'വിജയകരമായി' 'ഉയർന്ന വളർച്ച' കൈ വരിച്ചിട്ടുള്ള രാജ്യങ്ങളെയും ബാധിച്ചിട്ടുള്ള ഒന്നാണ് ഇപ്പോഴത്തെ കാ ലഘട്ടം. വികസിത മുതലാളിത്ത രാജ്യങ്ങളെ ബാധിച്ചിട്ടുള്ളത് അപര്യാ പ്തമായ ചോദനത്തിന്റെ പ്രശ്നമാണ്; ഇന്ത്യയെപ്പോലുള്ള രാജ്യങ്ങളെ ബാധിച്ചതാകട്ടെ, വികസിത മുതലാളിത്ത രാജ്യങ്ങളെ ബാധിച്ച പ്രതി സന്ധിയുടെ അനന്തരഫലവും (കാർഷികോൽപ്പന്നങ്ങളുടെ വിലകൾക്കു മേലും കയറ്റുമതിക്കുമേലും അത് ചെലുത്തിയ സ്വാധീനം വഴി). ചെറു കിട ഉൽപ്പാദകരുടെ ഉടമസ്ഥാവകാശം തന്നെ തട്ടിപ്പറിക്കപ്പെട്ടതിന്റേതും അവരുടെ ദുരിതങ്ങളുടെതും അതുണ്ടാക്കിയ തൊഴിലില്ലായ്മയുടേതു മായ അധിക ബാധ്യതകളുമാണ്. ആയതിനാൽ ലോകസമ്പദ്ഘടനയിലെ രണ്ട് വിഭാഗങ്ങളും രൂക്ഷമായ സാമൂഹ്യ പ്രതിസന്ധിയുടെ പിടിയിൽ അകപ്പെട്ടിരിക്കുകയാണ്.

സമകാലിക സാമ്രാജ്യത്വത്തെ സംബന്ധിച്ച മറ്റു ചില കാഴ്ചപ്പാടുകൾ

നാം ഇതേവരെ സമകാലിക സാമ്രാജ്യത്വത്തെ സംബന്ധിച്ച് ചർച്ച ചെയ്തത് ലെനിൻ നടത്തിയ വിശകലനത്തിന്റെ അടിസ്ഥാനത്തിലാണ് – അതായത് അദ്ദേഹത്തിന്റെ വിശകലനത്തെയാണ് നമ്മുടെ വേറിട്ട അഭിപ്രായങ്ങൾ പ്രകടിപ്പിക്കുന്നതിന് നാം പരിഗണിച്ചത്. എന്നാൽ സാമ്രാജ്യത്വത്തെ സംബന്ധിച്ച സമകാലിക രചനകളിൽ മറ്റു ചില കാഴ്ചപ്പാടുകളുമുണ്ട്. ഇവയിൽ ചിലത് കൂടി നമുക്ക് പരിശോധിക്കാം.

മുതലാളിത്തത്തിന്റെ സഹജമായ സാമ്പത്തിക യുക്തിയുടെ അടിസ്ഥാനത്തിലല്ല ഇത്തരത്തിലുള്ള കാഴ്ചപ്പാടുകൾ സാമ്രാജ്യത്വത്തെ കാണുന്നത്. ലെനിൻ വിശകലനം ചെയ്തിട്ടുള്ള പ്രകാരം മൂലധനത്തിന്റെ കേന്ദ്രീകരണ പ്രക്രിയ ആദ്യം ധനമൂലധനത്തിന് ഉദയം നൽകുന്നു; തുടർന്ന് ക്രമേണ അത് അന്താരാഷ്ട്ര ധനമൂലധനമായും മാറുന്നു. എന്നാൽ, ഈ കാഴ്ചപ്പാടിനു പകരം മറ്റു കാഴ്ചപ്പാടുള്ളവർ ഊന്നൽ നൽകുന്നത് മുഖ്യ സാമ്രാജ്യത്വ രാജ്യമായ അമേരിക്കയുടെ ഭരണകൂടം നടപ്പാക്കുന്ന ഒരു രാഷ്ട്രീയ പദ്ധതിയാണ് സാമ്രാജ്യത്വം എന്നാണ്. മറ്റു വികസിത മുതലാളിത്ത ഭരണകൂടങ്ങളുടെ പിന്തുണ ഉറപ്പാക്കിക്കൊണ്ട് തങ്ങളുടെ ബ്രാൻഡിലുള്ള മുതലാളിത്തത്തെ ആഗോളവൽക്കരിക്കുന്നതിനുവേണ്ടിയുള്ളതാണ് അമേരിക്കയുടെ സാമ്രാജ്യത്വ പദ്ധതി. ആയതിനാൽ യുദ്ധാനന്തര കാലത്തെ സാമ്രാജ്യത്വ പദ്ധതികളിൽ ഈ അഭിപ്രായഗതിക്കാർ, ഒരു തുടർച്ച കാണുന്നു; മറ്റു മുതലാളിത്ത ഭരണകൂടങ്ങളെ കൂടി ഒന്നിച്ചു കൂട്ടി ഒരു "അനൗപചാരിക സാമ്രാജ്യം" (Informal Empire) കെട്ടിപ്പടുക്കുന്നതിനുള്ള അമേരിക്കൻ ഭരണകൂടത്തിന്റെ നിരന്തര നീക്കത്തിന്റെ അടിസ്ഥാനത്തിലാണിത്. ചില കാലഘട്ടങ്ങളിൽ ഈ പദ്ധതിയ്ക്ക് തടസ്സം നേരിട്ടേക്കാം; (മൂന്നാംലോക രാജ്യങ്ങളിലെ സാമ്പത്തിക – സാമൂഹ്യ കാര്യങ്ങളിൽ സർക്കാർ ഇടപെട്ടിരുന്ന കാലത്തെന്നതുപോലെ). ചില കാലങ്ങളിൽ ദ്രുതഗതിയിൽ മുന്നേറിയിട്ടുമുണ്ടാകും (സമീപകാലത്തെ 'ആഗോളവൽക്കരണയുഗ'ത്തിൽ എന്ന പോലെ). എന്നാൽ, ഈ എല്ലാ അവസ്ഥാന്തരങ്ങളിലും തികച്ചും ബോധപൂർവം ആസൂത്രണം ചെയ്യപ്പെടുന്ന ഒരു രാഷ്ട്രീയ പദ്ധതിയാണിത്.

ഈ കാഴ്ചപ്പാടും മുമ്പ് ചിത്രീകരിച്ച കാഴ്ചപ്പാടും തമ്മിലുള്ള വ്യത്യാസം രീതിശാസ്ത്രപരമായതാണ്. ആയതിനാൽ തന്നെ ഈ വ്യത്യാസം തികച്ചും മൗലികവുമാണ്. സാമ്രാജ്യത്വത്തിനു പിന്നിലുള്ള ചാലക ശക്തി എന്ന നിലയിൽ നേതൃപദവിയിലുള്ള രാജ്യത്തിന്റെ ഭരണകൂടത്തെ കണക്കിലെടുത്തുകൊണ്ട്, ഈ കാഴ്ചപ്പാട് ഭരണകൂടത്തിന് കേവലം ആപേക്ഷികമായ സ്വയംഭരണാവകാശം മാത്രമല്ല നൽകിയിരിക്കുന്നത്,മറിച്ച് അതിന് പരിപൂർണമായ സ്വയംഭരണമാണ് ചാർത്തിക്കൊടുത്തിരിക്കുന്നത്. ഭരണകൂടം ഒരു സാമ്പത്തിക പരിസരത്തിനുള്ളിൽനിന്നാണ് പ്രവർത്തിക്കുന്നത് എന്ന് ഈ കാഴ്ചപ്പാട് സമ്മതിക്കുന്നുണ്ട്. പ

ക്ഷേ, രാഷ്ട്രീയത്തിന്റെ ചാലകശക്തിയെന്ന നിലയിൽ അത് സാമ്പത്തി
കശാസ്ത്രത്തെ കാണുന്നില്ല. വാസ്തവത്തിൽ, ഇത്തരം ഒരു പരികൽപ്പ
നയെ 'ലഘൂകരിക്കൽ' (Reductionist)- എന്ന പേരിൽ അത് നിരാകരി
ക്കുകയാണ്. ആയതിനാൽ, മുതലാളിത്തത്തെ ''സ്വയം പ്രവർത്തനക്ഷ
മമമായ'', അഥവാ അനാസൂത്രിതവും അതുകൊണ്ടുതന്നെ അതിന്റേതാ
യ അടിസ്ഥാന വൈരുധ്യങ്ങൾ പരിഹരിക്കുന്നതിന് കെൽപ്പില്ലാത്തതു
മായ സ്വയമേവ ചലിക്കുന്ന ഒരു വ്യവസ്ഥിതി എന്ന മൗലികധാരണയിൽ
നിന്ന് അത് അകന്നുപോകുന്നു.

ഈ നിലപാടിന്റെ പെട്ടെന്നുള്ള അനന്തരഫലം അത് മുതലാളിത്ത
ത്തിന്റെ ഇപ്പോഴത്തെ ദുർഘട പ്രതിസന്ധിയെ വിലകുറച്ച് കാണുന്നു
എന്നതാണ്. പൊതുവെ പറഞ്ഞാൽ, രാഷ്ട്രീയത്തിന് സ്വയം ഭരണാവ
കാശം കൽപ്പിക്കുന്ന ഈ സമീപനത്തിലെ രീതിശാസ്ത്രപരമായ പിശക്,
അതിന് സംഭവഗതികളെ മുൻകൂട്ടി കാണാൻ കഴിയില്ല എന്നതാണ്; മറിച്ച്
സംഭവങ്ങൾ നടന്നു കഴിഞ്ഞശേഷം അവയെക്കുറിച്ച് വിശദീകരിക്കാൻ
മാത്രമേ അതിന് കഴിയു എന്നതാണ്. മുതലാളിത്ത വ്യവസ്ഥിതിയിൽ
അന്തർലീനമായ സാമ്പത്തിക യുക്തി അടിച്ചേൽപ്പിക്കുന്ന സാഹചര്യ
ങ്ങളെ തടയുന്നതിനുള്ള ഉപാധികളൊന്നും ആ വ്യവസ്ഥിതിക്ക് ഉണ്ടാ
യിരിക്കില്ല. എന്തെല്ലാം പരിതാപകരമായ അവസ്ഥ ആ വ്യവസ്ഥിതിക്ക്
സംഭവിച്ചാലും അതിനെ അതിജീവിക്കാൻ സ്വയാധികാരമുള്ള ഒരു ഏ
ജൻസി എന്ന നിലയിൽ ഭരണകൂടത്തിന് എന്തെങ്കിലും ചെയ്യാൻ കഴി
യുമോ ഇല്ലയോ എന്ന് അറിയുന്നതിന് സംഭവം നടന്നു കഴിഞ്ഞശേഷമേ
പറ്റൂ. ആയതിനാൽ സമൂഹത്തിന്റെയാകെ ചലന ഗതിക്രമത്തെ മുൻകൂട്ടി
കാണുന്നതിന്റെ അടിസ്ഥാനത്തിൽ വിപ്ലവ വർഗസഖ്യം കെട്ടിപ്പടുത്തു
കൊണ്ട് ബോധപൂർവമായ വിപ്ലവ പ്രവർത്തനം നടത്താൻ ഈ സമീ
പനം അനുയോജ്യമല്ല.

ഹാർദ്ദും നെഗ്രിയും ചേർന്ന് രചിച്ച (2000) *സാമ്രാജ്യം* (Empire)
എന്ന പ്രമുഖ കൃതി തികച്ചും വ്യത്യസ്തമായ ഒരു കാഴ്ചപ്പാട് അവത
രിപ്പിക്കുന്നുണ്ട്. ഇത് ദേശരാഷ്ട്രത്തെ (Nation State) അടിസ്ഥാനമാ
ക്കിയ 'ആധുനിക' സാമ്രാജ്യത്വത്തിൽനിന്നും 'ഉത്തരാധുനിക' (Post
Modern) മായ ഒരു ആഗോള സാമ്രാജ്യ (Empire) ത്തിലേക്കുള്ള പരി
വർത്തനത്തെക്കുറിച്ചാണ് പറയുന്നത് – പൗരാണിക റോമുമായി താര
തമ്യപ്പെടുത്താവുന്ന ഒരു ബഹുരാഷ്ട്ര സംവിധാനം. സാമ്രാജ്യത്തിന്റെ
ഉദയത്തോടെ, ദേശീയ സംഘടനങ്ങൾക്ക് അവസാനമായി. സാമ്രാജ്യം
സമ്പൂർണവും സമഗ്രവുമാണ്: വിജയശ്രീലാളിതമായ ആഗോള മുത
ലാളിത്തം നമ്മുടെ സാമൂഹ്യജീവിതത്തെയാകെ ഗ്രസിച്ചിരിക്കുകയാണ്;
'നാഗരികത'യുടെ സർവ ഇടത്തെയും അത് സ്വയം കൈയടക്കിയിരി
ക്കുകയാണ്; സ്വന്തം 'ശത്രു'വിനെ അത് ഒരു 'കുറ്റവാളി'ആയും ഏതെ
ങ്കിലും ഒരു രാഷ്ട്രീയ സംവിധാനത്തിനും രാഷ്ട്രത്തിനും മാത്രമല്ല മൊ
ത്തം ധാർമിക ക്രമത്തിനു തന്നെ ഭീഷണി ആയ 'ഭീകരവാദി' ആയു

മാണ് അവതരിപ്പിക്കുന്നത്.

എന്നാൽ ആഗോളവൽക്കരണത്തിന്റെ വിനാശകരമായ ശക്തികളെ പരിമിതപ്പെടുത്തുന്നതിനുവേണ്ടി പൊരുതുന്ന –ഉദാഹരണത്തിന് ക്ഷേമരാഷ്ട്രത്തെ സംരക്ഷിക്കുന്നതിനായി പൊരുതുന്ന – വ്യവസ്ഥാപിതമായ ഇടതുപക്ഷ നിലപാടിൽനിന്ന് വ്യത്യസ്തമായി ഹാർഡ്ഡും നെഗ്രിയും ഈ ചാലകശക്തിയിൽ ഒരു വിപ്ലവ സാധ്യത ദർശിക്കുന്നു. ആയതിനാൽ അവരുടെ കാഴ്ചപ്പാടിൽ വ്യവസ്ഥാപിത ഇടതുപക്ഷ നിലപാട് യാഥാസ്ഥിതികമായ ഒന്നാണ്; ആഗോളവൽക്കരണത്തിന്റെ ചലനാത്മകതയെ ഭയക്കുന്നതാണ്. ഈ അർഥത്തിൽ, മുതലാളിത്തത്തിന്റെ വിനാശകരമായ ശക്തിയെ പരിമിതപ്പെടുത്തുന്നതിനായി വാദിച്ചിട്ടില്ലാത്തതും മറിച്ച് മുതലാളിത്തത്തിന്റെ തന്നെ ഉത്കർഷത്തിലൂടെ മുന്നോട്ടു കൊണ്ടുപോകേണ്ടതായ മാനവരാശിയെ സംബന്ധിച്ചുള്ള അളവറ്റ പുരോഗതി അതിൽ ദർശിക്കുകയും ചെയ്തിട്ടുള്ള മാർക്സിനോട് അവർക്ക് ഉറ്റബന്ധം അവകാശപ്പെടാവുന്നതാണ്.

പക്ഷേ, വാദത്തിനുവേണ്ടി ഈ ഉറ്റബന്ധം സമ്മതിച്ചുകൊടുത്താൽ പോലും, ഒരുവശത്ത് മാർക്സും മറുവശത്ത് ഹാർഡ്ഡും നെഗ്രിയുമായി ഈ കാര്യത്തിൽ പോലും അടിസ്ഥാനപരമായ ഒരു വ്യത്യാസമുണ്ട്. ഈ വ്യത്യാസം ഈ വസ്തുതയിൽ തന്നെ കാണാവുന്നതാണ്. മുതലാളിത്തത്തിന്റെ ഉത്കർഷം ആവശ്യമാണെന്ന് മാത്രമല്ല മാർക്സ് പറഞ്ഞിട്ടുള്ളത്. മറിച്ച് ആ വ്യവസ്ഥിതിയുടെ ശവക്കുഴി തോണ്ടുന്ന ഉപകരണത്തെ, അതായത് തൊഴിലാളിവർഗത്തെ, കൂടി അത് ഉൽപ്പാദിപ്പിക്കുന്നുണ്ടെന്ന വസ്തുതയും മാർക്സ് കാണുമ്പോൾ, സമകാലിക ആഗോളവൽക്കരണത്തിനും അപ്പുറത്തേക്ക് പോകുന്നതിനുള്ള ഹാർഡ്ഡിന്റേയും നെഗ്രിയുടെയും പ്രായോഗിക നിർദേശം വെറും ഒരു നനഞ്ഞ പടക്കമാണ്.

മൂന്ന് ആഗോള അവകാശങ്ങൾക്കായുള്ള രാഷ്ട്രീയ പോരാട്ടങ്ങളാണ് ഗ്രന്ഥകർത്താക്കൾ നിർദേശിക്കുന്നത്: ആഗോള പൗരത്വത്തിനുള്ള അവകാശം, ഏറ്റവും ചുരുങ്ങിയ വരുമാനത്തിനായുള്ള അവകാശം, പുതിയ ഉൽപ്പാദനോപാധികൾ (അതായത്, വിദ്യാഭ്യാസം, വിവരശേഖരണവും വിവരവിനിമയവും എന്നിവയുടെ ലഭ്യതയും അവയ്ക്കുമേലുള്ള നിയന്ത്രണവും) പങ്കിട്ടെടുക്കാനുള്ള അവകാശം. സമരത്തിന്റേതായ സമൂർത്ത തന്ത്രങ്ങൾക്കുപകരം കേവലം ധാർമിക മോഹങ്ങളിൽ എല്ലാം അവസാനിപ്പിക്കണമത്രെ.

ഉദാഹരണത്തിന് ജീവിക്കാൻ അത്യാവശ്യംവേണ്ട ചുരുങ്ങിയ വരുമാനം എന്ന ആവശ്യത്തിന്റെ കാര്യമെടുക്കുക. "ഒരുവശത്ത് സ്വത്തും മറുവശത്ത് ദാരിദ്ര്യവും" ഉൽപ്പാദിപ്പിക്കാനുള്ള മുതലാളിത്തത്തിന്റെ സഹജ സ്വഭാവം, തികച്ചും സാമ്പത്തികമായി തകർക്കൽ എന്ന നിഷ്ഠുരമായ പ്രക്രിയയിലൂടെ ഇപ്പോൾ അത് സ്വയം പ്രകടിപ്പിക്കുകയാണ്; മൂലധനത്തിന്റെ പ്രാകൃതസഞ്ചയം കെട്ടഴിച്ചുവിട്ടതാണ് ഇങ്ങനെ സാമ്പത്തി

കമായി തകർക്കുന്നതിന് ഇടയാക്കിയത്. ഇങ്ങനെ ദരിദ്രവൽക്കരിക്കപ്പെ
ട്ടവരെ തൊഴിലാളിവർഗത്തിന്റെ അണികളിലേക്ക് ഉൾപ്പെടുത്താൻപോ
ലും കഴിഞ്ഞിട്ടില്ല. ഈ പശ്ചാത്തലത്തിൽ മുതലാളിത്തത്തെ വെല്ലുന്ന
തിനും പരിപൂർണമായ ദാരിദ്ര്യാവസ്ഥ ഉൽപ്പാദിപ്പിക്കുന്ന സഹജ സ്വഭാ
വത്തിൽ നിന്നും മുക്തമായ ഒരു ബദൽ വ്യവസ്ഥിതിക്കായി പൊരുതാ
നും നാം തയാറാകുന്നില്ലെങ്കിൽ ഏറ്റവും ചുരുങ്ങിയ വരുമാനമെങ്കിലും
ഉറപ്പാക്കണമെന്ന ആവശ്യം അർഥശൂന്യമാണ്. ഏറ്റവും ചുരുങ്ങിയ വ
രുമാനമെങ്കിലും ഉറപ്പാക്കണം എന്ന ആവശ്യത്തെ നാം ഗൗരവപൂർണ
മായാണ് കാണുന്നതെങ്കിൽ, ഈ ബദൽ വ്യവസ്ഥിതിയുടെ യുക്തി, ഈ
ബദൽ വ്യവസ്ഥിതിയുടെ സ്വഭാവം, ഈ ബദൽ വ്യവസ്ഥിതി (നാം അ
തിനെ സോഷ്യലിസം എന്ന് വിളിക്കുന്നു) ലഭ്യമാക്കുന്നതിനുള്ള മാർഗ
രേഖ എന്നിവയ്ക്കായുള്ള പ്രവർത്തന പദ്ധതിക്ക് നാം രൂപം നൽകണം.
മുതലാളിത്തത്തിനുള്ളിൽ ഇത്തരം ഒരു അവകാശത്തിനായുള്ള ആവ
ശ്യത്തിന് പരിവർത്തനദശയിലെ ആവശ്യമായി മാത്രമേ പ്രസക്തിയു
ള്ളൂ. ആ ആവശ്യം മുതലാളിത്ത വ്യവസ്ഥിതിക്കുള്ളിൽ യാഥാർഥ്യമാ
ക്കാനാവില്ല; ഈ ആവശ്യത്തിന് ആളുകളെ അണിനിരത്താനും വിദ്യാ
ഭ്യാസം ചെയ്യിക്കാനും വഴി തെളിയിക്കാനുമുള്ള ഉപകരണം എന്ന നില
യിലുള്ള ഇടക്കാല ആവശ്യം എന്ന പങ്ക് നിർവഹിക്കാൻ മാത്രമേ കഴിയു.

ആയതിനാൽ പൊതുവിൽ ചുരുങ്ങിയ വരുമാനമെങ്കിലും ലഭിക്കു
ന്നതിനായി വാദിക്കുമ്പോൾ, മുതലാളിത്തത്തിനുള്ളിൽ അത് ലഭ്യമാക്കാ
നാകുമെന്ന് കരുതുന്നത് വെറും വ്യാമോഹമാണ്. ഏതു സമൂഹത്തിലാ
ണോ അത് കൈവരിക്കപ്പെടേണ്ടത് ആ സമൂഹത്തിന്റെ രൂപവും ഭാവവും
വിശകലനം ചെയ്യപ്പെടുന്നില്ലെങ്കിൽ ആ ആവശ്യം വെറുമൊരു മിഥ്യാ
മോഹം മാത്രമായിരിക്കും. സോഷ്യലിസത്തിനുവേണ്ടിയുള്ള സമരത്തിൽ
നിന്ന് ഈ ആവശ്യത്തെ വേർതിരിച്ചെടുക്കുന്നത് സൈദ്ധാന്തികമായ വൈ
കല്യത്തിന്റെ പ്രതിഫലനമാണ്; ഈ വൈകല്യം സാമ്രാജ്യംഎന്ന ഈ
കൃതിയെ ബാധിച്ചിരിക്കുന്നു. മറ്റു നിരവധി ഉൾക്കാഴ്ചകൾ ഉള്ളതാണെ
ങ്കിലും ഈ പുസ്തകം ആഗോളവൽക്കരണത്തിൽ സഹജമായുള്ള പ്ര
വണതകളെ വിശകലനം ചെയ്തിട്ടില്ല; ഈ വ്യവസ്ഥിതിയുടെ സാമ്പ
ത്തിക ശാസ്ത്രം പരിശോധിക്കാനും തയാറായിട്ടില്ല; അതിന്റെ 'നൈ
സർഗികത' കാണുന്നുമില്ല; സ്വന്തം ശവക്കുഴി തോണ്ടുന്നവരെ സൃഷ്ടി
ക്കുന്നതിനൊപ്പം തന്നെ വിപ്ലവ രാഷ്ട്രീയത്തിന്റെ പ്രയോഗത്തിനായുള്ള
നിർണായക ഘട്ടത്തെ ഉയർത്തിക്കൊണ്ടുവരുമെന്നുമുള്ള അതിന്റെ
സ്വയം പ്രവർത്തിക്കുന്ന സ്വഭാവത്തെയും അത് കാണുന്നില്ല.

ജോർജ് ലൂക്കാച്ച് ഒരിക്കൽ പറഞ്ഞത്, മാർക്സിസത്തിന്റെ ശ്രദ്ധേ
യമായ ഗുണവിശേഷം മാർക്സിനും അപ്പുറത്തേയ്ക്ക് പോകുന്നതായി
തോന്നിക്കുന്ന ഏത് ആശയവും യഥാർഥത്തിൽ മാർക്സിയൻ പൂർവ
മായ എന്തിലേക്കെങ്കിലുമുള്ള തിരിച്ചുപോക്കാണ് എന്നാണ്. ഹാർട്ടിന്റെ
യും നെഗ്രിയുടെയും മാർക്സിസ്റ്റ് അനന്തര വിശകലനം, സാങ്കൽപ്പിക

സോഷ്യലിസത്തിനും മുമ്പുള്ള നിലപാടിലേക്കുള്ള പിന്തിരിഞ്ഞുപോ ക്കായി അവസാനിക്കുന്നു എന്നതാണ് വിരോധാഭാസം.

സാമ്രാജ്യത്വത്തിനെതിരായ സമരം

പ്രതിസന്ധിയുടെ സ്വഭാവം ഒന്നാംലോകത്തിലും മൂന്നാംലോക ത്തിലും ഏറക്കുറെ വ്യത്യാസപ്പെട്ടിരിക്കുന്നു എന്ന് മുമ്പ് വാദിക്കപ്പെ ട്ടിരുന്നു. ഒന്നാംലോക രാജ്യങ്ങളിൽ അത് പ്രാഥമികമായും മൊത്തം ചോ ദനത്തിലെ അപര്യാപ്തതയുടെ പ്രതിസന്ധി ആയിരുന്നു; അത് സ്വയം പ്രകടിപ്പിക്കപ്പെട്ടത് തൊഴിലില്ലായ്മയുടെയും ഉപയോഗിക്കപ്പെടാത്ത പ്ര വർത്തനശേഷിയുടെയും രൂപത്തിലാണ്. അതേസമയം മൂന്നാംലോക രാജ്യങ്ങളിലാകട്ടെ (വിശിഷ്യാ ഇന്ത്യയെപ്പോലുള്ള രാജ്യങ്ങളിൽ) പാടെ ഇല്ലെന്ന് പറയാനാവില്ലെങ്കിലും പ്രതിസന്ധിയുടെ ഈ വശം നിശ്ശബ്ദ മാക്കപ്പെട്ടിരിക്കുകയാണ് (ഇതേവരെ). എന്നാൽ, മൂലധനത്തിന്റെ പ്രാ കൃത സഞ്ചയ പ്രക്രിയയിലൂടെ കർഷകരെയും ചെറുകിട ഉൽപ്പാദക രെയും തൊഴിലാളികളെയും ബാധിക്കുന്ന ദാരിദ്ര്യാവസ്ഥ മുഖ്യവിഷയ മായി മാറുന്നു. ഈ സമരത്തിനു പിന്നിലുള്ള വർഗസഖ്യങ്ങൾ ഈ രണ്ട് അരങ്ങുകളിലും വ്യത്യസ്തമായിരിക്കും.

ഒന്നാംലോകത്ത് തൊഴിലാളിവർഗം, പ്രവാസികൾ, 'അധഃസ്ഥിതർ' എന്ന് വിളിക്കപ്പെടുന്നവർ എന്നീ വിഭാഗങ്ങൾക്കൊപ്പം വെള്ളക്കോളർ ജീവനക്കാരും നഗരങ്ങളിലെ ഇടത്തരക്കാരും കൂടിച്ചേർന്നാണ് ചെറുത്തു നിൽപ്പ് സംഘടിപ്പിക്കുന്നത്. ഗ്രീസിലും ഫ്രാൻസിലും അയർലണ്ടിലും ഇംഗ്ലണ്ടിലും അതാണ് സംഭവിക്കുന്നത്. നിശ്ചയമായും ഇത്തരം സാ ഹചര്യങ്ങളിലെല്ലാം സംഭവിക്കുന്നത് ഇങ്ങനെയാണെങ്കിലും ഇതിനു സ മാന്തരമായി തന്നെ ഈ ചെറുത്തുനിൽപ്പിനെ തടസ്സപ്പെടുത്താനും ശിഥി ലമാക്കാനും നീക്കം നടത്തുന്ന ധനമൂലധനത്തിന്റെ ഒത്താശയോടുകൂടി ഫാസിസത്തിന്റെ വളർച്ചയും കാണാവുന്നതാണ്. മൂന്നാംലോക രാജ്യ ങ്ങളിൽ, കർഷകർ, ചെറുകിട ഉൽപ്പാദകർ, കർഷകത്തൊഴിലാളികൾ, ആദിവാസികളെയും ദളിതരെയും പോലെയുള്ള പാർശ്വവൽക്കരിക്കപ്പെട്ട വിഭാഗങ്ങൾ, തൊഴിലാളിവർഗം എന്നിവയാണ് ചെറുത്തുനിൽപ്പിനായി ഒത്തുചേരുന്നത്. അതേസമയം തന്നെ, ഒരു വിധത്തിലും ഇതേവരെ പ്ര തിസന്ധിയുടെ പ്രത്യാഘാതങ്ങൾ തൊട്ടുതീണ്ടിയിട്ടില്ലാത്തവരും ആഗോ ളവൽക്കരണംമൂലമുണ്ടായ ഉയർന്ന വളർച്ചയിൽനിന്ന് നേട്ടം ലഭിച്ചവരു മായ പട്ടണങ്ങളിലെ ഇടത്തരക്കാരിൽ ചില വിഭാഗങ്ങൾ കുറേക്കാല ത്തേക്കുക്കൂടി വൻകിട ബൂർഷ്വാസിയുടെയും ധനമൂലധന താൽപ്പര്യ ങ്ങളുടെയും പിന്തുണക്കാരായി തുടരും.

ഈ രണ്ട് വിഭാഗങ്ങളുമായും ബന്ധപ്പെട്ട നിർണായകമായ വ്യത്യ സ്തതകൾ ഇവയാണ്: മൂന്നാംലോകത്ത് കർഷകരും ചെറുകിട ഉൽപ്പാ ദകരുമാണ് അതിപ്രധാന സാമ്രാജ്യത്വവിരുദ്ധ ശക്തികൾ; എന്നാൽ ഒന്നാംലോകത്ത് ഇവർക്ക് പ്രാധാന്യം കുറവാണ്. ഒന്നാംലോകത്ത് ന

ഗരങ്ങളിലെ ഇടത്തരക്കാർ ഉശിരൻ സമരശക്തിയായിരിക്കുമ്പോൾ (ഉ
ദാഹരണത്തിന്, വ്യാപകമായ വിദ്യാർഥി പ്രതിഷേധങ്ങളിൽ കാണുന്നത്
അതാണ്) മൂന്നാം ലോകത്ത് ഇപ്പോൾ ഈ വിഭാഗം ആടിക്കളിക്കുക
യോ വൻകിട ബൂർഷ്വാസിയുടെ കൂടെ കൂടുകയോ ആണ്. (ഈ കാര്യ
ത്തിൽ ലാറ്റിൻ അമേരിക്കയിൽ വ്യത്യസ്തമായ ചിത്രമാണുള്ളത്. അവിടെ
ആഗോളവൽക്കരണത്തിന്റെയും ഇടതടവില്ലാത്ത നവഉദാരവൽക്കരണ
ത്തിന്റെയും സുദീർഘമായ ചരിത്രംമൂലം അനുഭവപ്പെട്ട കടുത്ത ദുരിത
ങ്ങൾ ചെറുകിട കർഷകരെയും നഗരങ്ങളിലെ ഇടത്തരക്കാരെയും ചെറു
ത്തുനിൽപ്പിന് ഒപ്പം അണിനിരക്കാൻ ഇടവരുത്തിയിരിക്കുന്നു).

ഈ വ്യത്യാസമുണ്ടായിരിക്കെ, ഏകീകൃതമായ ആഗോള ചെറുത്തു
നിൽപ്പ് ചക്രവാളത്തിൽ ദൃശ്യമല്ല. ഈ പശ്ചാത്തലത്തിൽ സാമ്രാജ്യ
ത്വ ആഗോളവൽക്കരണത്തിനെതിരായ പോരാട്ടം വ്യത്യസ്ത മേഖലക
ളിൽ വ്യത്യസ്ത രൂപങ്ങളിലായിരിക്കും. ഇന്ത്യയെപ്പോലുള്ള രാജ്യങ്ങ
ളിൽ ഏതു നിലയിലായാലും, ആഗോള വ്യവസ്ഥയിൽനിന്നും ഔചിത്യ
പൂർവം വേറിട്ടു പോരുന്നതിനെ അടിസ്ഥാനമാക്കിയുള്ള ഒരു ദേശീയ
അജണ്ടയ്ക്കു ചുറ്റും തൊഴിലാളി – കർഷക സഖ്യം രൂപീകരിക്കേണ്ടത്
ആവശ്യമായിരിക്കുന്നു.

ആഗോളസമ്പദ്ഘടനയിൽനിന്ന് ദേശീയ സമ്പദ്ഘടന തെരഞ്ഞെ
ടുക്കപ്പെടുന്ന ചില കാര്യങ്ങളിൽ വേർപെട്ട് പോരണമെന്ന നിർദേശത്തോട്
പലർക്കും വിയോജിപ്പാണുള്ളത്. കാരണം, ആഗോളവൽക്കരണവാഴ്ച
യിൽ നിന്ന് 'ദേശീയത'യിലേക്കുള്ള പിൻവാങ്ങലായാണ് അത് കാണ
പ്പെടുന്നത്. ശരിയാണ്, ആഗോളവൽക്കരണത്തിൽ ആധിപത്യം പുലർ
ത്തുന്നത് അന്താരാഷ്ട്ര ധനമൂലധനമാണ്; സാമ്രാജ്യത്വത്തിന്റെ ആഭി
മുഖ്യത്തിലാണ് അത് നിർവഹിക്കപ്പെടുന്നത്. എന്നാൽ, അതിനെ ചെറു
ത്തുതോൽപ്പിക്കാനുള്ള മാർഗം തൊഴിലാളികളുടെയും കർഷകരുടെയും
ഏകീകൃതമായ സാർവദേശീയ പ്രക്ഷോഭ പ്രവർത്തനങ്ങളിലൂടെയാണ്
എന്നാണ് പലരും വാദിക്കുന്നത്. ദേശീയത, സാമ്രാജ്യത്വവിരുദ്ധ ദേശീ
യതപോലും ഇത്തരം സാർവദേശീയ സമരങ്ങളിൽ നിന്നുള്ള പിന്തിരി
യലിനെ പ്രതിനിധീകരിക്കലായാണ് അവർ കാണുന്നത്. അതുകൊണ്ട്,
ഒരു പരിധിവരെ ഇത് ലോകത്തിൽനിന്ന് ഒറ്റപ്പെട്ടുനിൽക്കലാണ്; പിന്തി
രിപ്പൻ പ്രത്യാഘാതങ്ങൾക്ക് സാധ്യതയുള്ളതാണിത് എന്നും അവർ കാ
ണുന്നു.

ഈ നിലപാടിനെതിരെ അടിസ്ഥാനപരമായ രണ്ട് വാദഗതികളുണ്ട്.
ഒന്നാമത്തേത്, തൊഴിലാളികളുടേതായാൽപോലും സാർവദേശീയമായി
ഏകീകരിക്കപ്പെടുന്ന സമരങ്ങൾ എന്നത് സമീപഭാവിയിലൊന്നും സാധ്യ
മായ സങ്കൽപ്പനമല്ല. നമ്മുടേതുപോലുള്ള രാജ്യങ്ങളിൽ സാമ്രാജ്യത്വ
ആഗോളവൽക്കരണത്തിനെതിരായ സമരത്തിൽ മുഖ്യശക്തിയായി കർ
ഷകജനതയെ നാം കാണുമ്പോൾ അത്രത്തോളം തന്നെ അസാധ്യമാണ്
കർഷകസമരങ്ങളുടെ സാർവദേശീയ ഏകോപനം. എന്നാൽ ഇത്തരം

സാർവദേശീയ ഏകോപനത്തിന് വാശിപിടിക്കുന്നവർ കർഷകപ്രശ്ന ത്തെക്കുറിച്ച് അശേഷം ഓർമിക്കുന്നതേയില്ല. മറ്റു വാക്കുകളിൽ പറ ഞ്ഞാൽ, ഒരു ബദൽ തന്ത്രത്തിലേക്ക് കടക്കുന്നതിനുള്ള മാർഗം എന്ന നിലയിൽ തൊഴിലാളി – കർഷക സഖ്യത്തിന്റെ കേന്ദ്ര പ്രാധാന്യത്തെ അംഗീകരിക്കുന്ന ഒരു വിശകലനത്തിന് സാമ്രാജ്യത്വ ആഗോളവൽകര ണത്തിനെതിരായ സമരത്തെ ദേശീയാടിസ്ഥാനത്തിൽ കാണാനല്ലാതെ പറ്റില്ല; ദേശരാഷ്ട്രത്തിന്റെ സ്വഭാവത്തിൽ ഒരു മാറ്റമുണ്ടാക്കുക എന്ന ലക്ഷ്യത്തോടെയുള്ളതുമാണിത്.

രണ്ടാമതായി, ഇതിനുമുമ്പ് സൂചിപ്പിച്ചതുപോലെ, ഏതു രാജ്യ ത്തെയും തൊഴിലാളികളുടെ ജീവിത സാഹചര്യത്തിൽ അഭിവൃദ്ധി ഉ ണ്ടാക്കുന്നതിന് ഇത്തരത്തിൽ ബന്ധം വേർപ്പെടുത്തേണ്ടത് അനുപേക്ഷ ണീയമാണ്. ഇത്തരത്തിൽ സ്വന്തം ജീവിതാഭിവൃദ്ധിക്കുവേണ്ടി പൊരു തുന്ന തൊഴിലാളികളോട്, കർഷകരുടെയും തൊഴിലാളികളുടെയും താൽപ്പര്യങ്ങൾക്കൊത്തവണ്ണം കാര്യങ്ങൾ നിർവഹിക്കുന്ന ഒരു പുതിയ ലോക ഭരണകൂടം നിലവിൽ വരുന്നതുവരെ കാത്തിരിക്കാൻ ആവശ്യ പ്പെടാൻ കഴിയില്ല.

നമ്മുടേതുപോലുള്ള മൂന്നാംലോക രാജ്യങ്ങളിലെ ഇടതുപക്ഷ ത്തിന്റെ ഭാഗത്തുനിന്ന്, സാമ്രാജ്യത്വ ആഗോളവൽക്കരണത്തിനെതിരെ ഇത്തരമൊരു തൊഴിലാളി – കർഷക സഖ്യം കെട്ടിപ്പടുക്കുന്നതിൽ ഉണ്ടാ കുന്ന ഏതു വിധത്തിലുള്ള കാലതാമസവും മറ്റൊരു കാരണംകൊണ്ടും ഗുരുതരമായ പ്രത്യാഘാതമുണ്ടാക്കും: ഇടതുപക്ഷം തങ്ങളെ സംഘടി പ്പിക്കുന്നതിനായി കർഷകർ കാത്തുനിൽക്കില്ല; ഇടതുപക്ഷം ആദ്യമേ തന്നെ മുന്നോട്ടുവന്നില്ലെങ്കിൽ പുതിയ ആഗോളവ്യവസ്ഥയ്ക്കെതിരായ തങ്ങളുടെ ചെറുത്തുനിൽപ്പിന് മുന്നിൽനിർത്താൻ കർഷകർ എല്ലാ തര ത്തിലുംപെട്ട മൗലികവാദി സംഘടനകളിലേക്കും തിരിയും. ഇറാനിൽ അഹമ്മദി നെജാദിന്റെ ഇസ്ലാമിക മൗലികവാദത്തിനു പിന്നിൽ കർഷക രുടെയും ചെറുകിട ഉൽപ്പാദകരുടെയും വർഗപരമായ പിന്തുണ നമുക്ക് കണ്ടെത്താൻ കഴിയും. ബൊളീവിയയിൽ ഇവൊ മൊറേൽസിന്റെ ഉയർ ച്ചയ്ക്കു പിന്നിലുള്ളതും അതേ വർഗപരമായ പിന്തുണ തന്നെയാണ്. നാം ഇറാനിയൻ മാർഗമാണോ ബൊളീവിയൻ മാർഗമാണോ പിന്തുട രാൻ പോകുന്നത് എന്ന കാര്യം, സാമ്രാജ്യത്വ ആഗോളവൽക്കരണത്തി നെതിരെ തൊഴിലാളിവർഗത്തോടൊപ്പം അണിനിരത്തുന്നതിന് ഒരു സ മരശക്തിയെന്ന നിലയിൽ കർഷക ജനതയെ സംഘടിപ്പിക്കുന്നതിനു ള്ള ഇടതുപക്ഷനീക്കം എത്ര വേഗത്തിലായിരിക്കും എന്നതിനെയാണ് ആശ്രയിച്ചിരിക്കുന്നത്.

എന്നാൽ, ആഗോളവൽക്കരണ പ്രക്രിയയെ വിപ്ലവപരമായി മുന്നോ ട്ടുകൊണ്ടുപോകുന്നതിന് അതിന്റെ ചലനാത്മകതയെ പിടിച്ചെടുക്കുന്ന തിനെതിരായതെന്ന നിലയിൽ ഹാർഡ്ടും നെഗ്രിയും വിമർശിച്ചിട്ടുള്ള തര ത്തിലുള്ള യാഥാസ്ഥിതികവും പ്രതിരോധപരവുമായ പ്രതികരണത്തെ

പ്രതിനിധാനം ചെയ്യുന്ന ഒരു ദേശീയ അജണ്ടയിലേക്കുള്ള പിൻവാങ്ങ ലല്ലേ ഇത്? കാലത്തെ പിറകോട്ട് പിടിക്കാനുള്ള വൈരുധ്യാത്മകമല്ലാ ത്ത ഒരു നടപടിയല്ലേ ഇത്? ചരിത്രത്തിന്റെ മുന്നോട്ടുള്ള പ്രവാഹത്തി നെതിരായ ഒരു ദേശീയ അജണ്ടയിലേക്ക് പിൻവാങ്ങലല്ലേ ഇത്? ''ചരി ത്ര പ്രക്രിയയെ മൊത്തമായി'' ഉൾക്കൊള്ളുന്ന ഒരു ശക്തി, തൊഴിലാളി വർഗത്തിലേക്ക് വിപ്ലവപരമായ വർഗവീക്ഷണം കൊണ്ടുവരികയും അ തിനുചുറ്റും കർഷക ജനതയെ സംഘടിപ്പിക്കുകയും ചെയ്യുന്ന ഒരു ശക്തി നേതൃത്വം നൽകുമ്പോഴാണ് ചരിത്രത്തിന്റെ മുന്നോട്ടുള്ള പ്രവാഹം ഉറ പ്പാകുന്നത് എന്ന വസ്തുതയിലാണ് ഈ ചോദ്യത്തിന്റെ ഉത്തരം സ്ഥി തി ചെയ്യുന്നത്. ചരിത്രത്തിന്റെ മുന്നോട്ടുള്ള പ്രവാഹത്തെ, ചെറുത്തു നിൽപ്പിന്റെ മണ്ഡലം ദേശീയമാണോ സാർവദേശീയമാണോ എന്ന സൂ ത്രവാക്യത്തിലേക്ക് ചുരുക്കാനാവില്ല; ചെറുത്തുനിൽപ്പിന് നേതൃത്വം നൽ കുന്ന ശക്തി സാർവദേശീയവാദികളാണോ പിന്തിരിപ്പന്മാരാണോ എന്ന തിനെയാണ് ചരിത്രത്തിന്റെ മുന്നോട്ടുള്ള ഗതി ആശ്രയിച്ചിരിക്കുന്നത്.

മുമ്പ് വാദിക്കപ്പെട്ടിരുന്നതുപോലെ മുതലാളിത്തത്തിന്റെ പ്രതിസ ന്ധി നീണ്ടുനിൽക്കുന്ന ഒന്നായിരിക്കാനാണ് സാധ്യത. അത് നിരവധി ഘട്ടങ്ങളിലൂടെയും നിരവധി വളവ് തിരിവുകളിലൂടെയും കടന്നുപോകും; അതിൽ ചിലത് 1930 കളിലെ പ്രതിസന്ധി കാലത്ത് ഉണ്ടായതുപോലെ, ഇടതുപക്ഷത്തിന് പ്രതികൂലം പോലുമായിരിക്കാം. എന്നാൽ ലെനിൻ മുമ്പ് ചെയ്തതുപോലെ ഈ പ്രതിസന്ധിഘട്ടത്തെ ഇടതുപക്ഷം ശരി യായി വിനിയോഗിക്കുകയാണെന്നുണ്ടെങ്കിൽ ഇത് മാനവരാശിയെ സം ബന്ധിച്ചിടത്തോളം സോഷ്യലിസ്റ്റ് പരിവർത്തനത്തിന്റെ ചരിത്രപരമായ സാധ്യതകളെ ഗർഭം ധരിച്ചിരിക്കുകയാണ്.

3
ലെനിനും മാർക്സിസ്റ്റ് സാമ്പത്തികശാസ്ത്രവും

മാർക്സിസ്റ്റ് സാമ്പത്തിക ശാസ്ത്രത്തിനുള്ള ലെനിന്റെ സൈദ്ധാ
ന്തിക സംഭാവനകളെല്ലാം ശരിയായ വിപ്ലവ പ്രയോഗത്തിനുവേണ്ടിയുള്ള
അദ്ദേഹത്തിന്റെ ഇടപെടലുകളായിരുന്നു; അവയൊന്നും തന്നെ മാർക്
സിസ്റ്റ് സാമ്പത്തിക ശാസ്ത്രത്തെ വികസ്വരമാക്കുന്നതിനുവേണ്ടി മാത്രം
എഴുതിയ പ്രബന്ധങ്ങളായിരുന്നില്ല. അദ്ദേഹത്തിന്റെ സംഭാവനകൾ
ദൂരവ്യാപകമായവയുമാണ്; പക്ഷേ, ഒരു പൊതുകാഴ്ചപ്പാടിനുള്ളിലാണ്
അവയുടെ ഇടം കണ്ടെത്തേണ്ടത്. അതാണ് ലെനിന്റെ സവിശേഷത-
അതായത്, ഒരു സമൂർത്ത പദ്ധതിയെന്ന നിലയിലാണ് വിപ്ലവത്തെ സം
ബന്ധിച്ച അദ്ദേഹത്തിന്റെ വീക്ഷണം. "ഇവിടെയും ഇപ്പോഴും" വിപ്ലവവും
തമ്മിൽ ഒരു വേർതിരിക്കൽ രൂപരേഖ തയ്യാറാക്കേണ്ടത് ഇത് അനിവാ
ര്യമാക്കി; തൊഴിലാളിവർഗവും സമൂഹത്തിലെ മറ്റു വർഗങ്ങളും തമ്മി
ലുള്ള ബന്ധത്തെ സംബന്ധിച്ച ഒരു പരിശോധനയും നിരവധി ഘട്ടങ്ങളി
ലൂടെ കടന്നുപോകുന്ന ഒരു പ്രക്രിയ എന്ന നിലയിൽ വിപ്ലവത്തെ സം
ബന്ധിച്ച ഒരു സങ്കൽപ്പനവുമാണ് അത്. ഒരു സമൂർത്ത പരിപാടിയെന്ന
നിലയിലുള്ള വിപ്ലവത്തെ സംബന്ധിച്ച ഈ കാഴ്ചപ്പാടാണ് റഷ്യയെപ്പോ
ലെയുള്ള 'പിന്നണിയിൽ നിൽക്കുന്ന' ഒരു സമൂഹത്തിലെ വിപ്ലവത്തെക്കു
റിച്ചുള്ള ലെനിന്റെ സിദ്ധാന്തവൽക്കരണത്തിന് ആധാരമായത്. പിന്നീട്
ഒരു ഘട്ടത്തിൽ, സാമ്രാജ്യത്വത്തെ സംബന്ധിച്ച തന്റെ ധാരണയുടെ
അടിസ്ഥാനത്തിൽ ഇരുപതാം നൂറ്റാണ്ടിലെ രണ്ട് മുഖ്യ വിപ്ലവധാരകളെ
യോജിപ്പിച്ചുകൊണ്ട് ലോക വിപ്ലവ പ്രക്രിയയെ സിദ്ധാന്തവൽക്കരിക്കാൻ
(ഒന്നാം ലോകയുദ്ധക്കാലത്ത് അദ്ദേഹം വാദിച്ചത് ചരിത്രത്തിന്റെ
അജണ്ടയിൽ വന്നുകഴിഞ്ഞതാണ്) അത് അദ്ദേഹത്തെ പ്രാപ്തനാക്കു
കയും ചെയ്തു: "വികസിതരാജ്യങ്ങളിലെ തൊഴിലാളിവർഗ വിപ്ലവധാ
രയും മർദിത 'പിന്നോക്ക' രാജ്യങ്ങളിലെ ദേശീയ വിമോചനധാരയും"

(അഥവാ ജനാധിപത്യവിപ്ലവം).

മാർക്സിന്റെ സൈദ്ധാന്തികമായ മുഖ്യകൃതി വാദിക്കുന്നത്, മുതലാ ളിത്തത്തിന്റെ വികാസം സോഷ്യലിസത്തിലൂടെ അതിനെത്തന്നെ തി രസ്കരിക്കുന്നതിനുള്ള സാഹചര്യം സംജാതമാക്കുന്നതായാണ്; ഈ വി പ്ലവം വികസിത മുതലാളിത്ത രാജ്യങ്ങളിൽ സംഭവിക്കുമെന്നാണ് അദ്ദേഹം വ്യക്തമായും വിഭാവനം ചെയ്തത്. കൊളോണിയലിസത്തെ സംബന്ധിച്ച തങ്ങളുടെ കൃതികളിൽ, ഇന്ത്യയെപ്പോലെയുള്ള രാജ്യ ങ്ങളിൽ കോളനിവാഴ്ചയ്ക്കെതിരായ വിപ്ലവത്തിന്റെ സാധ്യത മാർക് സും എംഗൽസും മുൻകൂട്ടി കണ്ടു. പക്ഷേ, സോഷ്യലിസ്റ്റ് വിപ്ലവത്തി ലേക്കുള്ള പരിസരവുമായി ഇത്തരം വിപ്ലവങ്ങളുടെ ബന്ധത്തെ അദ്ദേഹം പരിശോധനാവിധേയമാക്കിയില്ല. എന്നാൽ തന്റെ ജീവിതാന്ത്യത്തിൽ മാർ ക്സ് റഷ്യയിലേക്ക് ശ്രദ്ധ തിരിച്ചു; റഷ്യൻ ഗ്രാമ കമ്യൂൺ വ്യവസ്ഥിതി യിൽ നിന്നും നേരിട്ട് സോഷ്യലിസത്തിലേക്കുള്ള പരിവർത്തനം സാധ്യ മാണെന്ന വേരസാധു ലിച്ചിന്റെ അഭിപ്രായത്തോട് അദ്ദേഹം യോജി ക്കുകയും ചെയ്തിരുന്നു. പക്ഷേ, ഈ പ്രക്രിയയെ സഹായിക്കാൻ യൂ റോപ്പിൽ സോഷ്യലിസം വിജയം വരിച്ചിരിക്കണമെന്നു മാത്രം.

യൂറോപ്യൻ സോഷ്യലിസ്റ്റ് വിപ്ലവത്തിനുള്ള കേന്ദ്ര സ്ഥാനത്തിന് ഊന്നൽ നൽകുമ്പോൾ തന്നെ, പരസ്പര പൂരകമായ ഒരു ലോക വി പ്ലവ പ്രക്രിയ ലെനിൻ വിഭാവനംചെയ്തു. മുതലാളിത്ത വികസനത്തി ന്റെ താഴ്ന്ന പടിയിലുള്ള രാജ്യങ്ങൾക്ക് പോലും യൂറോപ്യൻ സോഷ്യ ലിസ്റ്റ് വിപ്ലവത്തിന്റെ സഹായത്തിലൂടെ വിവിധ ഘട്ടങ്ങളിലൂടെ കടന്ന് സോഷ്യലിസത്തിലേക്ക് നീങ്ങാനാകും. വിപ്ലവം ആദ്യം, എവിടെ സം ഭവിക്കുന്നു എന്നത് പ്രശ്നമേയല്ല. (മുതലാളിത്ത സാമ്രാജ്യത്വം ലോ കത്തെ ബന്ധിച്ചിരിക്കുന്ന 'ചങ്ങല'യിലെ 'ദുർബലമായ കണ്ണി'യായിരി ക്കും ആദ്യം പൊട്ടുകയെന്ന് അദ്ദേഹം വാദിച്ചു.) ഓരോ രാജ്യത്തിലെയും വിപ്ലവത്തിന്റെ കൃത്യമായ വർഗസ്വഭാവവും ഘട്ടവും കടമകളും അതി ന്റെ മുന്നോട്ടുള്ള പ്രയാണവുമെല്ലാം വ്യക്തമായി വിശലകനം ചെയ്യേണ്ടതുണ്ട്. മുതലാളിത്ത വികസനം പൂർത്തിയായിട്ടില്ലാത്ത രാജ്യ ങ്ങളുടെ കാര്യത്തിൽപോലും ഈ വിശകലനം നടത്തേണ്ടതാണ്.

റഷ്യയെ സംബന്ധിച്ചിടത്തോളം ഗ്രാമ സമൂഹങ്ങൾ ശിഥിലമാവു കയും മുതലാളിത്ത വികസനത്തിന് വഴിയൊരുങ്ങുകയും ചെയ്യുമെന്ന് ലെനിൻ വിശ്വസിച്ചു. അങ്ങനെയായാൽ ഗ്രാമസമൂഹങ്ങളിൽനിന്ന് നേരിട്ട് സോഷ്യലിസത്തിലേക്കുള്ള പരിവർത്തനം എന്ന സാധു ലിച്ചിന്റെ വീ ക്ഷണം അപ്രസക്തമാകും. റഷ്യയിൽ മുതലാളിത്തത്തിന്റെ വളർച്ച അതിവേഗത്തിൽ മുന്നേറുകയായിരുന്നു. അതുകാരണം തൊഴിലാളിവർ ഗം മുഖ്യവിപ്ലവ ശക്തിയായി ഉയർന്നുകഴിഞ്ഞിരുന്നു. രംഗത്ത് താമസി ച്ച് എത്തുകയും തൊഴിലാളിവർഗത്തിന്റെ ഭീഷണി നേരിടുകയും ചെയ്ത റഷ്യൻ ബൂർഷ്വാസിക്ക് ജനാധിപത്യവിപ്ലവം മുന്നോട്ടു നയിക്കാൻ കെൽപ്പില്ലായിരുന്നു; പ്രത്യേകിച്ചും, ഫ്രഞ്ച് വിപ്ലവകാലത്ത് ഫ്രാൻസി

ലെ ബൂർഷ്വാസി ചെയ്തതുപോലെ ഫ്യൂഡൽ എസ്റ്റേറ്റുകൾ പിടിച്ചെടു
ക്കാനും സാർ ഭരണത്തെ അധികാരഭ്രഷ്ടമാക്കാനും അവർക്ക് കഴിയു
മായിരുന്നില്ല. ആയതിനാൽ ബൂർഷ്വാസി ചെയ്യേണ്ടതായ ജനാധിപത്യ
വിപ്ലവത്തെ നയിക്കുകയെന്ന ജോലി തൊഴിലാളിവർഗം ഏറ്റെടുക്കുക
യും സോഷ്യലിസത്തിലേക്ക് നീങ്ങുകയും വേണം. ഓരോ ഘട്ടത്തിലും
ഇതിനായി കർഷകജനതയുടെ ഗണ്യമായ ഒരു വിഭാഗത്തെ തൊഴിലാ
ളിവർഗം തങ്ങളോടൊപ്പം അണിനിരത്തണം. (വിപ്ലവത്തിന്റെ ഓരോ
ഘട്ടത്തിലെയും തൊഴിലാളി-കർഷക സഖ്യത്തിന്റെ ഘടന വ്യത്യസ്
തമായിരിക്കും).

യുദ്ധപൂർവ രചനകൾ

യുദ്ധത്തിന് മുമ്പുള്ള കാലഘട്ടത്തിൽ ലെനിൻ എഴുതിയ സാ
മ്പത്തിക ശാസ്ത്ര കൃതികൾ ഏറെയും ഈ സങ്കൽപ്പനം സ്ഥാപിച്ചെടു
ക്കുന്നതിന് ലക്ഷ്യമാക്കിയവയാണ്. റഷ്യയിലെ ആഭ്യന്തരവിപണി വളരെ
ചെറുതായതുകാരണം (റഷ്യൻ ജനതയുടെ ദാരിദ്ര്യമാണ് വിപണി ചെറു
തായതിന് കാരണം) ആ രാജ്യത്ത് മുതലാളിത്തത്തിന്റെ വളർച്ച അസാ
ധ്യമാണെന്നാണ് നരോദ്നിക്ക് സാമ്പത്തിക ശാസ്ത്രജ്ഞർ വാദിച്ചത്.
അതേസമയം, ലെനിനാകട്ടെ, റഷ്യയിൽ മുതലാളിത്തം വികസിച്ചുവരു
ന്നതായും റഷ്യൻ ഗ്രാമ സമൂഹം (മിർ) ഫലപ്രദമായി തകർക്കപ്പെട്ടു
വരുന്നതായും വാദിച്ചു. അദ്ദേഹം നരോദ്നിക്കുകളുമായി സൈദ്ധാന്തിക
സംവാദത്തിൽ ഏർപ്പെട്ടു; മാർക്സിന്റെ വിപുലീകൃത പുനരുൽപ്പാദന
പദ്ധതിയെയാണ് ലെനിൻ ഈ സംവാദത്തിൽ വിനിയോഗിച്ചത്.

ലെനിൻ മൂന്ന് അടിസ്ഥാന വിഷയങ്ങളാണ് അവതരിപ്പിച്ചത്; ഒന്നാ
മത്തേത്, സമ്പദ്ഘടനയിലെ തൊഴിൽ വിഭജനപ്രക്രിയയുടെ ഫലം മാ
ത്രമാണ് വിപണി. കർഷക കുടുംബങ്ങൾ കൈത്തൊഴിൽ ഉൽപ്പാദന
ത്തിൽ (craft production) കൂടി ഏർപ്പെട്ടിരുന്ന സാഹചര്യത്തിൽനിന്ന്
കർഷകർ കൃഷിയിൽ മാത്രം പ്രത്യേക ശ്രദ്ധ കേന്ദ്രീകരിക്കുകയും ഒരു
പ്രത്യേക വിഭാഗം ഉൽപ്പാദകർ കൈത്തൊഴിൽ ഉൽപ്പാദനത്തിൽ കേന്ദ്രീ
കരിക്കുകയും ചെയ്യുന്ന സാഹചര്യത്തിലേക്ക് മാറുമ്പോൾ, അതുകൊ
ണ്ടുതന്നെ അവിടെ വിപണിയുടെ ആവിർഭാവം ഉണ്ടാകുന്നു. രണ്ടാമതാ
യി, വിവിധ ശാഖകൾ ഏറ്റെടുക്കുന്ന ഉൽപ്പാദനത്തിൽ അസന്തുലിതാ
വസ്ഥകൾ ഉണ്ടായേക്കാം; ചിലർ ചോദനത്തെക്കാൾ അധികമായി
ഉൽപ്പാദിപ്പിക്കുന്നു; മറ്റു ചിലരാകട്ടെ ചോദനത്തിന്റെ അത്രതന്നെ ഉൽപ്പാ
ദിപ്പിക്കുന്നില്ല. എന്നാൽ പ്രതിസന്ധികൾക്കിട വരുത്തുന്ന ഇത്തരം
അസന്തുലിതാവസ്ഥകൾ മുതലാളിത്തത്തിന്റെ സഹജമായ സവി
ശേഷതയാണ്. പ്രതിസന്ധി കാരണമുണ്ടാകുന്ന അസാധ്യത ഒഴിവാക്കു
ന്നതിനുപരി അത്തരം പ്രതിസന്ധികളിലൂടെയാണ് ഈ വ്യവസ്ഥിതി
മുന്നോട്ടുനീങ്ങുന്നത്. മൂന്നാമതായി, ഉൽപ്പാദനവും ഉപഭോഗവും തമ്മി
ലുള്ള വൈരുധ്യം മുതലാളിത്തത്തിന്റെ സവിശേഷതയാണ്. ഇത് തൊഴി

ലാളികളെ പരമദയനീയമായ ജീവിതനിലവാരത്തിലേക്ക് തള്ളിനീക്കു
ന്നു. ഇതിന്റെ അടിസ്ഥാനത്തിൽ ഈ വ്യവസ്ഥിതിക്ക് വികസിക്കാൻ കഴി
യില്ലെന്ന് വാദിക്കുന്നത് ശരിയല്ല; കാരണം, മുതലാളിത്ത ഉൽപ്പാദനം
ഉപഭോഗത്തെ അടിസ്ഥാനമാക്കിയല്ല നടക്കുന്നത്. വിവിധതരത്തിലുള്ള
ഉൽപ്പാദനോപാധികൾ ഉൽപ്പാദിപ്പിക്കുന്ന ഒന്നാമത്തെ ഡിപ്പാർട്ടുമെന്റ്,
ഉപഭോഗ ഉപാധികൾ ഉൽപ്പാദിപ്പിക്കുന്ന രണ്ടാമത്തെ ഡിപ്പാർട്ടുമെന്റിൽ
നിന്ന് തികച്ചും സ്വതന്ത്രമായാണ് വളരുന്നത്; അങ്ങനെ ചെയ്യാൻ കഴി
യുകയും ചെയ്യും. മൂലധനത്തിന്റെ വർധിച്ചുവരുന്ന ജൈവഘടന കാ
രണം വികസിച്ചുകൊണ്ടിരിക്കുന്ന മുതലാളിത്ത വ്യവസ്ഥിതിയുടെതന്നെ
സ്വന്തം ആന്തരിക ആവശ്യങ്ങളെ തീറ്റിപ്പോറ്റിയാണ് ഈ വളർച്ച സാധ്യ
മാകുന്നത്.

4

സമകാലിക സാമ്രാജ്യത്വത്തെ
സംബന്ധിച്ച ചില കുറിപ്പുകൾ

സാമ്രാജ്യത്വത്തിന്റെ ഘട്ടങ്ങൾ

മൂലധനത്തിന്റെ കേന്ദ്രീകരണ പ്രക്രിയ മൂലം വ്യവസായത്തിലും ബാങ്കുകൾക്കിടയിലും കുത്തകയുടെ ഉദയത്തോടെ, ഇരുപതാം നൂറ്റാ ണ്ടിന്റെ തുടക്കം മുതലാണ് മുതലാളിത്തത്തിന്റെ സാമ്രാജ്യത്വഘട്ടം (കു ത്തക മൂലധനവുമായാണ് ലെനിൻ സാമ്രാജ്യത്വത്തെ ബന്ധപ്പെടുത്തി യത്) ആരംഭിച്ചത് എന്നാണ് ലെനിൻ കാലനിർണയം നടത്തിയത്. ഈ രണ്ട് മണ്ഡലങ്ങളിലും (വ്യവസായത്തിലും ബാങ്കിങ്ങിലും) മൂലധന ത്തിന്റെ ഒത്തുചേരൽ (ഏകീകരണം –Coalescence) 'ധനമൂലധന'ത്തി ന്റെ രൂപീകരണത്തിന് വഴി തെളിച്ചു. ഓരോ വികസിത മുതലാളിത്ത രാജ്യത്തിലും ഈ രണ്ട് മണ്ഡലങ്ങളിലും അതോടൊപ്പം ഭരണകൂട ത്തിലും ആധിപത്യം സ്ഥാപിച്ച പണാധിപതി (Financial Oligarchy) കളാണ് ഈ 'ധനമൂലധന'ത്തെ നിയന്ത്രിച്ചത്. മുൻപേ തന്നെ പൂർണ മായി വിഭജിക്കപ്പെട്ടിരുന്ന ഒരു ലോകത്തിൽ 'സാമ്പത്തിക ഭൂപ്രദേശ ങ്ങൾ' (economic territory) ക്കുവേണ്ടിയുള്ള കിടമത്സരത്തിലേർപ്പെട്ടി ട്ടുള്ള ധനമൂലധനങ്ങൾ തമ്മിലുള്ള ഏറ്റുമുട്ടൽ ഇത്തരം 'ഭൂപ്രദേശങ്ങൾ' പ്രദാനം ചെയ്യുന്ന പ്രത്യക്ഷ നേട്ടങ്ങൾക്കുവേണ്ടി മാത്രമായിരുന്നില്ല; മറിച്ച് അതിലും പ്രധാനമായി എതിരാളികളെ ആ നേട്ട സാധ്യതകളിൽനിന്ന് അകറ്റി നിർത്തുക കൂടിയായിരുന്നു. ഈ ഏറ്റുമുട്ടലുകൾ അനിവാര്യ മായും യുദ്ധങ്ങൾ പൊട്ടിപ്പുറപ്പെടാൻ ഇടയാക്കിയതായും ലെനിൻ അഭി പ്രായപ്പെട്ടു. അത് യുദ്ധോൽസുകരായ ഓരോ രാജ്യത്തെയും തൊഴി ലാളികളെ സംബന്ധിച്ചും വ്യക്തമായ ഒരു തെരഞ്ഞെടുക്കൽ അനിവാ ര്യമാക്കിത്തീർത്തു: അവർ ട്രെഞ്ചുകളിൽ തങ്ങളുടെ സഹതൊഴിലാളി കളെ വധിക്കണമോ അതോ തങ്ങളുടെ തന്നെ രാജ്യത്തെ ജീർണ മുത ലാളിത്തത്തിനുനേരെ ആ വ്യവസ്ഥിതിയെ അട്ടിമറിക്കാനും സോഷ്യലി

സത്തിലേക്ക് മാർച്ച് ചെയ്യാനും തങ്ങളുടെ തോക്ക് തിരിച്ചു പിടിക്കണമോ എന്ന കാര്യത്തിൽ ഒരു തെരഞ്ഞെടുക്കൽ ആവശ്യമാക്കിത്തീർത്തു.

അതിനുശേഷമുള്ള സാമ്രാജ്യത്വത്തെ മൂന്ന് വ്യത്യസ്ത ഘട്ടങ്ങളായി നമുക്ക് വേർതിരിച്ചെടുക്കാൻ കഴിയും. അതിൽ ഒന്നാമത്തെ ഘട്ടത്തിന്റെ മൂർധന്യാവസ്ഥ ആയിരുന്നു രണ്ടാം ലോകയുദ്ധം. ഇത് ലെനിന്റെ വിശകലനവുമായി ഏറക്കുറെ കൃത്യമായി പൊരുത്തപ്പെട്ടിരുന്നു. അതിനകം തന്നെ വിഭജിക്കപ്പെട്ടു കഴിഞ്ഞിരുന്ന ലോകത്തെ പുനർ വിഭജിക്കുന്നതിന് വിവിധ ധനമൂലധനശക്തികൾ തമ്മിലുള്ള കിടമത്സരം യുദ്ധമായി പൊട്ടിപ്പുറപ്പെടുകയും അത് ഒരു സോഷ്യലിസ്റ്റ് ചേരിയുടെ രൂപീകരണത്തിൽ കലാശിക്കുകയും ചെയ്തു. ലെനിന്റെ മരണാനന്തരം ഈ പൊതുപ്രവണത വെളിപ്പെടുത്തിയ കൃത്യമായ സംഭവ പരമ്പരകളിൽ അതിരൂക്ഷമായ ഒരു സാമ്പത്തിക പ്രതിസന്ധിയും ഉൾപ്പെട്ടു വരുന്നു. (1930കളിലെ മഹാമാന്ദ്യം) അത് മുതലാളിത്ത ശക്തികൾ തമ്മിലുള്ള അനൈക്യത്തിന് ഇടയാക്കി. അതാണ് ഫാസിസത്തിന്റെ ഉദയത്തിന് വേണ്ട സാഹചര്യങ്ങൾ സൃഷ്ടിച്ചത്. ഈ ഫാസിസമാണ് രണ്ടാം ലോകയുദ്ധം അഴിച്ചുവിട്ടത്. ദിമിത്രോവ് ഫാസിസത്തെ വിശേഷിപ്പിക്കുന്നത് ഇങ്ങനെയാണ് – ''ധനമൂലധനത്തിന്റെ ഏറ്റവും പ്രതിലോമ സ്വഭാവമുള്ള വിഭാഗങ്ങളുടെ യാതൊരു മറയുമില്ലാത്ത ഭീകര സ്വേഛാധിപത്യം''.

രണ്ടാംലോകയുദ്ധം പണപ്രമാണിമാരുടെ നില തീരെ ദുർബലമാക്കി. യുദ്ധകാലത്ത് വളരെ വലിയ ത്യാഗം അനുഭവിച്ച വികസിത മുതലാളിത്ത രാജ്യങ്ങളിലെ തൊഴിലാളിവർഗം അതിൽനിന്ന് ഏറ്റവും കരുത്തോടെ ഉയർന്നുവന്നു; പഴയ മുതലാളിത്തത്തിലേക്ക് തിരിച്ചുപോകാൻ അവർ തയാറുമായിരുന്നില്ല. (യുദ്ധാനന്തരം ബ്രിട്ടനിൽ നടന്ന തിരഞ്ഞെടുപ്പിൽ വിൻസ്റ്റൻ ചർച്ചിലിന്റെ ടോറി പാർട്ടിയുടെ പരാജയവും ഇറ്റാലിയൻ, ഫ്രഞ്ച് കമ്യൂണിസ്റ്റ് പാർട്ടികളുടെ ഗംഭീര വളർച്ചയും ഇതിന്റെ ലക്ഷണമായിരുന്നു). സോഷ്യലിസ്റ്റ് ചേരി ശ്രദ്ധേയമായ വിധം വളർന്നു; ചൈനീസ് വിപ്ലവത്തിന്റെ വിജയത്തോടെ അത് പിന്നെയും വളർന്നു. സ്വന്തം നിലനിൽപ്പ് ഉറപ്പാക്കാൻ മുതലാളിത്തത്തിന് വിട്ടുവീഴ്ചകൾ ചെയ്യേണ്ടതായിവന്നു. വിശിഷ്യാ രണ്ട് വിട്ടുവീഴ്ചകൾ പ്രത്യേകം ശ്രദ്ധേയമായിരുന്നു. ഒന്ന് കോളനികൾക്ക് സ്വാതന്ത്ര്യം നൽകലായിരുന്നു. എന്നാൽ, ഔപചാരികമായ പ്രക്രിയ പൂർത്തിയാക്കിയ ശേഷം പോലും അതനുസരിച്ച് മുന്നോട്ടുനീങ്ങാൻ സാമ്രാജ്യത്വം സന്നദ്ധമായിരുന്നില്ല; ഇറാന്റെയും (അവിടെ എണ്ണ ദേശസാൽക്കരണത്തെ തുടർന്ന് സി ഐ എ അട്ടിമറിയിലൂടെ മൊസാദേഖ് പുറത്താക്കപ്പെട്ടു) ഈജിപ്തിന്റെയും (നാസർ സുയസ് കനാൽ ദേശസാൽക്കരിച്ചതിനെ തുടർന്ന് ഇംഗ്ലണ്ടും ഫ്രാൻസും ചേർന്ന് ഈജിപ്തിനെ ആക്രമിച്ചു) കാര്യത്തിൽ വ്യക്തമായപോലെ മൂന്നാം ലോകത്തെ പ്രകൃതിവിഭവങ്ങൾക്കുമേലുള്ള നിയന്ത്രണം സ്വമേധയാ കൈവെടിയാൻ സാമ്രാജ്യത്വം സന്നദ്ധമായില്ല. മറ്റൊ

ന്, ഉയർന്ന തോതിലുള്ള തൊഴിൽ അവസരങ്ങൾ നിലനിർത്തുന്നതിന് വികസിത രാജ്യങ്ങളിൽ "ഡിമാന്റ് മാനേജ്മെന്റി"ലുള്ള ഭരണകൂടത്തിന്റെ ഇടപെടലായിരുന്നു. ഇത് മുതലാളിത്ത സമ്പദ്ഘടനകളിൽ അത്രെ വരെ നടപ്പിലാക്കിയിട്ടില്ലാത്ത ഒന്നായിരുന്നു. ഡിമാന്റ് മാനേജ്മെന്റിലെ ഭരണകൂട ഇടപെടൽ നടപ്പിലാക്കിയതാകട്ടെ, രാജ്യാതിർത്തി കടന്നുള്ള മൂലധന പ്രവാഹത്തിന്മേലും വ്യാപാര പ്രവാഹത്തിലും നിയന്ത്രണം നിർബന്ധിതമാക്കിയതിലൂടെയാണ് സാധ്യമാക്കിയത്. ഡോളർ "സ്വർണത്തെപ്പോലെ മികവുറ്റ"തായി പ്രഖ്യാപിക്കപ്പെട്ട ഒരു പുതിയ അന്താരാഷ്ട്ര നാണയ സംവിധാനം നിലവിൽ വന്നു. (ഒരു ഔൺസ് സ്വർണത്തിന് 35 ഡോളർ എന്ന നിലയിൽ കൈമാറ്റാവുന്ന അവസ്ഥ). വ്യാപാര – മൂലധന പ്രവാഹങ്ങൾക്ക് നിയന്ത്രണം ഏർപ്പെടുത്തിയതിനെയും ഈ വ്യവസ്ഥ അനുകൂലിച്ചു. അമേരിക്കൻ സാമ്രാജ്യത്വത്തിന്റെ ആധിപത്യം അംഗീകരിക്കുകയും പുതിയ പശ്ചാത്തലത്തിൽ സാമ്രാജ്യത്വശക്തികൾ തമ്മിലുള്ള കിടമത്സരങ്ങൾ നിശ്ശബ്ദമാക്കപ്പെടുകയും ചെയ്യുക എന്ന യാഥാർഥ്യത്തിന്റെ പ്രതിഫലനമായിരുന്നു ഇത്. ആധുനിക സാമ്രാജ്യത്വത്തിന്റെ രണ്ടാം ഘട്ടമായിരുന്നു ഇത്.

ഇപ്പോൾ നിലനിൽക്കുന്ന മൂന്നാംഘട്ടത്തിനുവേണ്ട സാഹചര്യങ്ങൾ ഈ രണ്ടാം ഘട്ടത്തിൽ തന്നെ സൃഷ്ടിക്കപ്പെട്ടു കഴിഞ്ഞിരുന്നു. "സ്വർണത്തെപ്പോലെ മികവുറ്റത്" എന്ന സ്ഥിതി ഡോളറിന് കൈവന്നത് ഫലത്തിൽ അമേരിക്കയ്ക്ക് സ്വതന്ത്രവും അനിയന്ത്രിതവുമായ ഒരു സ്വർണ ഖനി ലഭിച്ച സ്ഥിതിയിലായി. തൽഫലമായി, മറ്റു പലതിനുമൊപ്പം അമേരിക്കയ്ക്ക് സോവിയറ്റ് യൂണിയനെയും ചൈനയെയും വലയം ചെയ്യുന്നതിനായി ലോകത്താകെ സൈനികത്താവളങ്ങളുടെ ഒരു ശൃംഖല തീർക്കുന്നതിന് വേണ്ട പണം സമാഹരിക്കാൻ യഥേഷ്ടം പണം അച്ചടിച്ചിറക്കാൻ കഴിഞ്ഞു. ഈ പണം യൂറോപ്യൻ ബാങ്കുകളിൽ വന്നു നിറയാൻ തുടങ്ങി. അത് പിന്നീട് ലോകത്താകെ വായ്പയായി നൽകപ്പെടാൻ തുടങ്ങി. വിയത്നാം യുദ്ധ കാലഘട്ടത്തിൽ ഈ പണത്തിന്റെ കുഞ്ഞൊഴുക്ക് വർധിച്ചതോടുകൂടി യൂറോപ്യൻ ബാങ്കുകൾ കൂടുതൽ വായ്പകൾ നൽകാൻ താൽപ്പര്യപ്പെട്ടു. മൂലധന നിയന്ത്രണങ്ങൾ അവയ്ക്ക് മാർഗ തടസ്സം സൃഷ്ടിച്ചു; അതിനാൽ ക്രമേണ അത് നീക്കം ചെയ്യപ്പെട്ടു. ഡോളറിന് സ്വർണവുമായി കൈമാറ്റം ചെയ്യാൻ പറ്റുന്ന അന്താരാഷ്ട്ര നാണയ വ്യവസ്ഥയ്ക്കും നിലനിൽക്കാൻ കഴിയാതായി. 1970 കളുടെ തുടക്കത്തോടെ അതും ഉപേക്ഷിക്കപ്പെട്ടു; എന്നാൽ, ലോകസമ്പത്തിന്റെ വലിയൊരു ഭാഗം കയ്യടക്കാൻ കഴിയുന്ന രൂപത്തിലുള്ള ഡോളറിന്റെ മുൻ അവസ്ഥ വീണ്ടും തുടർന്നു. എന്നാൽ മൂലധന നിയന്ത്രണങ്ങൾ അയയുകയും ആഗോളാടിസ്ഥാനത്തിൽ ധനമൂലധനത്തിന്റെ ചലനാത്മകത വർധിക്കുകയും ചെയ്തത് ഒരു പുതിയ സംവിധാനം (entity) നിലവിൽ വരുന്നതിനിടയാക്കി – അന്താരാഷ്ട്ര ധനമൂലധനം.

ആധുനിക സാമ്രാജ്യത്വത്തിന്റെ ഈ മൂന്നാംഘട്ടം അന്താരാഷ്ട്ര

ധനമൂലധനത്തിന്റെ അധീശാധിപത്യത്താൽ അടയാളപ്പെടുത്തപ്പെട്ടു. ഈ ധനമൂലധനമാണ് ആഗോളവൽക്കരണം എന്ന പ്രതിഭാസത്തിന് പിന്നിലെ ചാലകശക്തി. വികസിത രാജ്യങ്ങളിൽ കെയ്നീഷ്യൻ ഡിമാന്റ് മാനേ ജ്മെന്റ് നയങ്ങളുടെ മൂന്നാം ലോക രാജ്യങ്ങളിലെ നെഹ്റു ശൈലിയി ലുള്ള ''ആസൂത്രണ''ത്തിന്റെയും (ഇതിനെയാണ് ചില സാമ്പത്തിക ശാസ്ത്രജ്ഞർ നിയന്ത്രണപരമായ നയങ്ങൾ എന്നു വിളിക്കുന്നത്) സ്ഥാ നത്ത് നവലിബറൽ നയങ്ങൾ പിന്തുടരുന്നതും ഇതിന്റെ ഗതിക്രമം വർധി പ്പിച്ചു.

ധനമൂലധനം – അന്നും ഇന്നും

സാമ്രാജ്യത്വത്തിന്റെ ഈ മൂന്നാംഘട്ടത്തിൽ ഓരോ മുതലാളിത്ത സമ്പദ്ഘടനയ്ക്കുള്ളിലും ധനമേഖലയുടെ വളർച്ച അളവറ്റ തോതിലാ യിരുന്നു. സമാനമായിരുന്നു ആഗോളാടിസ്ഥാനത്തിലുള്ള ധനമൂലധന പ്രവാഹവും. അതുകൊണ്ട് തന്നെ, മുമ്പ് മുതലാളിത്തത്തിന്റെ ''വ്യവ സായവൽക്കരണ''ത്തെക്കുറിച്ച് പറഞ്ഞിരുന്നതുപോലെ ഇപ്പോൾ പല രും മുതലാളിത്തത്തിന്റെ 'ധനവൽക്കരണ' (financialization) പ്രക്രിയ യെക്കുറിച്ച് പറയാൻ തുടങ്ങി. ഇത് ഇതിലടങ്ങിയ പ്രക്രിയകളുടെ കൃ ത്യമായ വിവരണം ആയിരിക്കുമ്പോൾ തന്നെ, മുഖ്യരംഗത്തേക്ക് കട ന്നുവന്ന സംവിധാനത്തെ (entity) സംബന്ധിച്ച് – അതായത് അന്താരാ ഷ്ട്ര ധനമൂലധനത്തെ സംബന്ധിച്ച് – ശ്രദ്ധ പതിപ്പിക്കുന്നില്ല. ഈ സം വിധാനം ലെനിന്റെ കാലത്തുണ്ടായിരുന്ന ധനമൂലധനത്തിൽനിന്ന് ചുരു ങ്ങിയത് മൂന്ന് കാര്യത്തിലെങ്കിലും വ്യത്യാസപ്പെട്ടിരിക്കുന്നു.

ഒന്നാമതായി, ധനമേഖലയുടെയും വ്യവസായത്തിന്റെയും സംയോ ജനത്തെക്കുറിച്ച് ലെനിൻ പറയുന്നുണ്ടെങ്കിലും, ''ബാങ്കുകളാൽ നിയ ന്ത്രിക്കപ്പെടുന്നതും വ്യവസായത്തിൽ ഉപയോഗിക്കുന്നതുമായ'' മൂലധ നം എന്ന നിലയിൽ ധനമൂലധനത്തെക്കുറിച്ച് അദ്ദേഹം പരാമർശിക്കു ന്നുണ്ടെങ്കിലും ''സാമ്പത്തിക ഭൂപ്രദേശം'' വിപുലപ്പെടുത്തുന്നതിനായു ള്ള ദേശീയതന്ത്രത്തിന്റേതായ പ്രവണത കാട്ടുന്നതായിരുന്നു അത്. സ്വ ന്തമായ ഒരു വ്യവസായ സാമ്രാജ്യത്തിന്റെ ആവശ്യങ്ങൾ നിർവഹിക്കു ന്നതുമായിരുന്നു അത്. എന്നാൽ പുതിയ ധനമൂലധനത്തിന് ഏതെങ്കിലും പ്രത്യേക അർഥത്തിൽ വ്യവസായവുമായി ബന്ധം പുലർത്തേണ്ടത് അ നിവാര്യതയായിരുന്നില്ല. പെട്ടെന്നുള്ളതും ചൂതാട്ട സ്വഭാവത്തിലുള്ളതു മായ നേട്ടങ്ങൾക്കുവേണ്ടി അത് ലോകമാകെ പരക്കം പായുകയാണ്. ഇത്തരം ആദായം പെട്ടെന്ന് പെരുകുമെങ്കിൽ അത് ഏത് മണ്ഡലത്തിൽ നിന്നുള്ളത് എന്ന കാര്യം പോലും അത് പ്രശ്നമാക്കാറില്ല. ഈധന മൂലധനം വ്യവസായത്തിൽനിന്ന് വേറിട്ടതുമല്ല; കാരണം, വ്യവസായ ത്തിൽ ഉപയോഗിക്കപ്പെടുന്ന മൂലധനംപോലും ചൂതാട്ട നേട്ടങ്ങൾക്കാ യുള്ള നെട്ടോട്ടത്തിൽനിന്ന് വേറിട്ട് നിൽക്കുന്നില്ല. എന്നാൽ, ഈ ധന മൂലധനത്തിന്റെ പദ്ധതികളിൽ വ്യവസായത്തിന് പ്രത്യേകമായ ഒരു

ഇടവും ലഭിക്കുന്നുമില്ല. മറ്റു വാക്കുകളിൽ പറഞ്ഞാൽ, മൂലധനം പണം എന്ന നിലയിൽ, പണം എന്ന നിലയിലുള്ള മൂലധനത്തിന്റെ പ്രവർത്തനം മാത്രമല്ല, മറിച്ച് ഉൽപ്പാദനത്തിലുള്ള മൂലധനംപോലും പണം എന്ന നിലയിലുള്ള മൂലധനമായി പ്രവർത്തിക്കുന്നു; അതേസമയം പണം എന്ന നിലയിൽ മൂലധനത്തിന് ഉൽപ്പാദനത്തിൽ പ്രത്യേക താൽപ്പര്യം ഒന്നും തന്നെ ഇല്ല. ഇതാണ് അടിസ്ഥാനപരമായ 'ധനവൽക്കരണ' പ്രക്രിയ എന്ന് പറയുന്നതിൽ അടങ്ങിയിട്ടുള്ളത് – അതായത്, ശുദ്ധവും ലളിത വുമായ പണം എന്ന നിലയിലുള്ള മൂലധനത്തിന്റെ അളവറ്റ വളർച്ചയും പെട്ടെന്നുള്ള ചൂതാട്ട നേട്ടങ്ങൾക്കുവേണ്ടിയുള്ള അതിന്റെ നെട്ടോട്ടവും.

രണ്ടാമതായി, ലെനിന്റെ കാലഘട്ടത്തിലെ ധനമൂലധനത്തിന് ഏതെങ്കിലും ഒരു പ്രത്യേക രാഷ്ട്രത്തിൽ ആ സ്ഥാനം ഉണ്ടായിരുന്നു; അന്ന് അതിന്റെ അന്താരാഷ്ട്ര ഇടപെടലുകൾ ദേശീയ 'സാമ്പത്തിക ഭൂപ്ര ദേശ'ത്തിന്റെ വിപുലീകരണവുമായി ബന്ധപ്പെട്ടായിരുന്നു. എന്നാൽ ഇ ന്നത്തെ ധനമൂലധനം, അതിന്റെ ഉറവിടം ഏതെങ്കിലും ഒരു പ്രത്യേക രാഷ്ട്രത്തിലാണെങ്കിലും, അതിന് ഏതെങ്കിലും ഒരു ദേശീയ താൽപ്പര്യ വുമായി ബന്ധപ്പെടേണ്ട ആവശ്യമില്ല. അത് ആഗോളമായി ചലിക്കുന്ന താണ്; അതിന്റെ ലക്ഷ്യങ്ങൾ മറ്റേതെങ്കിലും രാഷ്ട്രത്തിൽനിന്നുള്ള ധ നമൂലധനത്തിന്റേതിൽനിന്ന് ഒട്ടും വ്യത്യസ്തവുമല്ല. ഈ അർഥത്തിൽ, ദേശീയമായി ധനമൂലധനങ്ങളെ തമ്മിൽ വേർതിരിക്കുന്നത് തെറ്റായ ധാ രണകൾ രൂപംകൊള്ളാൻ ഇടയാക്കും. അന്താരാഷ്ട്ര ധനമൂലധനത്തെ ക്കുറിച്ച് നമുക്ക് പറയാൻ പറ്റും; അതിന്റെ ഉറവിടം എവിടെ നിന്നായാ ലും ഏതെങ്കിലും പ്രത്യേക ദേശീയ താൽപ്പര്യങ്ങളിൽനിന്നും അത് വി ട്ടുനിൽക്കുന്നു. അതിന്റെ പ്രവർത്തനമണ്ഡലം ഈ ഭൂഗോളമാകെയാണ്. വ്യവസായംപോലെയുള്ള ഏതെങ്കിലും ഒരു പ്രത്യേക മണ്ഡലവുമായും അതിന് ഒരു കെട്ടുപാടുമില്ല.

മൂന്നാമതായി ഇത്തരം അനുസ്യൂതമായ ആഗോള പ്രവർത്തനങ്ങൾ ക്കുവേണ്ടത് ലോകം പ്രത്യേക ചേരികളായോ പ്രത്യേക രാഷ്ട്രങ്ങളുടെ സംരക്ഷണ കേന്ദ്രങ്ങളും മറ്റുള്ളവർക്ക് കടക്കാനാവാത്തതുമായ സാ മ്പത്തിക ഭൂപ്രദേശങ്ങളായോ വേർപിരിയാൻ പാടില്ല എന്നതാണ്. ആ യതിനാൽ സാമ്രാജ്യത്വത്തിനുള്ളിലെ ചേരിപ്പോരുകൾ നിശ്ശബ്ദമാക്ക പ്പെടുകയാണ് അന്താരാഷ്ട്ര ധനമൂലധനത്തിന്റെ താൽപ്പര്യങ്ങൾക്ക് ആ വശ്യമായത്. സാമ്രാജ്യത്വത്തിനുള്ളിലെ ചേരിപ്പോരുകൾ ഒതുക്കിത്തീർ ക്കുന്ന ഈ പ്രക്രിയ മുതലാളിത്തശക്തികൾക്കിടയിൽ അമേരിക്കയുടെ അളവറ്റ ഭീമമായ സാമ്പത്തികവും സൈനികവുമായ ശക്തിയുടെ അന ന്തരഫലം എന്ന നിലയിൽ യുദ്ധാനന്തരകാലത്തുതന്നെ ആരംഭിച്ചിരു ന്നെങ്കിലും ഇന്നത്തെ ഘട്ടത്തിലും അതിന് ശക്തമായി നിലനിൽക്കാൻ കഴിയുന്നത് അന്താരാഷ്ട്ര ധനമൂലധനത്തിന്റെ സവിശേഷ സ്വഭാവം കാ രണമാണ്.

ഈ ശക്തികൾക്കിടയിൽ വൈരുധ്യങ്ങൾ നിലനിൽക്കുന്നില്ലെന്നോ

അവ ലോകവ്യാപാരത്തിൽ രൂക്ഷമായ മത്സരത്തിൽ ഏർപ്പെടുന്നില്ലെ
ന്നോ അല്ല ഇങ്ങനെ പറയുന്നതുകൊണ്ട് അർഥമാക്കുന്നത്. ഇപ്പോഴത്തെ
നാണയ യുദ്ധങ്ങൾ (അതാകട്ടെ "അയൽക്കാരനെ കുത്തുപാള എടുപ്പി
ക്കൽ" നയത്തോളം എത്തിയിരിക്കുന്നു) ഈ മൽസരത്തിന്റെ പ്രതിഫ
ലനമാണ്. എന്നാൽ ഈ ഭൂമണ്ഡലമാകെ തങ്ങളുടെ പ്രവർത്തനത്തി
നുള്ള അനിയന്ത്രിതമായ രംഗവേദിയാകണം എന്ന ആഗോളവൽകൃത
ധനമൂലധനത്തിന്റെ ആവശ്യാനുസൃതമാണ് ഇത്തരം വൈരുധ്യങ്ങളെ
നിയന്ത്രണ വിധേയമാക്കിയത്. നിശ്ചയമായും, വികസിത മുതലാളിത്ത
രാജ്യങ്ങൾക്കിടയിൽ തുറന്ന യുദ്ധങ്ങൾ പൊട്ടിപ്പുറപ്പെടാനോ അഥവാ
അവയ്ക്കിടയിൽ പ്രാതിനിധ്യയുദ്ധം (Proxy War) എങ്കിലും പൊട്ടിപ്പു
റപ്പെടാനോ ഈ വൈരുധ്യങ്ങൾ ഇടയാക്കുമെന്ന ആശയം തന്നെ സമീ
പഭാവിയിലൊന്നും സംഭവിക്കാനുള്ള സാധ്യതയുമില്ല.

ഈ വസ്തുതയിൽ പലരും കാണുന്നത് കാൾ കൗത്സ്കിയുടെ
'അതി–സാമ്രാജ്യത്വം' (ultra - imperialism) എന്ന സിദ്ധാന്തത്തിന്റെ സാ
ധുകരണമായാണ്. കൗത്സ്കിയുടെ സിദ്ധാന്തം സൂചിപ്പിക്കുന്നത്, "സാർ
വദേശീയമായി ഏകീകരിക്കപ്പെട്ട ധനമൂലധനം ലോകത്തെ കൂട്ടായി ചൂ
ഷണം" ചെയ്യുന്നതിന്റെയും സമാധാനത്തിന്റെയും സാധ്യതയെക്കുറി
ച്ചാണ്. സാമ്രാജ്യത്വശക്തികൾ തമ്മിലുള്ള കിടമത്സരത്തെയും യുദ്ധ
ങ്ങളുടെ അനിവാര്യതയെയും കുറിച്ചുള്ള ലെനിന്റെ ഊന്നലിന് എതി
രായ നിലപാടാണിത്. എന്നാൽ ലോകം ഇന്ന് ഈ കൗത്സ്കിയൻ ധാ
രണയിൽനിന്നും ബഹുദൂരം മുന്നോട്ട് പോയിരിക്കുകയാണ്. കാരണം,
'അതി–സാമ്രാജ്യത്വം' എന്ന കൗത്സ്കിയുടെ സങ്കൽപ്പനത്തെ ഇന്ന
ത്തെ പശ്ചാത്തലത്തിൽ ഉപയോഗിക്കുന്നത് ചുരുങ്ങിയത് രണ്ട് കാര
ണങ്ങളാലെങ്കിലും തെറ്റിദ്ധാരണാജനകമാണ്. ഒന്നാമത്തേത്, കൗത്സ്
കിയുടെ "അന്താരാഷ്ട്രതലത്തിൽ ഏകോപിപ്പിക്കപ്പെട്ട ധനമൂലധനം"
എന്ന സങ്കൽപ്പനം ഇന്നത്തെ "അന്താരാഷ്ട്ര ധനമൂലധന"ത്തിന് സമാ
നമായതല്ല. മുഖ്യമുതലാളിത്ത രാജ്യങ്ങളിലെ ഒരു പിടി ദേശീയ ധനമൂ
ലധനങ്ങൾ തമ്മിലുള്ള ഐക്യത്തെക്കുറിച്ചല്ല നാം സംസാരിക്കുന്നത്,
മറിച്ച് ഒരു സാർവദേശീയ പ്രതിഭാസത്തെക്കുറിച്ചാണ് നാം സംസാരി
ക്കുന്നത്. അത് ദേശീയ ധനമൂലധനങ്ങൾക്കും അപ്പുറം പോയിരിക്കു
ന്നു. അത് ഇനിയും ശക്തരായ ഒരു പിടി രാജ്യങ്ങളിൽ ഒതുങ്ങിനിൽ
ക്കില്ല. മൂന്നാംലോക രാജ്യങ്ങളിൽ ഉൾപ്പെടെയുള്ള വ്യത്യസ്ത ദേശങ്ങ
ളിൽ പിറവികൊണ്ട ധനമൂലധനങ്ങൾ ഉൾപ്പെടുന്നതും അതിന്റെതായ
താൽപ്പര്യസംരക്ഷണത്തിനായി ഈ ഭൂമണ്ഡലമാകെ ചുറ്റിത്തിരിഞ്ഞു
കൊണ്ടിരിക്കുന്നതും ഒരു പ്രത്യേക ദേശീയ മുതലാളിത്ത താൽപ്പര്യം
ഇല്ലാത്തതുമാണ്. രണ്ടാമതായി, സാമ്രാജ്യത്വത്തിന്റെ അകമ്പടിയാണ്
യുദ്ധങ്ങൾ എന്ന ലെനിന്റെ ഊന്നലിന് അദ്ദേഹത്തിന്റെ കാലത്തെന്ന
തുപോലെ തന്നെ ഇന്നും പ്രസക്തിയുണ്ട്. സാമ്രാജ്യത്വരാജ്യങ്ങൾ ത
മ്മിലുള്ള ലോകയുദ്ധങ്ങൾ ഇപ്പോൾ ചക്രവാളത്തിലെവിടെയും കാണു

നില്ലായിരിക്കാം. എന്നാൽ സാമ്രാജ്യത്വമെന്ന പ്രതിഭാസത്തിൽനിന്നും മറ്റു തരത്തിലുള്ള യുദ്ധങ്ങൾ ഉയർന്നുവരുന്നുണ്ട് – ഇറാഖ് യുദ്ധവും അഫ്ഗാനിസ്ഥാനിലെ യുദ്ധവും അതിനുമുമ്പ് ബാൾക്കനിൽ നടത്തിയ യുദ്ധവുമെല്ലാം ഉദാഹരണങ്ങളാണ്.

ധനമൂലധനത്തിന്റെ ആഗോളവൽക്കരണവും ദേശ രാഷ്ട്രങ്ങളും

സാമ്രാജ്യത്വത്തിന്റെ ഇപ്പോഴത്തെ ഘട്ടത്തിൽ, ധനമൂലധനം സാർവദേശീയമായിരിക്കുകയാണ്; അതേസമയം ഭരണകൂടം ദേശരാഷ്ട്രങ്ങളായി തുടരുകയുമാണ്. ആയതിനാൽ ദേശരാഷ്ട്രം ധനമൂലധനത്തിന്റെ ആഗ്രഹാഭിലാഷങ്ങൾക്കുമുന്നിൽ മറ്റൊരു താൽപ്പര്യവും പരിഗണിക്കാതെ തന്നെ തല കുനിക്കേണ്ടതുണ്ട്; അല്ലെങ്കിൽ ധനമൂലധനം (ആ രാഷ്ട്രത്തിൽ ജന്മംകൊണ്ടതും പുറമെനിന്ന് വന്നതും) ആ രാഷ്ട്രത്തെ ഉപേക്ഷിച്ച് മറ്റെവിടേക്കെങ്കിലും പറന്ന് പോകും; ഇത് ആ രാജ്യത്ത് പണ ക്ഷാമത്തിന് ഇടയാക്കും; അതിന്റെ സമ്പദ്ഘടന ശിഥിലമാകും. ആയതിനാൽ ധനമൂലധനത്തിന്റെ ആഗോളവൽക്കരണ പ്രക്രിയ ദേശരാഷ്ട്രത്തിന്റെ സ്വയംഭരണത്തെ തകർക്കുന്നതിനിടയാക്കും. ഭരണകൂടത്തിന് അത് ആഗ്രഹിക്കുന്നതുപോലെ പ്രവർത്തിക്കാനാവില്ല; അഥവാ അതിന്റെ തിരഞ്ഞെടുക്കപ്പെട്ട സർക്കാർ എന്തിനുവേണ്ടിയാണോ തിരഞ്ഞെടുക്കപ്പെട്ടിട്ടുള്ളത് അത് നിർവഹിക്കാനാവില്ല; കാരണം, ധനമൂലധനത്തിന്റെ അഭീഷ്ടപ്രകാരമേ ഭരണകൂടത്തിന് പ്രവർത്തിക്കാനാകൂ.

സ്വന്തം താൽപ്പര്യങ്ങൾ സംരക്ഷിക്കുന്നതിനുവേണ്ടിയുള്ളതല്ലാത്ത എല്ലാ ഭരണകൂട ഇടപെടലുകളെയും എതിർക്കുകയെന്നതാണ് ധനമൂലധനത്തിന്റെ സഹജസ്വഭാവം. തൊഴിൽ അവസരങ്ങൾ വർധിപ്പിക്കുന്നതിനു വേണ്ടിയോ ക്ഷേമപദ്ധതികൾക്കായോ ചെറുകിട – അൽപ്പമാത്ര ഉൽപ്പാദകരുടെ സംരക്ഷണത്തിനായോ ഭരണകൂടം തയാറാകുമ്പോൾ അങ്ങനെ സജീവമായി പ്രവർത്തിക്കുന്ന ഒരു ഭരണകൂടത്തെ ധനമൂല ധനം ഇഷ്ടപ്പെടുന്നില്ല; മറിച്ച് തങ്ങളുടെ താൽപ്പര്യങ്ങൾക്കായി മാത്രം ഭരണകൂടം സജീവമായി ഇടപെടണമെന്നാണ് ധനമൂലധനം ആഗ്രഹിക്കുന്നത്. ആയതിനാൽ അത് ഭരണകൂടത്തിന്റെ സ്വഭാവത്തിൽ ഒരു മാറ്റം കൊണ്ടുവന്നു. സമൂഹത്തിന് മുകളിൽ പ്രത്യക്ഷത്തിൽ വർഗാതീതമായ ഒരു സംവിധാനമായി നിൽക്കുകയും 'സാമൂഹ്യനന്മ'യ്ക്കുവേണ്ടി ഉദാര മനസ്കതയോടെ ഇടപെടുകയും ചെയ്യുന്നതിൽനിന്ന് ഏറക്കുറെ ധന മൂലധനത്തിന്റെ താൽപര്യം മാത്രം സംരക്ഷിക്കുന്ന ഒന്നായിട്ടാണ് അത് മാറുന്നത്. ധനമൂലധനത്തിന്റെ സമ്മർദത്തിന് വിധേയമായി ആഗോള വൽക്കരണത്തിന്റെ കാലഘട്ടത്തിൽ നടപ്പിലാക്കുന്ന ഈ മാറ്റത്തെ ന്യായീകരിക്കുന്നതിനായി, ധനമൂലധനത്തിന്റെ താൽപ്പര്യങ്ങളെ സമൂഹ ത്തിന്റെയാകെ താൽപ്പര്യങ്ങളുടെ പര്യായപദം എന്ന നിലയിൽ ഉയർ

ത്തിക്കാണിക്കുകയാണ് ചെയ്യുന്നത്. ഓഹരിവിപണി നന്നായി പ്രവർത്തി ക്കുകയാണെങ്കിൽ സമ്പദ്ഘടനയാകെ മികച്ചതായിരിക്കുന്നു എന്നാണ് സങ്കൽപ്പം. പട്ടിണി, പോഷകാഹാരക്കുറവ്, ദാരിദ്ര്യം എന്നിവയുടെ സ്ഥിതി എന്തായാലും പ്രശ്നമേ അല്ല! ക്രെഡിറ്റ് റേറ്റിങ് ഏജൻസികൾ ഒരു രാ ജ്യത്തെ മികച്ച ഗ്രേഡിൽ ഉൾപ്പെടുത്തിയാൽ അപ്പോൾ ദേശീയമായ അഭിമാനത്തിന്റെ കാര്യമായി അത് മാറുന്നു. ജനജീവിതം എത്രത്തോളം ദുരിതം നിറഞ്ഞതായാലും പ്രശ്നമേ അല്ല!

എന്നാൽ, ഈ 'തലതിരിഞ്ഞ യുക്തി', പ്രത്യക്ഷത്തിലുള്ള ഈ വ്യാ മോഹം, കേവലം ഒരു മിഥ്യാബോധമോ കുപ്രചരണമോ മാത്രമല്ല, മ റിച്ച് അതിൽ സത്യത്തിന്റെ ഒരംശമുണ്ട്; അത് വേരുറപ്പിച്ചിരിക്കുന്നത് ആഗോളവൽക്കരണത്തിന്റെ യഥാർഥ പ്രപഞ്ചത്തിലാണ്. ധനമൂലധന ത്തിന് ഏതെങ്കിലും ഒരു രാജ്യത്തോടുള്ള 'വിശ്വാസം' നഷ്ടപ്പെടുകയും അത് അവിടെ നിന്ന് പുറത്തുകടക്കുകയും ചെയ്താൽ, പണലഭ്യതാ പ്രതിസന്ധിയിലൂടെ ആ രാജ്യം അതിന്റെ വിപൽക്കരമായ പ്രത്യാഘാ തങ്ങൾ അനുഭവിക്കേണ്ടതായിവരും. അതുകൊണ്ട് ധനമൂലധനം എത്ര മാത്രം ദ്രോഹിക്കുന്നതായാലും അതിനെ പ്രീതിപ്പെടുത്തേണ്ടത് ഈ വ്യ വസ്ഥിതിക്കുള്ളിൽ സാമ്പത്തികമായ നിലനിൽപ്പ് ഉറപ്പാക്കുന്നതിനുള്ള ഒരു മുന്നുപാധിയാണ്. ആയതിനാൽ ഈ 'തലതിരിഞ്ഞ യുക്തി' യ ഥാർഥ ജീവിത പ്രതിഭാസത്തിന്റെ പ്രത്യക്ഷത്തിലുള്ള ഒരു ഭാഗമാണ് – അതായത്, അന്താരാഷ്ട്ര ധനമൂലധനത്തിന്റെ അധീശാധിപത്യമാണിത്. ഏതെങ്കിലും 'ശരിയായ യുക്തി'യോടോ 'ഭരണകൂടത്തിന്റെ ശരിയായ മുൻഗണനാക്രമത്തോടോ കേണപേക്ഷിച്ചുകൊണ്ട് ഇതിനെ അതിജീ വിക്കാനാവില്ല; ഇതിനെ അതിജീവിക്കുമെന്നുണ്ടെങ്കിൽ അന്താരാഷ്ട്ര ധനമൂലധനത്തിന്റെ അധീശാധിപത്യത്തെ കീഴടക്കേണ്ടത് ആവശ്യമാണ്. ചുരുക്കത്തിൽ, ധനമൂലധനത്തിന് മേധാവിത്വമുള്ള ഒരു വ്യവസ്ഥിതിക്കു ള്ളിൽ നിന്നുള്ള 'പരിഷ്കരണം' അല്ല അതിനുവേണ്ടത്; മറിച്ച്, ആ വ്യ വസ്ഥിതിയെ തന്നെ മാറ്റുകയാണ് വേണ്ടത്.

ഭരണകൂടത്തിന്റെ ആക്ടിവിസം സ്വന്തം താൽപ്പര്യത്തിനുവേണ്ടി യാകുമ്പോൾ ഒഴികെ, ഭരണകൂടം ആക്ടിവിസ്റ്റ് അല്ലാതിരിക്കണമെന്ന ധനമൂലധനത്തിന്റെ പിടിവാശി ഭരണകൂടത്തിനുമേൽ ചെലവ് ചുരുക്കൽ (ധനപരമായ നിയന്ത്രണം) അടിച്ചേൽപ്പിക്കുന്നതിന്റെ രൂപം കൈവരി ക്കുന്നു. സർക്കാർ ബജറ്റ് സന്തുലിതമായിരിക്കുന്നതാണ്, 'ശക്തമായ സമ്പദ്ഘടന' എന്നതിനെയാണ് പഴയകാലത്ത്, ധനമൂലധനം അനുകൂ ലിച്ചിരുന്നത്. ഇപ്പോഴാകട്ടെ, ധനകമ്മി ജി ഡി പിയുടെ മൂന്ന് ശതമാന ത്തിൽ പരിമിതപ്പെടുത്തണമെന്ന അഭിപ്രായമാണ് പ്രകടിപ്പിക്കുന്നത്. യു റോപ്യൻ യൂണിയൻ മുതൽ ഇന്ത്യവരെ ലോകത്തുടനീളം ഈ പരിധി നടപ്പാക്കുന്നതിന് നിയമനിർമ്മാണം നടത്തുകയും നിർബന്ധമായും അത് നടപ്പാക്കാൻ ശ്രമിക്കുകയുമാണ്. (മുതലാളിത്ത രാജ്യങ്ങൾക്കിടയിൽ അ മേരിക്കയാണ് ഇതിന് അപവാദം. നിയമ പുസ്തകത്തിൽ സ്ഥാനം പിടി

ച്ചിട്ടുള്ള 'ധനലത്തരവാദിത്വ' നിയമത്തെ വളരെ കൃത്യമായി അവഗണി
ക്കുന്ന രാജ്യമാണ് അമേരിക്ക. മുതലാളിത്ത രാജ്യങ്ങളുടെ കൂട്ടത്തിൽ
വലിയൊരളവ് വരെ ധനപരമായ സ്വയംഭരണം (fiscal autonomy) അനു
ഭവിക്കുന്ന ഏകരാജ്യവുമാണത്. എന്നാൽ, അത് സാധ്യമാകുന്നത് അവ
രുടെ നാണയം യഥാർഥത്തിൽ അല്ലെങ്കിൽപ്പോലും ഇപ്പോഴും നിയമ
പ്രകാരം ''സ്വർണത്തെപ്പോലെ തന്നെ മികച്ചത്'' ആയിരിക്കുന്നതിനാ
ലാണ്; ആ നിലയ്ക്ക് ലോകത്തിലെ സമ്പത്താകെ കൈകാര്യം ചെയ്യു
ന്നതിനുള്ള മധ്യവർത്തി ആയിരിക്കുന്നതിനാലാണ്. ആയതിനാൽ അ
വിടത്തെ ധനകമ്മിയുടെ വലിപ്പത്തിനോട് എതിർപ്പുള്ള ധനമൂലധനം അ
മേരിക്കയിൽനിന്ന് ഒഴിഞ്ഞുപോകുന്നതിനെ മുതലാളിത്തലോകം ഒന്നാകെ
ചെറുത്തുനിൽക്കും. ഈ വസ്തുത ഊഹക്കച്ചവടക്കാർക്ക് നന്നായി അ
റിയാവുന്നതുമാണ്.)

ദേശരാഷ്ട്രങ്ങൾ വ്യാപാര ഉദാരവൽക്കരണം നടപ്പാക്കിയിട്ടുള്ളതി
നാൽ, അതുകൊണ്ടുതന്നെ ഇറക്കുമതിച്ചുങ്കം നിയന്ത്രിക്കേണ്ടതുള്ളതി
നാലും (മുതലാളിമാരോട് സ്വദേശി എന്നും വിദേശി എന്നുമുള്ള വിവേ
ചനം ഉണ്ടാകാതിരിക്കാനാണ് അത്.) ''മൂലധനസഞ്ചയ''ത്തിന്റെ താൽപ്പ
ര്യപ്രകാരം കോർപ്പറേറ്റ് വരുമാനത്തിന്മേലുള്ള നികുതി വർധിപ്പിക്കാതി
രിക്കുന്നതിനാലും കോർപ്പറേറ്റുകൾക്കിടയിൽ തുല്യത നിലനിർത്തിയി
രിക്കുന്നതിനാലും മറ്റുമായി വ്യക്തിഗത വരുമാനത്തിന്മേലുള്ള നികുതി
തുച്ഛമായി മാത്രം നിലനിർത്തിയിരിക്കുന്നതിനാലും ധനകമ്മിക്കുമേൽ
പരിധി ഏർപ്പെടുത്തുന്നത് ചെലവ് ചുരുക്കലിന് ഇടയാക്കുന്നു. സർക്കാർ
ഉടമസ്ഥതയിലുള്ള ആസ്തികളുടെ മാത്രമല്ല, ക്ഷേമ പ്രവർത്തനങ്ങളു
ടെയും വിദ്യാഭ്യാസം, ആരോഗ്യംപോലെയുള്ള സേവനങ്ങളുടെയും സ്വ
കാര്യവൽക്കരണത്തിനും ഇത് ഇടയാക്കുന്നു.

ഇതെല്ലാം പതിവായി സൂചിപ്പിക്കപ്പെടുന്നത് 'ഭരണകൂടത്തിന്റെ പി
ൻവാങ്ങൽ' എന്ന നിലയിലാണ്. 'ഭരണകൂട'ത്തിനു നേരെ 'വിപണി'
എന്ന പദപ്രയോഗത്തിലൂടെയാണ് ഈ യുക്തി ചർച്ച ചെയ്യപ്പെടുന്നത്.
ഇതിനേക്കാൾ തെറ്റായ മറ്റൊരു സംഗതിയും ഇല്ല. നവലദാരവൽക്കര
ണത്തിൽ ഭരണകൂടം പിൻവാങ്ങുന്നില്ല എന്നതാണ് സത്യം. അത് മു
മ്പെന്നപോലെ തന്നെ നേരിട്ട് ഇടപെടുന്നുണ്ട്; ഒരുപക്ഷേ മുൻപത്തെ
ക്കാൾ കൂടുതൽ ശക്തിയായി സമ്പദ്ഘടനയിൽ ഇടപെടുന്നുണ്ട്. പക്ഷേ,
ഇപ്പോൾ അതിന്റെ ഇടപെടൽ ഒരു പ്രത്യേക ദിശയിലാണെന്ന് മാത്രം –
അതായത്, ധനമൂലധനത്തിന്റെ താൽപ്പര്യം സംരക്ഷിക്കുന്നതിനു വേ
ണ്ടി മാത്രം.

ഗ്രീസിലും അയർലണ്ടിലും സമീപകാലത്തുണ്ടായ സംഭവങ്ങൾ ഈ
കാര്യത്തെ അടിവരയിട്ട് ഉറപ്പിക്കുന്നു. മുമ്പ് ധനനീർക്കുമിളകൾക്ക് ധന
സഹായം നൽകുകയും കുമിളകൾ പൊട്ടിച്ചിതറിയതോടെ ഇപ്പോൾ ത
കരുകയും ചെയ്ത ബാങ്കുകളെ താങ്ങിനിർത്തുന്നതിന് ആ രാജ്യങ്ങളി
ലെ സർക്കാരുകൾ ധനകമ്മി വരുത്തിവെച്ചു. എന്നാൽ ധനകമ്മി കുറയ്

ക്കുന്നതിന് സർക്കാരിന് ഇപ്പോൾ ക്ഷേമരാഷ്ട്ര നടപടികൾ കൈവെടി
യേണ്ടതായി വന്നു. അധ്വാനിക്കുന്ന ജനങ്ങളുടെ ചെലവിലാണ് ഈ ന
ടപടി കൈക്കൊള്ളുന്നത്. ചുരുക്കത്തിൽ ഇവിടെ ധനമൂലധനത്തിന്റെ
താൽപ്പര്യം സംരക്ഷിക്കാനായി ഭരണകൂടം ഇടപെടുകയാണ്. എന്നാൽ
അതേസമയം അധ്വാനിക്കുന്ന ജനങ്ങൾക്ക് അനുകൂലമായ ഇടപെടലിൽ
നിന്നും പിൻവാങ്ങുകയും ചെയ്യുന്നു. നമ്മുടെ കാര്യം തന്നെ നോക്കാം;
ഇന്ത്യ തന്നെ ഇപ്പോൾ വമ്പിച്ച തോതിലുള്ള ഭക്ഷ്യസാധന വിലക്കയ
റ്റം ഉണ്ടായിട്ടും ഭരണകൂടം തന്നെ 600 ലക്ഷം ടൺ ഭക്ഷ്യധാന്യങ്ങൾ
പൂഴ്ത്തിവെയ്ക്കുന്നു. കാരണം, പൊതുവിതരണ സംവിധാനത്തിലൂടെ
അത് വിതരണം ചെയ്യുന്നത് ധനകമ്മി വർധിപ്പിക്കുന്നതിന് ഇടവരുത്തും.
അങ്ങനെ ഭരണകൂടം ധനമൂലധനത്തെ സംരക്ഷിക്കുന്നു.

വികസിത മുതലാളിത്ത രാജ്യങ്ങളിലെ കെയ്നീഷ്യൻ ചോദന മാ
നേജ്മെന്റും മൂന്നാംലോക രാജ്യങ്ങളിലെ സാമ്പത്തിക – സാമൂഹിക
കാര്യങ്ങളിൽ ഭരണകൂടം നിയന്ത്രണം ഏർപ്പെടുത്തുന്ന നയവും ആ
ഗോളവൽക്കരണത്തിന്റെ കാലഘട്ടത്തിൽ നിലനിർത്താൻ പറ്റാത്തതാ
യിരിക്കുകയാണ്. ഇത് അൽപ്പവും ആശ്ചര്യകരമല്ല. ചുരുക്കത്തിൽ ആ
ഗോളവൽക്കരണത്തിന്റെ കാലഘട്ടത്തിൽ ദേശരാഷ്ട്രങ്ങൾ അന്താരാ
ഷ്ട്ര ധനമൂലധന ശക്തികളുടെ താൽപ്പര്യങ്ങൾ സംരക്ഷിക്കുന്നതിനു
ള്ളതായി മാറിയിരിക്കുന്നു. രാഷ്ട്രീയ ജനാധിപത്യത്തെ പരിമിതപ്പെടു
ത്തുകയും പരിഹാസ്യമാക്കുകയും ചുരുക്കുകയും ദുർബലപ്പെടുത്തുക
യും ചെയ്യുന്ന സ്ഥിതിയാണ് ഇത് ഉണ്ടാക്കുന്നത്.

5

സ്വയം കുഴിതോണ്ടുന്ന മുതലാളിത്തം

സ്വർണ മാനദണ്ഡത്തിൻകീഴിൽ വിവിധ രാജ്യങ്ങളിലെ നാണയ ങ്ങളുടെ മൂല്യം സ്വർണത്തിന്റെ അടിസ്ഥാനത്തിൽ നിശ്ചയിക്കപ്പെട്ടിരി ക്കുന്നു. അതായത് ഈ നാണയങ്ങൾ തമ്മിൽ തമ്മിലുള്ള കൈമാ റ്റനിരക്ക് നിശ്ചിതമാണ് എന്നാണ് അതിനർഥം. അതുകൊണ്ട് കൈമാറ്റ നിരക്കിലുണ്ടാകുന്ന മാറ്റങ്ങൾ, അസ്സൽ കയറ്റുമതി വർധിപ്പിക്കുന്നതി നായി ഉപയോഗപ്പെടുത്താൻ കഴിയില്ല; അതുകാരണം ആഭ്യന്തര തൊ ഴിൽ അവസരം വർധിപ്പിക്കുന്നതിനും ഉപയോഗപ്പെടുത്താൻ കഴിയില്ല. അതേ അവസരത്തിൽത്തന്നെ, 'ഭദ്രമായ ധനകാര്യ വ്യവസ്ഥ' എന്ന തത്വം നടപ്പാക്കാൻ ഗവൺമെന്റുകൾ പ്രതിജ്ഞാബദ്ധവുമാണ്. മുപ്പതു കളിലെ മഹാമാന്ദ്യകാലംവരെ നിലനിന്ന ഒരു ബാധ്യതയായിരുന്നു അത്. ബജറ്റുകൾ സന്തുലിതമാക്കിത്തീർക്കാൻ അവ നിർബന്ധിക്കുന്നു എന്നാണ് അതിനർഥം. ആഭ്യന്തരമായ തൊഴിൽ അവസരങ്ങൾ വർധി പ്പിക്കുന്നതിനായി ധനപരമായ നടപടികളിലൂടെ സർക്കാർ ഇടപെടുന്നതി നുള്ള സാധ്യത ഇല്ലാതാക്കുകയാണ് അതിന്റെ ഉദ്ദേശ്യം.

ഉപഭോഗച്ചെലവ് സമ്പദ്‌വ്യവസ്ഥയിലെ പ്രവർത്തനനിലവാരത്തെ ആശ്രയിച്ചു നിൽക്കുന്നതിനാലും നിക്ഷേപച്ചെലവ് മുതലാളിമാരുടെ 'വിശ്വാസത്തിന്റെ അവസ്ഥയെ' ആശ്രയിച്ചുനിൽക്കുന്നതിനാലും പഞ്ഞാ മ്പതാം നൂററാണ്ടിന്റെ അവസാന കാലംതൊട്ട് ഇരുപതാം നൂറ്റാണ്ടിന്റെ ആദ്യകാലംവരെയുള്ള കാലഘട്ടത്തിലുടനീളം, ആഭ്യന്തര തൊഴിൽ അവസരങ്ങൾ ബോധപൂർവം വർധിപ്പിക്കുന്നതിനായി ഏതെങ്കിലും തരത്തിലുള്ള ആഭ്യന്തര സാമ്പത്തിക സംവിധാനങ്ങളെയും മുതലാളി ത്തം ഉപയോഗപ്പെടുത്തുകയുണ്ടായില്ല. ജോൺ മെയ്നാർഡ് കെയിൻ സിന്റെ അഭിപ്രായത്തിൽ, വിദേശവിപണികൾ പിടിച്ചടക്കുന്നതിനായി മു തലാളിത്ത ശക്തികൾ തമ്മിൽതമ്മിൽ മത്സരാധിഷ്ഠിതമായ സമരം

നടക്കുന്നതിനുള്ള പ്രധാന കാരണം ഇതായിരുന്നു; അവ തമ്മിലുള്ള യുദ്ധത്തിനും അതായിരുന്നു കാരണം.

എന്നാൽ ഇക്കാര്യത്തിൽ കെയിൻസിന് തെറ്റുപറ്റി–അദ്ദേഹത്തിന്റെ സാമ്പത്തിക സിദ്ധാന്തത്തിന്റെ കാര്യത്തിലല്ല, മറിച്ച് അദ്ദേഹത്തിന് ലഭ്യമായ വസ്തുതകളുടെ കാര്യത്തിൽ. പത്തൊമ്പതാം നൂറ്റാണ്ടിന്റെ അവസാനകാലവും ഇരുപതാംനൂറ്റാണ്ടിന്റെ ആദ്യകാലവും, മുതലാളിത്ത ചരിത്രത്തിൽ താരതമ്യേന സമാധാനത്തിന്റെ കാലമായിരുന്നു. അതു കൊണ്ടാണ് വിപണിക്കുവേണ്ടിയുള്ള മത്സരാത്മകമായ സമരം പ്രാ യേണ ദൃശ്യമാകാതിരുന്നത്. അക്കാലത്തെ ഏറ്റവും പ്രമുഖ മുതലാ ളിത്ത ശക്തിയായിരുന്ന ബ്രിട്ടന് കൊളോണിയൽ വിപണികളിൽ പ്രവേശിക്കാനുള്ള അവസരം ലഭിച്ചിരുന്നതും എതിരാളികളായ മുതലാ ളിത്ത ശക്തികളെ ബ്രിട്ടൻ തങ്ങളുടെ സ്വന്തം വിപണിയിൽ പ്രവേശി ക്കാൻ അനുവദിച്ചിരുന്നതുമാണ് അതിന് ഇടയാക്കിയത്. മറ്റൊരുവി ധത്തിൽ പറഞ്ഞാൽ, ബ്രിട്ടൻ പ്രത്യക്ഷമായും മറ്റ് കൊളോണിയൽ ശക് തികൾ ബ്രിട്ടനിലൂടെ പരോക്ഷമായും കോളനികളിലെ വിപണികളിൽ പ്രവേശിച്ചിരുന്നു എന്നർഥം. ഈ കോളനിരാജ്യങ്ങളിൽ ഇന്ത്യക്ക് പ്രമു ഖസ്ഥാനം ഉണ്ടായിരുന്നുതാനും. 'സുദീർഘമായ പത്തൊമ്പതാം നൂറ്റാ ണ്ടിലെ' (അതായത് പത്തൊമ്പതാം നൂറ്റാണ്ടിന്റെ മധ്യംതൊട്ട് ഒന്നാം ലോക മഹായുദ്ധംവരെ) "സുദീർഘമായ കുതിപ്പി"നെ നിലനിർത്തു ന്നതിൽ സുപ്രധാനമായ പങ്ക് വഹിച്ചത്, വിപണി ലഭ്യതയാണ്.

എന്നാൽ സാമ്പത്തിക സിദ്ധാന്തത്തിന്റെ കാര്യത്തിൽ കെയിൻസി ന്റെ അഭിപ്രായം ശരിയായിരുന്നു. കോളനികളിലെ വിപണി നഷ്ടമാ യതിനെത്തുടർന്ന് മുതലാളി രാജ്യങ്ങളിലെ ആഭ്യന്തര തൊഴിൽ അവസര വികസനത്തിനുള്ള മാർഗങ്ങൾ എന്തെങ്കിലും ഉണ്ടായിരുന്നുവെങ്കിൽ അതുപോലും, 'ഭദ്രമായ ഫിനാൻസും' നിശ്ചിത കൈമാറ്റനിരക്കും കാ രണം അവതാളത്തിലാകുമായിരുന്നു. അതുകാരണം സാമ്പത്തിക വി കസനം തെല്ലിട നിലച്ചാൽപോലും തൊഴിലില്ലായ്മ വൻതോതിൽ വർധി ക്കുമായിരുന്നു.

അഗാധഗർത്തത്തിലേക്ക്

ചരിത്രത്തിലേക്കുള്ള ഈ തിരിഞ്ഞുനോട്ടം, കാര്യങ്ങൾ മനസിലാ ക്കുന്നതിന് സഹായകമാണ്. പത്തൊമ്പതാം നൂറ്റാണ്ടിന്റെ അവസാന കാലത്തേയും ഇരുപതാം നൂറ്റാണ്ടിന്റെ ആദ്യവർഷങ്ങളിലേയും സാ മ്പത്തിക പരിതഃസ്ഥിതിയോട് സമാനതയുള്ളതാണ് ആനുകാലിക ലോക സമ്പദ്‌വ്യവസ്ഥ എന്ന അവസ്ഥ വന്നുചേർന്നുകൊണ്ടിരിക്കുന്നു എന്ന താണ് വിരോധാഭാസം. അതോടൊപ്പം രണ്ടു വസ്തുതകൾകൂടി കൂട്ടി ച്ചേർക്കുകയും വേണം. ഒന്നാമത്, കൊളോണിയൽ വിപണികളുടെ സഹായം മുതലാളിത്ത ശക്തികൾക്ക് പഴയപോലെ ഇന്ന് ലഭ്യമല്ല. കോളനികൾ നിയമപരമായി ഇല്ലാതായിത്തീരുന്നുവെന്നു മാത്രമല്ല

അതിനുകാരണം; മറിച്ച് അവയ്ക്ക് നൽകാൻ കഴിയുന്ന ആശ്വാസം, ആവശ്യവുമായി താരതമ്യപ്പെടുത്തുമ്പോൾ വളരെ കുറവാണ് എന്ന താണ്. രണ്ടാമത് സാമ്പത്തിക വികസനത്തിന്റെ കാര്യത്തിൽ പെട്ടെന്നു ണ്ടാവുന്ന നിശ്ചലത (മുതലാളിത്ത ലോകത്തിൽ അത് അനിവാര്യമായ പ്രതിസന്ധിയാണ്) യഥാർഥത്തിൽ സംഭവിച്ചുകഴിഞ്ഞിരിക്കുന്നു. അതി നാൽ ഈ പ്രതിസന്ധിയിൽനിന്നും വളർന്നുകൊണ്ടിരിക്കുന്ന തൊഴിലി ല്ലായ്മയിൽനിന്നും സ്വയം പുറത്തുകടക്കുന്നതിനുള്ള വഴികളൊന്നും ഇന്ന് മുതലാളിത്തത്തിന്റെ പക്കലില്ലതാനും. ഏറെക്കവിഞ്ഞാൽ ഒരു പുതിയ 'കുമിള' ഉയർന്നുവന്നേക്കാം എന്ന് അവർക്ക് പ്രത്യാശിക്കാം; എന്നാൽ അതും ക്ഷണിക സ്വഭാവത്തോടുകൂടിയതായിരിക്കും.

ഒറ്റനോട്ടത്തിൽ ഇത് അസാധാരണമായി തോന്നാം. കാരണം ആഭ്യ ന്തര സമ്പദ്‌വ്യവസ്ഥയിലെ ചോദനം കൈകാര്യംചെയ്യുന്നതിനായി സർ ക്കാർ ഇടപെടണം എന്ന് നിർദേശിക്കുന്ന ഒരു പ്രതിസന്ധി പരിഹാരമാർ ഗം കെയിൻസ്, മുതലാളിത്തത്തിന് കാണിച്ചുകൊടുത്തതായിരുന്നുവല്ലോ. എന്നാൽ മുതലാളിത്ത വ്യവസ്ഥയ്ക്കുള്ളിൽ സ്വമേധയാ ഉണ്ടാകുന്ന പ്രതിസന്ധിയുടെ പരിമാണത്തെ കെയിൻസ് കുറച്ചു കണ്ടു. വ്യവസ്ഥയ് ക്കുള്ളിൽ സ്വമേധയാ പ്രതിസന്ധി ഉണ്ടാകുന്ന ഈ പ്രവണതയെ പു റത്തുള്ള ഒരു ശക്തിക്കും തടയാൻ കഴിയില്ല. അതിനാൽ ഇന്നത്തെ പ്രതിസന്ധിയുടെ പശ്ചാത്തലത്തിൽ, അത് വ്യവസ്ഥയെ കൂടുതൽ അഗാ ധമായ ഗർത്തത്തിലേക്ക്, ആത്മനാശത്തിലേക്ക്, തള്ളിവിടുന്നു. ഗ്രീസി ലും യൂറോപ്പിലെ മറ്റ് തെക്കൻ രാജ്യങ്ങളിലും ഇന്ന് സംഭവിച്ചുകൊണ്ടി രിക്കുന്നത്, ഇതിന് തെളിവാണ്.

എന്നാൽ ആത്മനാശത്തിലേക്കുള്ള ഈ നീക്കം, വ്യവസ്ഥയുടെ സ്വാഭാവികവും യാന്ത്രികവുമായ തകർച്ചയിലേക്ക് വഴിവയ്ക്കുകയില്ല എന്ന് വ്യക്തമാണ്. മുതലാളിത്തം തകരുകയില്ല. പ്രവർത്തനത്തിലൂടെ അതിനെ തുത്തെറിയേണ്ടതുണ്ട്. അക്കാര്യത്തിൽ ഇടതുപക്ഷത്തിനും മറ്റ് പുരോഗമനശക്തികൾക്കും ഒരു പ്രമുഖ സ്ഥാനം വഹിക്കാനുമുണ്ട്. എന്നാൽ ഇതിന് ലോകത്തെ ഇന്നത്തെ സ്ഥിതിയെക്കുറിച്ച്, പ്രത്യേകി ച്ചും ലോക സമ്പദ്‌വ്യവസ്ഥയെക്കുറിച്ച്, വ്യക്തമായ ധാരണ ഉണ്ടാ കേണ്ടതുണ്ട്.

കെയിൻസ് ആവിഷ്കരിച്ച രണ്ട് വ്യവസ്ഥകൾ എങ്ങനെയാണ് ഇന്ന് നിറവേറ്റപ്പെടുന്നതെന്ന് നോക്കാം. അതിൽ ഒന്നാമത്തേത് കൈമാറ്റനി രക്കിനെ സംബന്ധിച്ചതാണ്. ലോക സമ്പദ്‌വ്യവസ്ഥയിലെ പ്രധാന ശക് തികൾക്കിടയിൽ, കൈമാറ്റനിരക്കിന്റെ കാര്യത്തിൽ ഇന്ന് ഏറക്കുറെ ഒരു സ്ഥിരതയുണ്ടായിട്ടുണ്ട്–സ്വർണ മാനദണ്ഡത്തിന്റെ അടിസ്ഥാനത്തിൽ നിയമപരമായി ഉണ്ടാക്കപ്പെട്ട ഒരു സ്ഥിരതയല്ല അത്; മറിച്ച് നിരവധി പ്രായോഗിക കാരണങ്ങളാൽ യഥാർഥത്തിൽ അങ്ങനെ ഒരു സ്ഥിരത ഉണ്ടായി വന്നതാണ്. ചൈനയുടെ നേതൃത്വത്തിൽ 'ഉയർന്നുവരുന്ന വി പണി സമ്പദ്‌വ്യവസ്ഥകൾ' ലോക സമ്പദ്‌വ്യവസ്ഥയിൽ വളരെ ഉയർ

ന്ന മത്സരം കാഴ്ചവയ്ക്കുന്നുണ്ട് എന്ന കാര്യത്തിൽ സംശയമില്ല. അതി ന് രണ്ട് കാരണങ്ങളുണ്ട്. തൊഴിലാളികളുടെ കരുതൽസേന അവിടെ ഉയർന്ന അളവിൽ ഉണ്ട് എന്നതിനാൽ ഈ രാജ്യങ്ങൾക്ക് കുറഞ്ഞ കൂ ലിക്ക് ജോലിചെയ്യിക്കാൻ കഴിയുന്നു. രണ്ടാമത് ചില പ്രത്യേക മേഖലകളിൽ അവർക്ക് ഉയർന്ന സാങ്കേതികവിദ്യയും കൈവശമുണ്ട്. അതുകൊണ്ട് അവർക്ക് തൊഴിലാളികളിൽനിന്ന് ഉയർന്ന നിരക്കിലുള്ള ഉൽപ്പാദനക്ഷമത നേടാൻ കഴിയുന്നു.

'ഉയർന്നുവരുന്ന വിപണി സമ്പദ്‌വ്യവസ്ഥകളുടെ' ശക്തമായ മത് സരക്ഷമത കാരണം, മുതലാളിത്ത ലോകത്തിലെ മറ്റു ശക്തികൾക്ക് വിദേശ വ്യാപാരത്തിന്റെ കാര്യത്തിൽ വളരെ വലിയ അളവിലുള്ള കറന്റ് അക്കൗണ്ട് കമ്മിയാണ് അനുഭവപ്പെടുന്നത്. എന്നാൽ ഉയർന്നുവരുന്ന വിപണി സമ്പദ്‌വ്യവസ്ഥകളുടെ നാണയങ്ങളെ അപേക്ഷിച്ച്, തങ്ങളു ടെ നാണയങ്ങൾക്ക് മൂല്യശോഷണം വരുത്താൻ പ്രധാന മുതലാളിത്ത രാജ്യങ്ങൾക്ക് കഴിയുകയില്ല. കാരണം ലോകത്തിലെ സമ്പത്തിൽ വളരെ വലിയ ഭാഗം അവരുടെ കയ്യിലാണ്. തങ്ങളുടെ നാണയങ്ങൾക്ക് മൂല്യ ശോഷണം വരുത്തിയാൽ ലോകത്തിലെ സമ്പന്നരാഷ്ട്രങ്ങൾക്ക് വളരെ വലിയ മൂലധന നഷ്ടം സംഭവിക്കും. അന്താരാഷ്ട്ര ധനമൂലധനത്തിന് അതുമൂലമുണ്ടാകുന്ന തകർച്ചയെക്കുറിച്ച് പറയേണ്ടതുമില്ലല്ലോ. യഥാർ ഥത്തിലുള്ള മൂല്യശോഷണം പോയിട്ട്, മൂല്യശോഷണത്തെക്കുറിച്ചുള്ള ഭയംപോലും മുതലാളിത്ത ഫിനാൻസ് ലോകത്തിൽ കടുത്ത അസ്ഥി രത സൃഷ്ടിക്കാൻ പര്യാപ്തമാണ്.

എന്നുതന്നെയല്ല, ജപ്പാന് (വളരെ വലിയ അളവിൽ പൊതുകടം ഉണ്ടെങ്കിലും) വേണ്ടത്ര വിദേശ വിനിമയ കരുതൽധനം കൈവശമുണ്ട്. ജർമനിക്കും വലിയ അളവിലുള്ള കറന്റ് അക്കൗണ്ട് മിച്ചമുണ്ട്. അമേരി ക്കയുടെ നാണയമാകട്ടെ, സ്വർണത്തെപ്പോലെതന്നെ വിലപിടിച്ചതാണ് എന്നാണ് പരക്കെ കരുതപ്പെടുന്നത്. അതുകൊണ്ട് ലോകത്തെങ്ങും സ്വ ത്തു കൈവശംവയ്ക്കുന്നതിനുള്ള വിശ്വസനീയമായ മാധ്യമമായി ഡോ ളർ ഉപയോഗിക്കപ്പെട്ടുവരുന്നു. (അമേരിക്കയ്ക്ക് വളരെ വമ്പിച്ച അളവി ലുള്ള കറന്റ് അക്കൗണ്ട് കമ്മിയുണ്ടെന്നത് മറ്റൊരു കാര്യം). അതുകൊ ണ്ട് അവയുടെ നാണയങ്ങൾക്ക് സ്വമേധയാ മൂല്യശോഷണംവരുത്താ നുള്ള സാധ്യതയൊന്നും ഉടനെ ഇല്ല.

ഏറ്റവും ദുർബലമായ യൂറോ മേഖല

അതുകൊണ്ട്, പ്രായോഗിക ആവശ്യങ്ങൾ കണക്കിലെടുത്താൽ, നിരവധി കാരണങ്ങളാൽ, നാമിന്ന് നിശ്ചിത വിനിമയ നിരക്കിന്റെ ലോ കത്തിലാണ് ജീവിക്കുന്നതെന്ന് കാണാം. എന്നാൽ പ്രധാന ലോക സമ്പദ് വ്യവസ്ഥകൾക്കിടയിൽ യഥാർഥത്തിൽ ഒരു നിശ്ചിത വിനിമയനിരക്കി ന്റെ വാഴ്ച നിലനിൽക്കുന്നുണ്ടെങ്കിൽത്തന്നെയും, യൂറോമേഖലയ്ക്കു ള്ളിൽ നിയമപരമായിത്തന്നെ ഒരു നിശ്ചിത വിനിമയനിരക്കിന്റെ വാഴ്

ചയും (ഒരൊറ്റ നാണയത്തിന്റെ വാഴ്ചതന്നെ) നിലനിൽക്കുന്നുണ്ട്. ലോ കത്തിലെ പ്രമുഖനാണയങ്ങൾ ഉൾപ്പെട്ട, ഫലത്തിൽ നിശ്ചിതമായ വി നിമയനിരക്കിന്റെ വാഴ്ച പ്രധാന ആഗോള അസന്തുലിതത്വവുമായി ബന്ധപ്പെട്ടാണ് കിടക്കുന്നത് എന്ന് നാം കണ്ടു. ഉയർന്നുവരുന്ന വിപണി സമ്പദ്‌വ്യവസ്ഥകൾ (ചൈന പ്രത്യേകിച്ചും) എല്ലാംകൂടിയെടുത്താൽ, അവയ്ക്ക് വമ്പിച്ചതോതിലുള്ള കറന്റ് മിച്ചമാണുള്ളത്. അതേ അവസരത്തിൽ ലോകത്തിലെ മറ്റ് രാജ്യങ്ങൾക്ക് (പ്രത്യേകിച്ചും അമേരി ക്കയ്ക്ക്) അതിന് ആനുപാതികമായി കറന്റ് കമ്മിയുമുണ്ട്. നിയമപരമാ യി നിശ്ചിത വിനിമയനിരക്കുള്ള മേഖലയിലെ, അതായത് യൂറോ മേഖലയിലെ, മത്സരക്ഷമത കുറവുള്ള സമ്പദ്‌വ്യവസ്ഥകളുടെമേൽ ഈ അസന്തുലിതത്വം ഉണ്ടാക്കുന്ന ആഘാതം അതീവ തീവ്രമാണ്. യൂറോ മേഖലയിൽത്തന്നെ ജർമനി കൂടുതൽ ശക്തമായ മത്സരക്ഷമത കാ ണിക്കുന്നതിനാൽ (കാരണം അവിടത്തെ കൂലിവളർച്ചയുടെ നിരക്ക് താ രതമ്യേന വളരെ കുറവാണ്) യൂറോ മേഖലയിലെ മത്സരക്ഷമത കു റഞ്ഞ സമ്പദ്‌വ്യവസ്ഥകളുടെ ദുരിതങ്ങൾ വളരെ കൂടുതലാണ്. ലോക മുതലാളിത്ത സമ്പദ്‌വ്യവസ്ഥയ്ക്കുള്ളിലെ ഏറെ ദുർബലമായ, എളു പ്പത്തിൽ പരിക്കേൽക്കാവുന്ന മേഖലയാണത്.

ലോക വിപണിയിൽ അവയുടെ മത്സരക്ഷമത താരതമ്യേന കു റവായതുകൊണ്ട്, മൊത്തം ചോദനത്തിൽ വീഴ്ചയുണ്ടാകുമ്പോൾ അതി ന്റെ പ്രതിസന്ധി വളരെ കടുത്തതായിരിക്കും. ഒറ്റ നാണയമുള്ള യൂറോ മേഖലയിൽ ഉൾപ്പെട്ടവരായതിനാൽ അവർക്ക് അവരുടെ നാണയത്തിന് മൂല്യശോഷണം വരുത്താൻ കഴിയില്ല. മാത്രമല്ല ധനപരമായ മാർഗങ്ങളി ലൂടെ ചോദനം വർധിപ്പിക്കുന്നതിനായി സർക്കാരിനെ ഉപയോഗപ്പെടു ത്താനും അതുവഴി ആഭ്യന്തര പ്രവർത്തനങ്ങളും തൊഴിൽ അവസര ങ്ങളും വർധിപ്പിക്കാനും അവർക്ക് കഴിയുകയില്ല. സർക്കാരിന്റെ ധനപരമാ യ ഇടപെടലുകളിലൂടെ ചോദനം വർധിപ്പിക്കുന്നതുപോയിട്ട്, പ്രതിസന്ധി കാരണം തങ്ങളുടെ ജനങ്ങൾക്ക് ഉണ്ടായിട്ടുള്ള ദുരിതങ്ങൾക്ക് ആശ്വാസം നൽകുന്നതിനോ അതിനുവേണ്ടി സോഷ്യൽ ഡെമോക്രാറ്റിക് ഭരണങ്ങൾ ചെയ്യുന്നപോലെ 'സാധാരണ നിലയി'ലുള്ള 'സുരക്ഷാ' നടപടികൾ കൈക്കൊള്ളുന്നതിനോ അവർക്ക് കഴിയുകയില്ല. കാരണം ഇത്തരം നടപടികളിലൂടെ ധനകമ്മി വർധിക്കുന്നത് ഫിനാൻസ് മൂലധനത്തിന് സ്വീകാര്യമായ മാർഗമല്ല. (മാസ്ട്രിച്ച് കരാറിൽ അംഗീകരിക്കപ്പെട്ടിട്ടുള്ള 3 ശതമാനം ധനകമ്മി എന്ന പരിധിക്ക് യുക്തമായ വിധത്തിൽ ഇളവ് അനുവദിക്കാമെന്നുവെച്ചാൽപോലും അതിന് കഴിയില്ല). ധനമൂലധനത്തി ന്റെ മേധാവിത്വത്തിൻകീഴിൽ ഈ രാജ്യങ്ങളിലെ അധ്വാനിക്കുന്ന ജനങ്ങൾ വമ്പിച്ച തൊഴിലില്ലായ്മയ്ക്കും സാമൂഹ്യ സുരക്ഷാച്ചെലവി ലെ വെട്ടിക്കുറവിനും കൂലി വെട്ടിക്കുറവിനും വേതനം വെട്ടിക്കുറവിനും (ഇങ്ങനെയൊക്കെ ചെയ്താൽ ഈ സമ്പദ്‌വ്യവസ്ഥകൾ മത്സരക്ഷമമമാ യിത്തീരും എന്നാണ് കരുതപ്പെടുന്നത്) പരോക്ഷ നികുതികളുടെ വർ

ധനയ്ക്കും ഇരയായിത്തീരും. വസ്തുവിന്മേലുള്ള പ്രത്യേക നികുതികൾ അടക്കം സമ്പന്നരുടെമേൽ പ്രത്യക്ഷനികുതി ചുമത്തുന്നത്, അവരെ സംബന്ധിച്ചിടത്തോളം തികച്ചും അചിന്ത്യംതന്നെയാണ്. (വസ്തുവിന്മേലുള്ള പ്രത്യേക നികുതിയാണ് ഏറ്റവും യോജിച്ച നികുതി രൂപം എന്നാണ് മൈക്കേൽ കലേക്കിയുടെ അഭിപ്രായം).

എന്നാൽ വികസിത മുതലാളിത്ത ലോകത്തിലെ ദുർബലവും വേഗത്തിൽ പരിക്കേൽക്കാവുന്നതുമായ മേഖലയിൽ (അതായത് തെക്കൻ യൂറോപ്പിൽ) ഉയർന്നുവരുന്ന പ്രതിസന്ധി, ആ മേഖലയിൽ മാത്രമായി ഒതുങ്ങിനിൽക്കുകയില്ല; അതൊരു യൂറോപ്യൻ പ്രതിഭാസമായി മാത്രം ഒതുങ്ങിനിൽക്കുകയുമില്ല. യൂറോപ്പ് ഒരൊറ്റ നാണയമേഖലയായതുകൊണ്ട് വിനിമയനിരക്കിൽ മൂല്യശോഷണം വരുത്താനുള്ള സാധ്യതയും ഇല്ല. "ഭദ്രമായ ധനകാര്യവ്യവസ്ഥ" ഉപേക്ഷിക്കാനുള്ള സാധ്യതയും ഇല്ല. മുതലാളിത്ത ലോകത്തെ ഇപ്പോൾ ബാധിച്ചിട്ടുള്ള, കൂടുതൽ വ്യാപിക്കാൻ സാധ്യതയുള്ള പ്രശ്നത്തിന്റെ ദുസ്സൂചനയാണ് അവരുടെ പ്രതിസന്ധി നൽകുന്നത്.

സർക്കാരിന്റെ ഇടപെടലും ആഗോളവൽകൃത ഫിനാൻസും

മൊത്തം ചോദനത്തിലുണ്ടായ കുറവ് നികത്തുന്നതിനുള്ള മാർഗമെന്ന നിലയിൽ സർക്കാർ ഇടപെടണമെന്ന് ജോൺ മെയ്നാർഡ് കെയിൻസ് വാദിച്ചപ്പോൾ (അക്കാലത്ത് നിലവിലുണ്ടായിരുന്ന തൊഴിലില്ലായ്മയുടെ നിലവാരം ഏറെക്കാലം സഹിക്കാൻ ലോകത്തിന് കഴിയില്ല എന്നായിരുന്നു അദ്ദേഹത്തിന്റെ അഭിപ്രായം) വിപണി വ്യവസ്ഥയുടെ പ്രവർത്തനംമൂലം സ്വകാര്യ പങ്കാളികളുടെ മേൽ കെട്ടിയേൽപ്പിക്കപ്പെടുന്ന, തടസ്സങ്ങളൊന്നുമില്ലാത്ത, ശരിക്കും പുറത്തുള്ള ഒരു 'വസ്തു'വാണ് സർക്കാർ എന്നാണ് അദ്ദേഹം കരുതിയിരുന്നത്. യാന്ത്രിക ഉത്തോലകത്തിന്റെ തത്ത്വം അറിയാമായിരുന്ന ആർക്കിമെഡിസ് ഇങ്ങനെ പറയുകയുണ്ടായത്രെ: "എനിക്ക് നിൽക്കാനൊരു ഇടം തരൂ; എന്നാൽ ഞാൻ ഭൂമിയെ ഒരു ഉത്തോലകംകൊണ്ട് നീക്കിക്കാണിച്ചുതരാം." കെയ്ൻസിന്റെ സങ്കൽപ്പനത്തിൽ സർക്കാർ എന്നത്, ആർക്കിമെഡിസിന്റെ "നിൽക്കാനുള്ള ഇടം" പോലെ എന്തോ ആണ്. അത് മുതലാളിത്ത സമ്പദ്‌വ്യവസ്ഥയുടെ പുറത്താണ് നിലനിൽക്കുന്നത്. അതുകൊണ്ട് സർക്കാരിന് പോരായ്മകളെ തിരുത്താനും അതിനെ തത്ത്വത്തിൽ സ്ഥായിയാക്കിത്തീർക്കാനും കഴിയും. ചുരുക്കത്തിൽ മുതലാളിത്ത വിപണി സമ്പദ്‌വ്യവസ്ഥയുടെ പുറത്താണ് അത് സ്ഥാപിക്കപ്പെട്ടിരിക്കുന്നത്.

കെയ്ൻസിന്റെ നിലപാടിനെതിരെ ഇടതുപക്ഷത്തുനിന്ന് ഉയർന്നുവന്ന വിമർശനങ്ങൾ മാതൃകാപരമായി ഊന്നിപ്പറഞ്ഞത്, ഭരണകൂടം എന്നത് സ്വയം ഭരണാധികാരമുള്ള അസ്തിത്വമല്ല, അതിന് വർഗസ്വഭാവമുണ്ട് എന്നാണ്. മുതലാളിത്ത സമ്പദ്‌വ്യവസ്ഥയെ സ്ഥിരീകരിക്കുന്നതിനുള്ള സർക്കാരിന്റെ ഇടപെടലിന് അത് പരിധി നിശ്ചയിക്കും. (ഉദാ

ഹരണത്തിന് പൂർണമായും യഥാർഥമായും ഉള്ള തൊഴിൽ എല്ലാവർക്കും നൽകുന്നതിന് അതിന് കഴിയുകയില്ല. കാരണം തൊഴിൽ സേനയുടെ ഒരു കരുതൽശേഖരമില്ലാതെ മുതലാളിത്ത സമ്പദ്‌വ്യവസ്ഥയ്ക്ക് പ്രവർത്തിക്കാൻ കഴിയുകയില്ല. അച്ചടക്കം നിലനിർത്താൻ മാത്രം ഉതകുന്ന വിധത്തിലുള്ള കരുതൽശേഖരമല്ല, മറിച്ച് കൂലി താഴ്ത്തി നിർത്താൻ ഉതകുന്നവിധത്തിൽ വലിയ അളവിലുള്ള കരുതൽശേഖരമാണ് വേണ്ടത്.) സർക്കാരിന്റെ ഇടപെടലിന്റെ രീതിയെയും ഈ വർഗ സ്വഭാവം സ്വാധീനിക്കുന്നതാണ്. (ഉദാഹരണത്തിന് സൈനികച്ചെലവ് വർധിപ്പിച്ചുകൊണ്ട് ഇടപെടും.) ചുരുക്കത്തിൽ മുതലാളിത്തത്തിൻകീഴിൽ പൂർണമായ തൊഴിൽ കൈവരിക്കാൻ കഴിയും എന്ന കെയ്ൻസിന്റെ ശുഭാപ്തിവിശ്വാസത്തെ വിമർശിച്ച ഇടതുപക്ഷക്കാർപോലും, മുതലാളിത്ത വിപണി സമ്പദ്‌വ്യവസ്ഥയ്ക്കുപുറത്താണ് ഭരണകൂടം നിലയുറപ്പിച്ചിട്ടുള്ളത്, എല്ലാ വിപണി പങ്കാളികളുടേതിൽനിന്നും തികച്ചും വ്യത്യസ്തമായ ഒരു നിലപാടാണ് അതിനുള്ളത് എന്ന അദ്ദേഹത്തിന്റെ സങ്കൽപ്പനത്തെ ഒരിക്കലും ചോദ്യംചെയ്തിട്ടില്ല.

പക്ഷേ, ധന മൂലധനത്തിന്റെ ആഗോളവൽക്കരണത്തോടുകൂടി, ആ ധാരണകൂടി ഉപേക്ഷിക്കേണ്ടിവന്നു. മുതലാളിത്ത ലോകത്തിന്റെ നേതാവായ അമേരിക്കൻ ഐക്യനാടുകളൊഴിച്ച് മറ്റെല്ലാ രാജ്യങ്ങളുടെ കാര്യത്തിലും ആഗോളവൽക്കരണത്തിന്റെ കാലഘട്ടത്തിൽ ഈ ധാരണ ഉപേക്ഷിക്കേണ്ടിവരും എന്ന വസ്തുതപോലും അംഗീകരിക്കപ്പെട്ടതാണ്. എന്നാൽ അതിനാവശ്യമായ വാദമുഖം താഴെ പറയുന്ന രീതിയിലാണ് മുന്നോട്ടുവയ്ക്കപ്പെട്ടത്–ആഗോളവൽകൃതമായ ധനമൂലധനത്തിന്റെ അഭിലാഷങ്ങൾക്കും ചാപല്യങ്ങൾക്കും എതിരായി ഒരു ദേശരാഷ്ട്രം എന്തെങ്കിലും പ്രവർത്തിക്കുകയാണെങ്കിൽ ബന്ധപ്പെട്ട ആ രാഷ്ട്രത്തിന്റെ സമ്പദ് വ്യവസ്ഥയിൽനിന്ന് മൂലധനം പുറത്തേക്ക് ഒഴുകിപ്പോകുന്നതിന് അത് കാരണമായിത്തീരും; അതിനാൽ ഈ ചാഞ്ചാട്ടങ്ങളുമായി ഒത്തുപോകാൻ ആ രാഷ്ട്രം നിർബന്ധിതമായിത്തീരുന്നു. കെയിൻസിന്റെ ഇടപെടൽവാദത്തെ അത് അസാധ്യമാക്കുന്നു. എന്നാൽ കെയ്ൻസിന്റെ ധാരണയ്ക്കെതിരായ വാദം ഇതിനേക്കാൾ ശക്തമാണ്.

രാഷ്ട്രത്തിന്റെ പരമാധികാരം നഷ്ടപ്പെടുന്നു

ഭരണകൂടവുമായി പൊരുത്തപ്പെടാൻ കഴിയാതെ വരുമ്പോൾ ആ രാജ്യത്തിൽനിന്ന് മൂലധനവുമായി പലായനം ചെയ്യുന്നതിലൂടെ മാത്രമല്ല ആഗോളവൽക്കൃത ധനമൂലധനത്തിന് കെയ്ൻസിന്റെ ശൈലിയിലുള്ള സർക്കാർ ഇടപെടലിനോട് കലഹിക്കാൻ കഴിയുന്നത്. അതിനേക്കാൾ മോശമായ കാര്യങ്ങൾ ധനമൂലധനത്തിന് ചെയ്യാൻ കഴിയും. വായ്പ വാങ്ങുന്നതിൽനിന്ന് സർക്കാരിനെ തടയാനും അതിന് കഴിയും. രാഷ്ട്രത്തിനുള്ളിൽ നിലനിൽക്കുന്ന 'വിശ്വാസ'ത്തെ അട്ടിമറിക്കാനും അതിന് കഴിയും. ക്രെഡിറ്റ് റേറ്റിങ് ഏജൻസികളെ ഉപയോഗപ്പെടുത്തുക എന്ന

ലളിതമായ ഉപായത്തിലൂടെ ഒരു രാഷ്ട്രത്തെ വായ്പ കൊടുക്കാൻ കൊ ള്ളാത്തതാണെന്ന് വരുത്തിത്തീർക്കാനും അതിന് കഴിയും. ('സബ്പ്രൈം' പ്രതിസന്ധിയിലൂടെ കുപ്രസിദ്ധമായിത്തീർന്ന അവ വീണ്ടും ബഹുമാ ന്യത തിരിച്ചുപിടിച്ചുകൊണ്ടിരിക്കുകയാണ്. പരമാധികാര രാഷ്ട്രങ്ങൾ എന്നു വിളിക്കാവുന്ന രാജ്യങ്ങളുടെ വിധി നിർണയിക്കുന്ന സർ വശക്തരായ മധ്യസ്ഥന്മാരുടെ നിലയിലേക്ക് അവർ വീണ്ടും തിരിച്ചുവന്നു കൊണ്ടിരിക്കുകയാണ്.) മൊത്തം ആഭ്യന്തര ഉല്പാദനത്തിന്റെ (ജി ഡി പി) 13 ശതമാനം ധനകമ്മിയുള്ള ഗ്രീസിനെ കടംകൊടുക്കാൻ കൊള്ളാ ത്ത രാജ്യമായി പ്രഖ്യാപിച്ചതിലെന്താണ് തെറ്റ് എന്ന് ശുദ്ധാത്മാക്കൾ കരുതുന്നുണ്ടാവാം. എന്നാൽ 6 ശതമാനം മാത്രം ധനകമ്മിയുള്ള എസ് ത്തോണിയക്കും അതേ വിധി വരുന്നതെങ്ങനെ എന്ന് വിശദീകരിക്കാൻ അവർ പാടുപെടേണ്ടിവരും.

അതെന്തായാലും, ക്രെഡിറ്റ് റേറ്റിങ് ഏജൻസികളുടെ പ്രവർ ത്തനത്തിലെ ഔചിത്യമല്ല ഇവിടെ പരാമർശവിഷയം; ആഗോളവൽക്കൃത ധനമൂലധനത്തിനെതിരായ ധാർമികമായ ആക്രമണവുമല്ല. ലളിതമായി പറഞ്ഞാൽ കാര്യം ഇതാണ്: പുത്തൻ ഉദാരവൽക്കരണ നയങ്ങൾ പൂർ ണമായും നടപ്പാക്കപ്പെട്ടുകഴിഞ്ഞ ഒരു രാജ്യത്ത്, രാഷ്ട്രത്തിന്റെ നി യന്ത്രണമില്ലാത്ത സ്വയംഭരണ സ്ഥാപനമായി കേന്ദ്രബാങ്ക് മാറിത്തീർന്ന ഒരു രാജ്യത്ത് (അല്ലെങ്കിൽ ഗ്രീസിന്റെ കാര്യത്തിലെന്നപോലെ കേന്ദ്രബാങ്ക് യൂറോപ്യൻ സെൻട്രൽ ബാങ്കിനുള്ളിലേക്ക് ചുമ്മാ അപ്രത്യ ക്ഷമായിത്തീർന്ന ഒരു രാജ്യത്ത് എന്നും പറയാം), സ്വന്തം ചെലവുകൾ നിർവഹിക്കുന്നതിനുവേണ്ടി അന്താരാഷ്ട്ര ഫിനാൻഷ്യൽ വിപണികളെ ആശ്രയിക്കേണ്ട അവസ്ഥ വന്ന ഒരു രാജ്യത്ത്, അതായത് ആഗോളവൽ ക്കരണത്തിന്റെ കാലത്ത് വിപണി വ്യവസ്ഥയ്ക്കുപുറത്ത് നിൽക്കുന്ന ഒരു വസ്തുവല്ല രാഷ്ട്രം എന്നു വന്നിരിക്കുന്നു. മറ്റ് വിപണി പങ്കാളി കളിൽനിന്ന് ഒട്ടും വ്യത്യസ്തമല്ല അതും എന്ന അവസ്ഥ വന്നിരിക്കുന്നു. രാഷ്ട്രം സ്വയം വിപണിയുടെ ഒരു ഭാഗമായി കഴിഞ്ഞതുകൊണ്ട്, വി പണിയുടെ വീഴ്ചകൾ തിരുത്താനുള്ള ശക്തി സാമൂഹ്യശാസ്ത്രപരമാ യി അതിനില്ല എന്നതോ പോകട്ടെ, സാങ്കൽപ്പികമായിപ്പോലും അതിനു ണ്ടാവുകയില്ല. പ്രതിസന്ധിയെക്കുറിച്ച് ശാസനാപൂർവം ജൽപ്പിക്കുന്ന ഏതൊരു സാധാരണ മുതലാളിത്ത പങ്കാളിക്കും കഴിയുന്നതിനേക്കാൾ അധികമൊന്നും വിപണിയുടെ തെറ്റുതിരുത്താൻ രാഷ്ട്രത്തിനും കഴി യുകയില്ല. കാരണം അത്തരം വിപണി പങ്കാളികളേക്കാൾ കൂടുതൽ ഉയർന്ന പദവിയൊന്നും രാഷ്ട്രത്തിനുമില്ല. രാഷ്ട്രം വാങ്ങിച്ച വായ്പയെ വേണമെങ്കിൽ 'പരമാധികാരവായ്പ' എന്ന് വിളിക്കാം, എന്നാൽ ഒരർ ഥത്തിലും അത് 'പരമാധികാര രാഷ്ട്ര'മല്ല. ഈ യാഥാർഥ്യം ഇന്ന് ഗ്രീക്കു കാർ മനസിലാക്കിക്കൊണ്ടിരിക്കുകയാണ്. ചുരുക്കത്തിൽ ആർക്കിമീഡി സിന്റെ ഭാഷയിൽ പറഞ്ഞാൽ രാഷ്ട്രത്തിന് 'നിൽക്കാനുള്ള ഇടം' നഷ് ടപ്പെട്ടിരിക്കുകയാണ്. അവിടെനിന്നുകൊണ്ട് വേണമായിരുന്നല്ലോ വ്യവസ്ഥയെ നീക്കാൻ!

ജനാധിപത്യത്തിന്റെ ശീർഷാസനം

രാഷ്ട്രത്തിന്റെ ഭാഗത്തുണ്ടായിരുന്ന "പരമാധികാരം" നഷ്ടപ്പെട്ടത് ധനമൂലധനത്തിന്റെ ആഗോളവൽക്കരണ പ്രക്രിയയുടെ മറുവശമാണ് എന്നതാണ് വസ്തുത. അതേ പ്രക്രിയയിലൂടെത്തന്നെ ധനമൂലധനം ഇതേ 'പരമാധികാര'ത്തിന് അവകാശം ഉന്നയിക്കുകയും ചെയ്യുന്നു. ഒരെണ്ണത്തിന് 'പരമാധികാരം' നഷ്ടപ്പെട്ടാൽ, മറ്റൊരെണ്ണത്തിന് പുതിയ തരത്തിലുള്ള ഒരു പരമാധികാരം നേടാൻ കഴിയും എന്ന വസ്തുത പ്രകടമാണല്ലോ. അത് ആവർത്തിച്ച് വിശദമാക്കേണ്ടതില്ല. ജനാധിപത്യ ത്തിന്റെ പൂർണമായ തലകീഴ്മറിച്ചിലിന്റെ കാര്യവും അങ്ങനെതന്നെ യാണ്. ജനാധിപത്യം എന്നതിനർഥം ജനങ്ങളുടെ ആവശ്യങ്ങളോട് പ്രതി കരിക്കാൻ കഴിയുന്ന രാഷ്ട്രം എന്നാണ്; ജനങ്ങളോട് ഉത്തരം പറയാ നുള്ള ബാധ്യതയുള്ള രാഷ്ട്രം എന്നാണ്; ജനങ്ങളുടെ ആവശ്യങ്ങളോട് പ്രതികരിക്കാനുള്ള സ്വന്തം കഴിവിൽനിന്ന് തത്ത്വത്തിലെങ്കിലും, സ്വന്തം നിയമസാധുത്വം ആർജിക്കുന്ന രാഷ്ട്രം എന്നാണ്. എന്നാൽ വിപണി യിലെ ഒരു പങ്കാളി മാത്രമായ രാഷ്ട്രം, ധനമൂലധന താൽപ്പര്യങ്ങൾക്കു മുമ്പിൽ കണക്ക് ബോധ്യപ്പെടുത്താൻ സ്വയം ബാധ്യസ്ഥമായ ഒരു രാ ഷ്ട്രം, ധനമൂലധന താൽപ്പര്യങ്ങളെ തൃപ്തിപ്പെടുത്തുന്നതിനായി ജനങ്ങളെ ഞെക്കിപ്പിഴിയാൻ തയ്യാറാവുന്ന ഒരു രാഷ്ട്രം (അതിന് ഇഷ് ടമുണ്ടെങ്കിലും ഇല്ലെങ്കിലും) ജനാധിപത്യത്തിന്റെ മൗലികമായ നി ഷേധത്തെയാണ് പ്രതിനിധീകരിക്കുന്നത്.

രാഷ്ട്രത്തെ സംബന്ധിച്ചിടത്തോളം, ജനങ്ങളും ഫിനാൻസ് മൂ ലധനവും ചുമ്മാ അങ്ങോട്ടും ഇങ്ങോട്ടും സ്ഥലംമാറ്റിയപോലെയാണ് തോന്നുന്നത്. എല്ലാം തലകീഴ്മേൽ മറിഞ്ഞപോലെയാണ് തോന്നുന്നത്. ഏതാണോ നിയന്ത്രിക്കപ്പെടേണ്ടത്, അത് നിയന്ത്രണ ജോലി സ്വയം ഏറ്റെടുക്കുന്നു; മറ്റുള്ളവയുടെമേൽ നിയന്ത്രണം നിർവഹിക്കേണ്ടതെന്ന് കരുതപ്പെടുന്ന രാഷ്ട്രം, അതിനുപകരം നിയന്ത്രിക്കപ്പെടുന്നു. ഗ്രീസ് തന്നെയാണ് നല്ല ഉദാഹരണം. ജനങ്ങളെ ഏതളവുവരെ ഞെക്കിപ്പിഴി യണം എന്ന്, ധനമൂലധനത്തിന്റെ തൃപ്തിക്കനുസരിച്ച് അവിടെ രാഷ്ട്രം നിശ്ചയിക്കുകയാണ്. ഇതൊക്കെ ചെയ്യുന്നതാകട്ടെ, ഏതെങ്കിലും അട്ടി മറിയിലൂടെയല്ല, പിന്നിൽക്കൂടിയുള്ള ഗൂഢതന്ത്രങ്ങളിലൂടെയല്ല; അദൃശ്യ മായ മായാജാലത്തിലൂടെയുമല്ല. പട്ടാപ്പകൽ, തുറന്നനിലയ്ക്ക്, വ്യവസ്ഥ യുടെ പ്രവർത്തനത്തിന്റെ ഭാഗമായി അംഗീകരിക്കപ്പെടേണ്ട തികച്ചും ന്യായയുക്തമായ ഒരു പ്രവൃത്തി എന്ന നിലയിലാണ് അത് ചെയ്യുന്നത്. അതേ അവസരത്തിൽ അതിനെ എതിർക്കുന്നവരെയാകട്ടെ, യുക്തിഹീ നരെന്നും അർഥശൂന്യരെന്നും വിവേകശൂന്യരെന്നും മറ്റും വിളിക്കുകയും ചെയ്യുന്നു. ധനമൂലധനത്തിന്റെ മേധാവിത്വത്തിന്റെ പരിവർത്തനം പൂർ ണമായിത്തീർന്നിരിക്കുകയാണ്.

നമ്മുടെ രാജ്യത്ത് ഈ പ്രക്രിയ പൂർണമായി നടപ്പാക്കുന്നതിനെ തടഞ്ഞ ഇടതുപക്ഷത്തിന്റെയും ട്രേഡ്‌യൂണിയനുകളുടെയും പുരോ

ഗമനശക്തികളുടെയും ദൃഢമായ നിലപാടിനോട് നാം നന്ദിപറയേണ്ടി
യിരിക്കുന്നു. എന്നാൽ പുത്തൻ ഉദാരവൽക്കരണത്തിന്റെ ശക്തികൾ
അവരുടെ ശ്രമം ഉപേക്ഷിച്ചിട്ടില്ല. അവരുടെ ഈ ശ്രമങ്ങൾക്കുപിന്നിൽ
പ്രവർത്തിക്കുന്നത് അന്താരാഷ്ട്ര ധനമൂലധനമാണ് എന്നതിനാൽ
അതിൽ വലിയ അത്ഭുതത്തിനും അവകാശമില്ല.

ഐ എം എഫിലെ മുഖ്യസാമ്പത്തികവിദഗ്ധനായിരുന്ന രഘുറാം
രാജൻ ചെയർമാനായി ഒരു സാമ്പത്തിക പരിഷ്കരണ കമ്മീഷനെ ആസൂ
ത്രണക്കമ്മീഷൻ നിയമിക്കുകയുണ്ടായി. (ഇക്കാര്യത്തിൽ ആസൂത്രണ
ക്കമ്മീഷന് എന്താണ് കാര്യം എന്നത് ദുരൂഹതയായിത്തന്നെ അവശേഷി
ക്കുന്നു). ഇന്ത്യയിലെ ഗവൺമെന്റ് ബോണ്ടുകളുടെ വിപണി അന്താരാ
ഷ്ട്ര നിക്ഷേപകർക്കായി തുറന്നുകൊടുക്കണം എന്നാണ് ആ കമ്മീഷൻ
ഈയിടെ നടത്തിയ ഒരു ശുപാർശ. ഈ ശുപാർശ അംഗീകരിക്കപ്പെടു
കയാണെങ്കിൽ അന്താരാഷ്ട്ര ധനമുലധനത്തിന്റെ ഇഷ്ടാനിഷ്ടങ്ങളോട്
സംവേദനക്ഷമത കാണിക്കുന്ന ക്രെഡിറ്റ് റേറ്റിങ് ഏജൻസികളുടെ
കയ്യിലെ വെറുമൊരു കളിപ്പാവയായി ഇന്ത്യാ ഗവൺമെന്റും മാറും. ഈ
നീക്കങ്ങളെ പല്ലും നഖവും ഉപയോഗിച്ച് ചെറുക്കേണ്ടതുണ്ട്.

സർക്കാരിന്റെ സഹായം അവസാനിപ്പിക്കൽ

എന്നാൽ വെറുമൊരു വിപണി പങ്കാളിയായി രാഷ്ട്രം ചുരുക്കപ്പെടു
ന്നതിന്റെ ഏറ്റവും പ്രധാനപ്പെട്ട പ്രത്യാഘാതം, ഇതിൽ നിന്നൊക്കെ വ്യ
ത്യസ്തമായ മറ്റൊന്നാണ്. ലെ മാൻ ബ്രദേഴ്സിന്റെ തകർച്ചയോടെ മു
തലാളിത്ത പ്രതിസന്ധി പൊട്ടിപ്പുറപ്പെട്ടപ്പോൾ, ഏതാനും മുതലാളിത്ത
രാജ്യങ്ങളിൽ സർക്കാർ ധനപരമായി ഇടപെട്ടതുമൂലം ഏറ്റവും മോശപ്പെട്ട
അവസ്ഥ സംഭവിക്കുന്നത് തടയാൻ കഴിഞ്ഞു. തങ്ങളുടെ ധനവ്യ
വസ്ഥയെ രക്ഷിക്കുന്നതിനും തങ്ങളുടെ അതത് സമ്പദ് വ്യവസ്ഥകളിൽ
പ്രവർത്തനതലങ്ങൾ ഒരുക്കുന്നതിനും വേണ്ടി രാഷ്ട്രങ്ങൾ കൈക്കൊണ്ട
നടപടികൾ കാരണം അവയ്ക്ക് വമ്പിച്ച ധനകമ്മി അനുഭവിക്കേണ്ടിവന്നു.
അത്തരം സുരക്ഷാ പാക്കേജുകൾക്ക് നീക്കിവയ്ക്കേണ്ടിവന്ന മൊത്തം
തുക അവയുടെ ബജറ്റുകളിൽ വകയിരുത്തിയതിനേക്കാൾ എത്രയോ
വലിയതായിരുന്നു. അത്തരം സുരക്ഷാ പാക്കേജുകളിൽ എല്ലാ തരത്തി
ലുള്ള ഉറപ്പുകളും സഹായങ്ങളും ഉൾപ്പെട്ടിരുന്നതുകൊണ്ടാണത്. ഉദാ
ഹരണത്തിന് ഫിനാൻഷ്യൽ വ്യവസ്ഥകളുടെ രക്ഷയ്ക്കായി അമേരിക്ക
തയ്യാറാക്കിയ പാക്കേജുകളുടെ മൊത്തം ചെലവ് 13 ലക്ഷം കോടി ഡോ
ളർ വരുമെന്ന് കണക്കാക്കപ്പെടുന്നു. ബജറ്റിൽ നീക്കിവെച്ചതിനേക്കാൾ
എത്രയോ ഭീമമായ തുകയാണത്. അത്തെന്തായാലും, ബജറ്റിലൂടെയു
ള്ളതായാലും ശരി, ബജറ്റിന് പുറത്തുള്ളതായാലും ശരി, സർക്കാർ നൽ
കിയ സഹായംവഴി പ്രതിസന്ധിയുടെ വലിപ്പത്തിന് നിയന്ത്രണം ഏർ
പ്പെടുത്താൻ കഴിഞ്ഞു.

എന്നാൽ ഇന്നിപ്പോൾ നാം കാണുന്നത്, ഈ സർക്കാർ സഹാ

യത്തിൽ ഒരു ഭാഗമെങ്കിലും ഒഴിവാക്കുന്നതിനുള്ള സംഘടിതമായ ശ്രമമാ ണ്. ധനപരമായ പ്രവർത്തനങ്ങൾക്കുള്ള ഉത്തേജനം പിൻവലിക്കുമ്പോൾ പ്രതിസന്ധി കൂടുതൽ മൂർച്ഛിക്കാതിരിക്കില്ല. സാമ്പത്തിക ഉത്തേജനം തുടർന്ന് നിലനിർത്താൻ സർക്കാരിന് കഴിയുന്നില്ലെങ്കിൽ, സാമ്പത്തിക ഉത്തേജനം നിലനിർത്തുമ്പോൾ സർക്കാരിന്റെ വായ്പാ വിതരണ കഴി വ് ഇടിയുകയാണെങ്കിൽ, പണച്ചുരുക്ക നടപടികൾ അനിവാര്യമായിത്തീ രും. അത്തരം നടപടികൾക്ക് ചൂതാട്ട ഫലമാണുണ്ടാവുക. അത്തരം നടപടികൾ തെക്കൻ യൂറോപ്പിലോ ബ്രിട്ടനിലോ മറ്റോ ഏർപ്പെടുത്തി യെന്നിരിക്കട്ടെ. സാമ്പത്തിക പ്രവർത്തനങ്ങളുടെ തലത്തിൽ മറ്റു ചില രാജ്യങ്ങളിലും അത് മാന്ദ്യത്തിന്റെ ഫലമുണ്ടാക്കും. അതാകട്ടെ, ഈ സമ്പദ്‌വ്യവസ്ഥകളിൽ ധനകമ്മി ഉണ്ടാകുന്നതിനും ഇടവരുത്തും. അത്തരം മാന്ദ്യത്തിന്റെ ആഘാതങ്ങളെ ചെറുക്കുന്നതിന് അവയുടെ സമ്പദ്‌വ്യവസ്ഥകളെ ധനപരമായി ഉത്തേജിപ്പിക്കുന്നതിനുള്ള വ്യക്തമാ യ ശ്രമങ്ങൾ നടത്തുന്നില്ലെങ്കിൽ കൂടി ഇങ്ങനെ സംഭവിക്കും. കാരണം മറ്റ് കാര്യങ്ങളിൽ തുല്യമായ സ്ഥിതിയാണെങ്കിൽ അവയുടെ നികുതി വരുമാനം ഇടിയും. ഇതിന്റെ ഫലമായി ഈ സമ്പദ്‌വ്യവസ്ഥകളുടെ വാ യ്പാ ലഭ്യ സാധ്യത വീണ്ടും ഇടിയും. ഇത്തരം വായ്പാ ലഭ്യ സാധ്യ തയുടെ ഇടിവിന് അമേരിക്ക ഇപ്പോൾ വിധേയമല്ലെങ്കിലും, മുൻകൂട്ടി കാ ണാൻ കഴിയുന്ന ഭാവിയിൽ അമേരിക്ക അതിനു വിധേയമാകുന്നതിനു ള്ള സാധ്യതയില്ലെങ്കിലും, ധനകമ്മി കുറയ്ക്കുന്നതിന് അമേരിക്കൻ ഗവൺമെന്റിൽ സമ്മർദം വർധിച്ചുവരുമ്പോൾ, നിയന്ത്രിതമായി എന്ന് പ്രത്യക്ഷത്തിൽ തോന്നപ്പെടുന്ന മുതലാളിത്ത പ്രതിസന്ധി വരും മാ സങ്ങളിൽ വീണ്ടും രൂക്ഷമായിത്തീരാനിടയുണ്ട്.

പ്രതിസന്ധി ഘട്ടത്തിൽ മുതലാളിത്തത്തിന് താങ്ങുകൊടുത്ത് അതി നെ നിലനിർത്തിയിരുന്ന സാമ്പത്തിക പാക്കേജുകൾ പിൻവലിക്കാൻ ശ്രമിക്കുമ്പോൾ, മുതലാളിത്തത്തിൽ അന്തർലീനമായിട്ടുള്ള സ്വയം തകർ ച്ചയിലേക്കുള്ള പ്രവണത കാണപ്പെടുന്നത് എന്തുകൊണ്ടാണ്? മുതലാ ളിത്തം ആസൂത്രിതമായ ഒരു വ്യവസ്ഥയല്ല എന്ന വസ്തുതയിലാണ് ഭാഗികമായി അതിനുള്ള ഉത്തരം കിടക്കുന്നത്. മുതലാളിത്തത്തിന്റെ ചലനങ്ങൾ അതിൽ അന്തർലീനമായിട്ടുള്ള പ്രവണതകളെയാണ് ആശ്രയിക്കുന്നത്. അതുമൂലം മുതലാളിത്തത്തിന് സ്വമേധയാ ഉള്ള യാ ദൃച്ഛരികത്വം ലഭിക്കുന്നു. സ്വമേധയാ ഉള്ള ഈ യാദൃച്ഛരികത്വമാകട്ടെ, മുതലാളിത്തത്തെ ആത്മനാശത്തിന്റെ മാർഗത്തിലേക്ക് തള്ളി വിട്ടേക്കാ നും ഇടയുണ്ട്. 'ഭദ്രമായ ഫിനാൻസ്' എന്ന ആശയം ഉപേക്ഷിക്കുന്നതി നോട് അന്താരാഷ്ട്ര ധന മൂലധനത്തിനുള്ള എതിർപ്പ്, ഈ യാദൃച്ഛരി കതയുടെ ഒരു ഭാഗമാണ്. (അത്തരം 'ഭദ്രമായ ഫിനാൻസ്' സമ്പദ്‌വ്യ വസ്ഥയെ കൂടുതൽ അഗാധമായ പ്രതിസന്ധിയിലേക്ക് തള്ളിനീക്കാനു ള്ള സാധ്യതയുണ്ടെങ്കിലും.) ആഗോളവൽക്കൃത ധനമൂലധനത്തിനുമേൽ തങ്ങളുടെ ആജ്ഞ അടിച്ചേൽപ്പിക്കാൻ കഴിവുള്ള ഒരു ആഗോള മുതലാ

ളിത്തരാഷ്ട്രം ഇന്നില്ല എന്ന വസ്തുതയിലാണ് നാം ഉന്നയിച്ച ചോദ്യ ത്തിനുള്ള ഉത്തരത്തിന്റെ മറ്റൊരു ഭാഗം കിടക്കുന്നത്. അത്തരമൊരു ആഗോള മുതലാളിത്ത രാഷ്ട്രത്തോട് ഏറ്റവും അടുത്തു കിടക്കുന്ന ബദൽ എന്ന നിലയിൽ കണക്കാക്കാവുന്ന അമേരിക്കൻ ഐക്യനാടുകളാകട്ടെ, വളരെയധികം കടബാധ്യതയുള്ള സമ്പദ് വ്യവസ്ഥയോടുകൂടിയതാണ്. വളരെ വമ്പിച്ച വാർഷിക കറന്റ് അക്കൗണ്ട് കമ്മിയോടുകൂടിയാണ് അത് നിലനിൽക്കുന്നത്. പഴയകാലത്ത് ബ്രിട്ടൻ ചെയ്തിരുന്നപോലെ, കോ ളനികളിലെ വിപണികൾ വെട്ടിപ്പിടിച്ചുകൊണ്ടും കോളനികളിലെ മി ച്ചധനം തട്ടിയെടുത്തുകൊണ്ടും, ഇന്ന് ഈ കറന്റ് അക്കൗണ്ട് കമ്മി നി കത്താൻ കഴിയുകയില്ല. അതുകൊണ്ടാണ് ലോക മുതലാളിത്തം താ ഴോട്ട് മുതലക്കൂപ്പ് കുത്തുമ്പോൾ, ആ വീഴ്ചയെ താങ്ങിനിർത്തുന്നതിന് കഴിവുള്ള ഒരു ശക്തി ഇല്ലാതെ പോയത്.

6

പ്രതിസന്ധി: 1930 കളിലും ഇന്നും

ആയിരത്തിതൊള്ളായിരത്തി മുപ്പതുകളും ഇപ്പോഴും തമ്മിലുള്ള സമാനതകൾ കാണാതിരിക്കുന്നത് തെറ്റു തന്നെയായിരിക്കും. ഒന്നാം ലോക മഹായുദ്ധത്തിന് കാരണമായിത്തീർന്നതും തുടർന്ന് ജർമനിയു ടെ മേൽ അസഹ്യമായ യുദ്ധനഷ്ടപരിഹാരം കെട്ടിയേൽപ്പിച്ചതുമായ, ഇരുപതാം നൂറ്റാണ്ടിലെ ആദ്യകാലത്തെ സാമ്രാജ്യത്വങ്ങൾ തമ്മിൽത്ത മ്മിലുള്ള കടുത്ത ശത്രുത ഇപ്പോഴില്ലെന്നത് ശരി തന്നെ. എന്നാൽ അ ന്നത്തെപ്പോലെയുള്ള മുതലാളിത്ത പ്രതിസന്ധി ഇന്നുണ്ട് – മുപ്പതുക ളിലേതുപോലെ അഗാധവും നീണ്ടുനിൽക്കുന്നതുമായ ഒരു പ്രതിസന്ധി യായി അത് വളരാനുള്ള എല്ലാ സാധ്യതയും ഇന്നുണ്ട് – അങ്ങനെ സം ഭവിക്കുകയില്ല എന്നുള്ള പ്രഖ്യാപനങ്ങൾ ഉയർന്നുകൊണ്ടിരിക്കുന്നുണ്ടെ ങ്കിലും. മാത്രമല്ല, അതുമായി ബന്ധപ്പെട്ടുകൊണ്ടുള്ള തൊഴിലില്ലായ്മ യുടെ രൂക്ഷമായ പ്രശ്നവും നിലനിൽക്കുന്നുണ്ട്. ഫാസിസത്തിന് വള ക്കൂറുള്ള മണ്ണൊരുക്കിക്കൊടുക്കുന്നത് അതാണല്ലോ.

തൊഴിലില്ലായ്മ കണക്കാക്കാൻ മുപ്പതുകളിൽ ഉപയോഗിച്ച അതേ മാനദണ്ഡം ഉപയോഗിച്ച് ഇപ്പോഴത്തെ തൊഴിലില്ലായ്മ നിരക്ക് അള ക്കുകയാണെങ്കിൽ, മുപ്പതുകളിലേതിനേക്കാൾ ഏറെയെന്നും കുറവാ യിരിക്കുകയില്ല ഇപ്പോഴത്തെ തൊഴിലില്ലായ്മ എന്നാണ് ഒരു കണക്ക്. ആസന്നഭാവിയിൽ അത് കുറയാനുള്ള സാധ്യതയും കാണുന്നില്ല. അ തുകൊണ്ട് മുപ്പതുകളിൽ ലോകം സാക്ഷ്യംവഹിച്ച ചില പ്രവണതകൾ, കുറച്ചൊക്കെ വളച്ചൊടിയ്ക്കപ്പെട്ട രീതിയിലാണെങ്കിലും, വീണ്ടും പ്ര ത്യക്ഷപ്പെടാൻ സാധ്യതയുണ്ട്.

ലോക മുതലാളിത്തം ഇന്ന് ഒരു ഊരാക്കുടുക്കിലാണെന്ന് പറയു ന്നത്, യഥാർഥത്തിൽ വലിയ അതിശയോക്തിയൊന്നുമായിരിക്കുകയില്ല. ആഗോള ഫിനാൻസ് മൂലധനത്തിന്റെ ഉയർച്ചയോടെ, ലോകത്തിനുമേൽ

കെട്ടിയേൽപ്പിക്കപ്പെട്ട പുത്തൻ ഉദാരവൽക്കരണവാഴ്ച, മൗലികമായ നാ
ല് പ്രവണതകൾക്ക് കാരണമായിത്തീർന്നിട്ടുണ്ട്. അവ നാലും ചേർന്നാ
ണ് ഈ ഊരാക്കുടുക്ക് ഉണ്ടാക്കിത്തീർത്തിരിക്കുന്നത്.

ചരക്കുകളുടെയും സേവനങ്ങളുടെയും മൂലധനത്തിന്റെ തന്നെയും
സ്വതന്ത്രമായ നീക്കം മൂലം(എന്നാൽ തൊഴിലിന്റെ കാര്യത്തിൽ അങ്ങ
നെ സംഭവിക്കുന്നില്ല) പരമ്പരാഗതമായി മുതലാളിത്തമെന്ന് വിശേഷി
പ്പിക്കപ്പെടുന്ന പിന്നോക്ക സമ്പദ്‌വ്യവസ്ഥകളിലെയും വികസിത സമ്പദ്
വ്യവസ്ഥകളിലെയും കൂലിയിലുള്ള വ്യത്യാസം തുടർന്നു നിലനിർത്താ
ൻ വിഷമമായിത്തീർന്നിരിക്കുന്നു. എല്ലാ സമ്പദ്‌വ്യവസ്ഥകളിലും ഒരേ
വിധത്തിലുള്ള സാങ്കേതികവിദ്യ ലഭ്യമായതുകൊണ്ട്, (മൂലധനത്തിന്റെ
സ്വതന്ത്രമായ ഒഴുക്കുകാരണം അത് ഉറപ്പുവരുത്താൻ കഴിയുന്നു) മൂ
ന്നാംലോക സമ്പദ്‌വ്യവസ്ഥകളിൽ നിലനിൽക്കുന്ന കുറഞ്ഞ കൂലി കൊ
ണ്ട് ഉൽപ്പാദിപ്പിക്കപ്പെട്ട ചരക്കുകൾക്ക് വികസിത മുതലാളിത്ത രാജ്യ
ങ്ങളിൽ ഉൽപ്പാദിപ്പിക്കപ്പെട്ട ചരക്കുകളെ കടത്തിവെട്ടാൻ കഴിയുന്നു. മ
റ്റൊരുവിധത്തിൽ പറഞ്ഞാൽ, ചരക്കുകളുടെയും സേവനങ്ങളുടെയും
സ്വതന്ത്രമായ നീക്കം കാരണം ഉണ്ടാകുന്ന മൽസരത്തിലൂടെ, മൂന്നാം
ലോക രാജ്യങ്ങളിൽ നിലനിൽക്കുന്ന കൂലി നിലവാരങ്ങളിലേക്ക്, സമ്പ
ന്ന മുതലാളിത്ത രാജ്യങ്ങളിലെ കൂലി നിലവാരങ്ങൾ ഇടിച്ചു താഴ്ത്ത
പ്പെടുന്നുവെന്ന് ഉറപ്പുവരുത്തുന്നു. മൂന്നാംലോക രാജ്യങ്ങളിലെ കൂലിനി
ലവാരങ്ങളാകട്ടെ, ഒട്ടും ഉയർന്നതല്ലതാനും. ആവശ്യത്തിൽ കവിഞ്ഞ്,
വലിയ അളവിലുള്ള കരുതൽ തൊഴിൽസേന ആ രാജ്യങ്ങളിൽ നിലവി
ലുള്ളതുകൊണ്ടാണ് അങ്ങനെ സംഭവിക്കുന്നത്. മൂന്നാംലോക രാജ്യ
ങ്ങളിലെ കരുതൽ തൊഴിൽസേനയുടെ വിനാശകരമായ പ്രത്യാഘാത
ങ്ങളിൽനിന്ന് മുതലാളിത്ത രാജ്യങ്ങളിലെ തൊഴിലാളികൾക്ക് ഇനിയൊ
രിക്കലും രക്ഷപ്പെടാനാവില്ല. (മൂന്നാംലോക രാജ്യങ്ങളിലെ വ്യവസായ
ങ്ങൾ തകർക്കുന്നതിനും അവിടെ 'മിച്ചമുള്ള' സമ്പത്ത് കയറ്റിക്കൊണ്ടു
പോകുന്നതിനും കാരണമായിത്തീർന്ന കൊളോണിയൽ – അർധ കൊ
ളോണിയൽ ചൂഷണത്തിന്റെ ഫലമായിട്ടാണ് ആ രാജ്യങ്ങളിൽ കരുതൽ
തൊഴിൽസേന ഉണ്ടായത്.) സമ്പന്ന മുതലാളിത്ത രാജ്യങ്ങളിൽ നില
വിലുള്ള കൂലി പ്രാന്തമേഖലകളിൽ നിലവിലുള്ള നിലവാരത്തിലേക്ക്
വലിച്ചു താഴ്ത്തപ്പെടുന്നു; അതോടൊപ്പം പ്രാന്തമേഖലകളിലെ തൊഴി
ലാളികളുടെ ഉൽപ്പാദനക്ഷമത, സമ്പന്ന രാജ്യങ്ങളിൽ നിലവിലുള്ള നി
ലവാരത്തിലേക്ക് ഉയർന്നുകൊണ്ടിരിക്കുകയും ചെയ്യുന്നു. കാരണം ഇ
പ്പോഴും നിലവിലുള്ള കൂലി വ്യത്യാസം, സമ്പന്ന മുതലാളിത്ത രാജ്യ
ങ്ങളിലെയും പ്രാന്തമേഖലകളിലെയും പ്രവർത്തനങ്ങളെ പരസ്പരം വ്യാ
പിപ്പിക്കുന്നതിന് ഇടയാക്കുന്നു. ഇങ്ങനെയുള്ള ഇരട്ടവ്യാപനത്തിന്റെ
അർഥം, മൊത്തം ആഗോള ഉൽപ്പാദനത്തിലെ കൂലിയുടെ വിഹിതം കു
റയുന്നുവെന്നാണ്.

ആഗോള ഉൽപ്പാദനത്തിലെ കൂലിയുടെ വിഹിതം ഇങ്ങനെ കുറയു

ന്നതിന് മറ്റൊരു കാരണം കൂടിയുണ്ട്. ലോക സമ്പദ്‌വ്യവസ്ഥയിലെ സാ ങ്കേതിക പുരോഗതി കാരണം തൊഴിലാളികളുടെ ഉൽപ്പാദനക്ഷമതാ നി ലവാരം ഉയരുന്നുണ്ടെങ്കിലും അതേ അവസരത്തിൽ അതിന് ആനുപാ തികമായി തൊഴിലാളികളുടെ കൂലി വർധിക്കുന്നില്ല. ലോക സമ്പദ്‌വ്യ വസ്ഥയിൽ നിലനിൽക്കുന്ന വലിയ അളവിലുള്ള കരുതൽ തൊഴിൽസേ നയുമായി ബന്ധിതമായിട്ടാണ് ഈ കൂലി വ്യവസ്ഥ നിൽക്കുന്നത് എന്ന താണതിന് കാരണം. അതിന്റെ ഫലമായി, ലോക സമ്പദ്‌വ്യവസ്ഥയെ മൊത്തത്തിലെടുത്താൽ, വരുമാന അസമത്വങ്ങളിൽ വർധനയുണ്ടാകു ന്നുണ്ട്. അതിന്റെ അനന്തരഫലമായി, വേണ്ടത്ര ഉപഭോഗം ചെയ്യാൻ ക ഴിയാത്ത ഒരു പ്രവണതയും ഉണ്ടായിത്തീരുന്നുണ്ട്. അതുകാരണം മിച്ച മൂല്യം സ്വായത്തമാക്കിത്തീർക്കുന്നത് വളരെയേറെ വിഷമകരമായിത്തീ രുന്നു. കടംവാങ്ങി ചെലവാക്കലും ഊഹാത്മകമായ ആസ്തികളുടെ 'കുമിളകളാ'ൽ ഊർജിതമാക്കപ്പെട്ട ചെലവുകളും, ആഗോളതലത്തിൽ ത്തന്നെയുള്ള വേണ്ടത്ര ഉപഭോഗം ചെയ്യാൻ കഴിയാത്ത ഈ പ്രവണത യ്ക്ക് താൽക്കാലികമായ പ്രതിവിധിയേ പ്രദാനം ചെയ്യുന്നുള്ളൂ. എന്നാൽ അത്തരം 'കുമിളകൾ' പൊട്ടിപ്പോകുന്നതോടെ, കടം ലഭിക്കാനുള്ള സാ ധ്യത അനിവാര്യമായും അവസാനിക്കുന്നതോടെ, ആഗോള സമ്പദ്‌വ്യ വസ്ഥയുടെ അടിസ്ഥാനമായിക്കിടക്കുന്ന പ്രതിസന്ധി, അതിന്റെ എല്ലാ രൂക്ഷതകളോടും കൂടി വീണ്ടും പ്രത്യക്ഷപ്പെടുക തന്നെ ചെയ്യും.

പുത്തൻ ഉദാരവൽക്കരണ വാഴ്ചയ്ക്കുകീഴിൽ സ്വയം പ്രകടമായി ത്തീരുന്ന രണ്ടാമത്തെ അടിസ്ഥാനപരമായ പ്രവണത, ഇതിൽനിന്നാണ് രൂപംകൊള്ളുന്നത്. മൊത്തത്തിലുള്ള ചോദനത്തിൽ എന്തെങ്കിലും കുറവ് സംഭവിക്കുകയും അതിന്റെ ഫലമായി തൊഴിലില്ലായ്മയും മാന്ദ്യവും സംഭവിക്കുകയുമാണെങ്കിൽ, അത് സ്വാഭാവികമായും ഇന്ത്യ, ചൈന തു ടങ്ങിയ കുറഞ്ഞ കൂലി നിലവാരമുള്ള രാജ്യങ്ങളെയെന്നതിനേക്കാൾ കൂ ടുതൽ നിശിതമായി സമ്പന്ന മുതലാളിത്ത രാജ്യങ്ങളിലെ ഉയർന്ന കൂ ലി നിലവാരത്തേയും അതുവഴി ഉയർന്ന ചെലവിൽ ചരക്കുകൾ ഉൽപ്പാ ദിപ്പിക്കുന്നവരേയും ആണ് പ്രതികൂലമായി ബാധിക്കുക. അതുകൊണ്ട്, ആഗോളതലത്തിൽത്തന്നെയുള്ള വേണ്ടത്ര അളവിൽ ഉപഭോഗം ചെ യ്യാൻ കഴിവില്ലാത്ത ഈ പ്രവണതയുടെ ഫലമായി അമേരിക്കയെപ്പോ ലെയുള്ള രാജ്യങ്ങളിൽ ഉയർന്ന നിരക്കിലുള്ള തൊഴിലില്ലായ്മ അനുഭ വപ്പെടുന്നു; മാത്രമല്ല ആ രാജ്യങ്ങളുടെ വ്യാപാരശിഷ്ടത്തിന്റെ കാര്യ ത്തിൽ നിരന്തരവും വർധിച്ചുകൊണ്ടിരിക്കുന്നതുമായ കറന്റ് അക്കൗണ്ട് കമ്മിയും അനുഭവപ്പെടുന്നു. ചുരുക്കത്തിൽ ആഗോളവൽകൃതമായ ധ നമൂലധനം ലോകത്തിനുമേൽ കെട്ടിയേൽപ്പിച്ച പുത്തൻ ഉദാരവൽക്കര ണ വാഴ്ചയുടെ സർവവ്യാപിത്വം കാരണം (ഇതുവരെ ഉയർന്ന കൂലി ലഭിച്ചിരുന്ന സമ്പദ്‌വ്യവസ്ഥകളിൽ പ്രത്യേകിച്ചും) രൂക്ഷമായ തൊഴിലി ല്ലായ്മയും 'ആഗോള അസന്തുലിതാവസ്ഥ' എന്നു പറയപ്പെടുന്ന പ്രശ് നവും ഉണ്ടാകുന്നു. (ചൈനയെപോലെയുള്ള രാജ്യങ്ങൾക്ക് നിരന്തരം

വർധിച്ചുകൊണ്ടിരിക്കുന്ന കറന്റ് അക്കൗണ്ട് മിച്ചം ഉണ്ടാകുന്നതും അ തേ അവസരത്തിൽത്തന്നെ അമേരിക്കയ്ക്ക് വർധിച്ചുകൊണ്ടിരിക്കുന്ന കറന്റ് അക്കൗണ്ട് കമ്മി ഉണ്ടാകുന്നതും അതുകാരണം അമേരിക്കയു ടെ കടബാധ്യത കൂടുതൽ കൂടുതൽ വർധിക്കുന്നതും ഈ ആഗോള അ സന്തുലിതാവസ്ഥ കൊണ്ടാണ്). തങ്ങളുടെ ആഗോള മേധാവിത്വ ലക്ഷ്യം കൂടുതൽ വ്യാപിപ്പിക്കുന്നതിനായി പുത്തൻ ഉദാരവൽക്കരണ വാഴ്ച എ ല്ലായിടത്തും കൊണ്ടുവരണം എന്ന് അമേരിക്കൻ ബഹുരാഷ്ട്ര കുത്ത കകളും അമേരിക്കൻ ധനകാര്യ താൽപ്പര്യങ്ങളും ആവശ്യപ്പെട്ടുകൊണ്ടി രിക്കുന്ന അവസരത്തിൽ, ഈ ആവശ്യത്തിന്റെ അനന്തരഫലം, അമേരി ക്കൻ തൊഴിലാളികളുടെ തൊഴിലവസരങ്ങൾ കുറയുകയും കൂലി കുറ യുകയും ചെയ്യുന്നുവെന്നതാണ്.

ആഗോളതലത്തിലുള്ള വേണ്ടത്ര ഉപഭോഗം ഇല്ലാത്ത സ്ഥിതിയും അതുമായി ബന്ധപ്പെട്ട 'ആഗോള അസന്തുലിതാവസ്ഥ'യും ഉളവാക്കുന്ന പ്രവണതയെ തരണം ചെയ്യുന്നതിന് ചോദന മാനേജ്മെന്റിലെ ഗവൺ മെന്റ് ഇടപെടൽ കൊണ്ട് കഴിയാത്തതെന്ത് എന്ന ചോദ്യം ഇവിടെ ഉ യർന്നുവരാവുന്നതാണ്. പുത്തൻ ഉദാരവൽക്കരണ മുതലാളിത്തത്തിന്റെ മൂന്നാമത്തെ പ്രവണതയെ നാം അഭിമുഖീകരിക്കുന്നത് ഇവിടെയാണ് – അതായത് സർക്കാരിന്റെ എല്ലാവിധ ഇടപെടലുകളും സർക്കാരിന്റെ എല്ലാവിധ പ്രവർത്തനങ്ങളും തങ്ങളുടെ താൽപ്പര്യത്തിന് അനുസരിച്ച് മാത്രമേ കൈക്കൊള്ളാവൂ എന്ന് പുത്തൻ ഉദാരവൽക്കരണ മുതലാളി ത്തം, അതായത് ധനമൂലധനം നിർബന്ധം പിടിക്കുന്നുവെന്നതാണത്. ഇടപെടലിൽനിന്ന് സർക്കാർ പിൻവാങ്ങുന്നുവെന്നല്ല ഉദ്ദേശിക്കുന്നത്. ('സർക്കാരും വിപണി'യും തമ്മിലുള്ള തർക്കത്തിൽ പുത്തൻ ഉദാരവൽ ക്കരണത്തെക്കുറിച്ചുള്ള ചർച്ചയിൽ പലപ്പോഴും അങ്ങനെ തോന്നിപ്പോ കാറുണ്ടെങ്കിലും.) സമൂഹത്തിന് ഉപരിയായി നിൽക്കുന്ന ഒരു സ്ഥാപ നം എന്ന നിലയിലും വ്യത്യസ്തവും വ്യതിരിക്തവുമായ വർഗതാൽപ്പ ര്യങ്ങൾക്ക് ഇടയിൽ നിൽക്കുന്ന പ്രത്യക്ഷത്തിൽ നിഷ്പക്ഷമായ ഒരു സ്ഥാപനം എന്ന നിലയിലും അല്ല സർക്കാർ ഇടപെടുന്നത്; മറിച്ച് "ധന മൂലധനത്തിന് ഗുണകരമായിട്ടുള്ളത് സമൂഹത്തിനാകെ ഗുണകരമാണ്" എന്ന അവകാശവാദത്തോടുകൂടി ധനമൂലധനത്തിന്റെ താൽപ്പര്യങ്ങളെ മാത്രം സംരക്ഷിക്കുന്ന ഒരു സംരക്ഷകൻ എന്ന നിലയിലും പ്രൊമോ ട്ടർ എന്ന നിലയിലും ആണ് സർക്കാർ ഇടപെടുന്നതെങ്കിൽ, സർക്കാരിന്റെ ഇടപെടലിന്റെ സ്വഭാവം തന്നെ മാറുന്നു. അതുകാരണം കെയിൻസി ന്റെ ഡിമാന്റ് മാനേജ്മെന്റ് തത്വം നിരാകരിക്കപ്പെടുന്നു; മിക്ക രാഷ്ട്ര ങ്ങളും 'ഭദ്രമായ സമ്പദ്‌വ്യവസ്ഥ' എന്ന തത്വം ആവർത്തിച്ചുകൊണ്ട്, സമ്പന്നരുടെ മേലുള്ള നികുതികൾ വെട്ടിക്കുറയ്ക്കുന്ന അവസരത്തിൽ ത്തന്നെ, റവന്യൂ കമ്മിക്ക് നിയമപരമായിത്തന്നെ പരിധി നിശ്ചയിക്കു കയും ചെയ്യുന്നു. ഏറ്റവും പ്രമുഖമായ സമ്പദ്‌വ്യവസ്ഥയുള്ള രാജ്യ ത്തിലെ, അതായത് യു എസ് എയുടെ നാണയം 'സ്വർണത്തിന് സമമാ

യിട്ടാണ്' കണക്കാക്കപ്പെടുന്നത്. അന്താരാഷ്ട്ര ധനമൂലധനത്തിന്റെ ചാ ഞ്ചാട്ടത്തിന്റെ പ്രത്യാഘാതത്തിൽനിന്ന് ഒരു പരിധിവരെ രക്ഷപ്പെട്ടു നിൽ ക്കുന്ന നാണയമാണ് അമേരിക്കയുടേത്. അതുകൊണ്ട്, ആ രാജ്യത്തു നിന്ന് പുറത്തേയ്ക്കുള്ള മൂലധന ഒഴുക്ക് പൊതുവിൽ തടഞ്ഞുനിർത്താൻ കഴിയുന്നതുകൊണ്ട്, വലിയ പരിക്കില്ലാതെ ഡിമാന്റ് മാനേജ്മെന്റ് കൈ കാര്യം ചെയ്യാൻ ആ രാജ്യത്തിന് കഴിയും. എന്നാൽ ഏറ്റവും പ്രമുഖ മായ നാണയമുള്ള രാജ്യം തന്നെ, ക്രമേണ ക്രമേണ കടക്കാരനായി ത്തീരുമ്പോൾ, ഡിമാന്റ് മാനേജ്മെന്റ് കൈകാര്യം ചെയ്യാനുള്ള അതി ന്റെ കഴിവിനെയും അത് ബാധിക്കുന്നു. അതുകൊണ്ട് പുത്തൻ ഉദാര വൽക്കരണത്തിന്റെ കാലഘട്ടത്തിൽ, ആഗോള സമ്പദ്‌വ്യവസ്ഥയിലെ ഉ പഭോഗക്കുറവിന്റെ പ്രവണതയെ തടഞ്ഞുനിർത്തുന്നതിന് കഴിവുള്ള, ഫ ലപ്രദമായ നേതൃമുതലാളിത്ത രാഷ്ട്രങ്ങളൊന്നും തന്നെയില്ല.

മറ്റൊരുവിധത്തിൽ പറഞ്ഞാൽ, പുത്തൻ ഉദാരവൽക്കരണം, ഒരേ സമയം പ്രവർത്തിക്കുന്ന നിരവധി കാരണങ്ങളാൽ മുതലാളിത്തത്തെ, സുദീർഘമായ ഒരു പ്രതിസന്ധിയിലേക്ക് തള്ളിവിടുന്നു. വരുമാനവിതര ണത്തിൽ അസമത്വങ്ങൾ ഉണ്ടാക്കിക്കൊണ്ട്, ആഗോള സമ്പദ്‌വ്യവസ്ഥ യിൽ അത് ഉപഭോഗക്കുറവിന്റേതായ ഒരു പ്രവണത സൃഷ്ടിക്കുന്നു; ഡിമാന്റ് മാനേജ്മെന്റ് കൈകാര്യം ചെയ്യാൻ കഴിയാത്തവിധം അത് മു തലാളിത്ത ദേശരാഷ്ട്രങ്ങളെ ദുർബലമാക്കിത്തീർക്കുന്നു; മാത്രമല്ല, നേ തൃസ്ഥാനത്തുനിൽക്കുന്ന രാഷ്ട്രത്തിന് അത്തരമൊരു പങ്ക് നിർവഹി ക്കാനുള്ള കഴിവിനെ തുരങ്കംവയ്ക്കുകയും ചെയ്യുന്നു. അത് മറ്റൊരു കാ രണം കൊണ്ടാണെന്ന് മാത്രം – അതായത് നിരന്തരവും വർധിച്ചുകൊ ണ്ടിരിക്കുന്നതുമായ കറന്റ് അക്കൗണ്ട് കമ്മിയിലൂടെ ഭാരം വർധിപ്പിച്ചു കൊണ്ടാണെങ്കിലും.

മുതലാളിത്ത രാജ്യങ്ങൾക്കിടയിൽ ഫലപ്രദമായ ഒരു നേതാവില്ലാ ത്തതുകൊണ്ട്, മുതലാളിത്തം അഗാധമായ സാമ്പത്തിക പ്രതിസന്ധി യുടേതായ ഘട്ടത്തിലേക്ക് പ്രവേശിച്ചുകൊണ്ടിരിക്കുകയാണെന്ന് ചാൾസ് കിൻഡിൽ ബർഗറെ പോലെയുള്ള സാമ്പത്തികശാസ്ത്രജ്ഞന്മാർ വാദി ക്കുന്നു. രണ്ട് യുദ്ധങ്ങൾക്കിടയിലുള്ള കാലഘട്ടത്തിൽ നേതൃത്വപരമായ പങ്ക് വഹിക്കാൻ ബ്രിട്ടന് കഴിവില്ലാതായിത്തീർന്നതും അതേ അവസര ത്തിൽ ആ പങ്ക് വഹിക്കാൻ അമേരിക്ക (യു എസ് എ) അപ്പോഴും തയാറാ യിക്കഴിഞ്ഞിരുന്നില്ല എന്നതും ആണ് 1930 കളിലെ പ്രതിസന്ധിയ്ക്ക് കാരണം എന്നാണ് അവരുടെ അഭിപ്രായം. ഇപ്പോഴത്തെ ഘട്ടത്തിൽ ആ പങ്ക് വഹിക്കാനുള്ള അമേരിക്കയുടെ കഴിവ് അട്ടിമറിക്കപ്പെട്ടുകൊ ണ്ടിരിക്കുകയാണ്; ഒരു ബദൽ നേതൃത്വത്തെ കാണാനുമില്ല. അഗാധവും ഗുരുതരവുമായ ലോക മുതലാളിത്ത പ്രതിസന്ധിയുടെ സൂചനകൾ ദൃ ശ്യമാകുന്നത് അതുകൊണ്ടാണ്.

നാം പരാമർശിക്കുന്ന പ്രതിസന്ധി വികസിത മുതലാളിത്ത രാഷ് ട്രങ്ങളെയാണ് പ്രാഥമികമായും ബാധിച്ചിരിക്കുന്നത്, അത് ഏറെകാലം

നിലനിൽക്കാനുള്ള സാധ്യതയാണുള്ളത്, സന്ദർഭവശാൽ ഒരു പുതിയ 'കുമിള' വന്ന് അതിനെ പ്രതിസന്ധിയിൽനിന്ന് താൽക്കാലികമായി ഉയർത്തുകയാണെങ്കിൽത്തന്നെ ആ കുമിള അനിവാര്യമായും തകരും എന്നതിനാൽ വീണ്ടും മുതലാളിത്ത ലോകത്തെ പ്രതിസന്ധിയിലേക്കു തന്നെ തള്ളിവിടും, മൂന്നാം ലോകം (പ്രത്യേകിച്ചും ഇന്ത്യയെപോലെയുള്ള രാജ്യങ്ങൾ) അതിനിരയായിത്തീരാൻ സാധ്യതയില്ല — ഇങ്ങനെയൊക്കെയാണ് കരുതപ്പെട്ടിരുന്നത്. ഇവിടെയാണ് പുത്തൻ ഉദാരവൽക്കരണ മുതലാളിത്തത്തിന്റെ നാലാമത്തെ പ്രവണത പ്രസക്തമായിത്തീരുന്നത്. ചെറുകിട ഉൽപ്പാദകരുടെയും കൃഷിക്കാരുടെയും സമ്പദ്‌വ്യവസ്ഥയെ സഹായിക്കുകയും സംരക്ഷിക്കുകയും പ്രോൽസാഹിപ്പിക്കുകയും ചെയ്യുക എന്ന കടമയിൽനിന്ന് (കോളനിഭരണത്തിൽനിന്ന് മോചനം നേടുന്നതിനുള്ള സമരത്തിന്റെ പാരമ്പര്യത്തിന്റെ ഭാഗമെന്ന നിലയിൽ ഈ കടമ സർക്കാർ മുമ്പ് ഏറ്റെടുത്തിരുന്നതാണ്) പുത്തൻ ഉദാരവൽക്കരണ മുതലാളിത്തത്തിൻകീഴിൽ സർക്കാർ പിൻവലിയുന്നതുകൊണ്ട് ചെറുകിട ഉൽപ്പാദനത്തിന്റെ നാശവും മൂലധനത്തിന്റെ പ്രാകൃത സഞ്ചയ പ്രക്രിയയും (കൂടുതൽ ലളിതമായി പറഞ്ഞാൽ അതിക്രമിച്ചുകടന്ന് മൂലധനം സ്വരൂപിക്കൽ) ശീഘ്രഗതിയിൽ സംഭവിക്കുന്നത്, ഇതുമായി ബന്ധപ്പെട്ടാണ് കിടക്കുന്നത്. ചെറുകിട കച്ചവടക്കാരെ രംഗത്തുനിന്ന് മാറ്റിനിർത്തി വാൾമാർട്ടിനെപ്പോലെയുള്ള ബഹുരാഷ്ട്ര കുത്തക ചില്ലറ വിൽപ്പന ശൃംഖലകൾ വിൽപ്പനരംഗം കയ്യടക്കുന്നു; കർഷക ജനസാമാന്യത്തെ ഞെക്കിപ്പിഴിയുന്നതിനായി അഗ്രി ബിസിനസ്സുകാർ രംഗത്തുവരുന്നു; കൃഷിക്കാരെ അവരുടെ ഭൂമിയിൽനിന്ന് ഓടിച്ചുവിട്ട്, ഭൂമി കയ്യടക്കുന്ന ഹുണ്ടികക്കാർ രംഗത്തുവരുന്നു; എല്ലായിടത്തുമുള്ള ചെറുകിട ഉൽപ്പാദകർ, ഉൽപ്പാദനത്തിനാവശ്യമായ സാധനസാമഗ്രികളുടെ വില വർധിക്കുകയും തങ്ങളുടെ ഉൽപ്പന്നങ്ങളുടെ വില കുറയുകയും ചെയ്യുന്നതിനാൽ കെണിയിൽ അകപ്പെട്ടപോലെയാകുന്നു. ഇതോടൊപ്പം അധ്വാനിക്കുന്ന ജനവിഭാഗങ്ങളെയാകെ ബാധിക്കുന്ന വിദ്യാഭ്യാസം, ആരോഗ്യം തുടങ്ങിയ നിരവധി അവശ്യസേവനങ്ങളുടെ സ്വകാര്യവൽക്കരണം കാരണം ജീവിതച്ചെലവ് കുത്തനെ കൂടുകയും ചെയ്യുമ്പോൾ, ഇപ്പോൾ തുറന്നുവിടപ്പെട്ടിട്ടുള്ള പ്രാകൃതമായ മൂലധന സഞ്ചയനത്തിന്റെ കാഠിന്യം നമുക്ക് ഊഹിക്കാവുന്നതേയുള്ളൂ.

അതിനാൽ ഇന്നത്തെ ഘട്ടത്തിൽ വികസിത മുതലാളിത്ത രാജ്യങ്ങൾ മാത്രമല്ല പ്രതിസന്ധികൊണ്ടും തൊഴിലില്ലായ്മകൊണ്ടും ഞരിഞ്ഞമരുന്നുള്ളുവെന്നും ഇന്ത്യയെപ്പോലെയുള്ള പ്രത്യക്ഷത്തിൽ 'വിജയകരമായ'തും 'ഉയർന്ന വളർച്ച' കൈവരിച്ചതുമായ രാജ്യങ്ങളെപ്പോലും അത് ബാധിച്ചിട്ടുണ്ട് എന്നും കാണാം. ഇതിൽ ആദ്യത്തെ വിഭാഗത്തിൽപ്പെട്ട രാജ്യങ്ങൾ വേണ്ടത്ര ചോദനം ഇല്ലാത്ത പ്രശ്നം കാരണം വിഷമിക്കുന്നു; രണ്ടാമത്തെ വിഭാഗത്തിൽപ്പെട്ടവയാകട്ടെ, ഒന്നാമത് ആദ്യത്തെ വിഭാഗത്തിൽപ്പെട്ട രാജ്യങ്ങളുടെ പ്രതിസന്ധിയുടെ അനന്തര ഫലമായും

രണ്ടാമത്, തങ്ങളുടെ രാജ്യങ്ങളിലെ ചെറുകിട ഉൽപ്പാദകരുടെ തകർച്ച കൊണ്ടും അവരുടെ ഉൽപ്പാദനോപകരണങ്ങൾ അവരിൽനിന്ന് കവർ ന്നെടുക്കപ്പെടുന്നതുകൊണ്ടും അതിൽനിന്ന് രൂപം കൊള്ളുന്ന തൊഴിലി ല്ലായ്മ കൊണ്ടും വിഷമിക്കുന്നു. അതുകൊണ്ട്, ലോകസമ്പദ്‌വ്യവസ്ഥ യിലെ ഈ രണ്ട് വിഭാഗങ്ങളിലും, ഫാസിസത്തിലേക്കുള്ള നീക്കത്തി ന്റേതായ ഒരു പ്രവണത ദൃശ്യമാകുന്നു.

തീവ്ര വലതുപക്ഷ വംശീയ രാഷ്ട്രീയ പാർട്ടികൾ തലപൊക്കുന്ന തിലൂടെ, യൂറോപ്പിൽ അങ്ങിങ്ങായി പ്രകടമായ ഈ പ്രവണത, ഇപ്പോൾ അമേരിക്കയിലും ഭീഷണമായ വിധത്തിൽ പെട്ടെന്ന് പ്രകടമായിത്തീർ ന്നിരിക്കുന്നു. പ്രസിഡന്റ് ഒബാമയുടെ ആരോഗ്യ പരിരക്ഷാ നിയമം പോലും, ടൗൺ ഹാൾ യോഗങ്ങളിൽ ഡെമോക്രാറ്റിക് നിയമസാമാജി കർക്ക് ശാരീരികമായ ആക്രമണത്തിന് വിധേയരായിത്തീരേണ്ടുന്നതിന് കാരണമായ വിഷയമായിത്തീർന്നു; മുതലാളിമാരുടെ കയ്യിൽനിന്ന് പണം പറ്റുന്ന തെരുവുഗുണ്ടകളുടെ വധഭീഷണികളെപ്പറ്റി പിന്നെ പറയേണ്ട തില്ലല്ലോ. ഇത്രയൊക്കെ ചെയ്യാൻ അവർക്ക് ധൈര്യം ലഭിച്ചിരിക്കുന്നു വെന്നത് കാണിക്കുന്നത്, രാജ്യത്ത് നിലനിൽക്കുന്ന രാഷ്ട്രീയ മാനസി കാവസ്ഥയെയാണ്. 'മുഖ്യധാരാ അമേരിക്കക്കാർ' എന്ന് വിളിക്കപ്പെടു ന്നവരിൽ 63 ശതമാനം പേരും പുതിയതായി രൂപീകൃതമായ തീവ്ര വല തുപക്ഷകക്ഷിയായ 'ടീ പാർട്ടി' തങ്ങളുടെ വീക്ഷണത്തെ പ്രതിഫലി പ്പിക്കുന്നതായി കണക്കാക്കുന്നു! തൊഴിലില്ലായ്മ കൊണ്ടും സാമ്പത്തിക മാന്ദ്യം കൊണ്ടും സാമ്പത്തിക അരക്ഷിതാവസ്ഥ കൊണ്ടും തകർന്നു പോയ ജനങ്ങളെ സംബന്ധിച്ചിടത്തോളം, ലിബറൽ ഡെമോക്രാറ്റിക് രാ ഷ്ട്രീയ സംഘടനകളെക്കുറിച്ചുണ്ടായിരുന്ന വ്യാമോഹം പൂർണമായും ഇല്ലാതായിത്തീർന്നിരിക്കുന്നു. തൊഴിലില്ലായ്മ കുറച്ചുകൊണ്ടുവരുന്നതി ന് ഗവൺമെന്റിന് ഒട്ടും കഴിവില്ലെന്ന് വളരെ വ്യക്തമായ അവസരത്തിൽ, അമേരിക്കയുടെ സമ്പദ്‌വ്യവസ്ഥയെ പ്രതിസന്ധിയിൽനിന്ന് തൽക്കാലം രക്ഷിക്കുന്നതിനായി 13 ലക്ഷം കോടി ഡോളറാണ് സർക്കാർ ജാമ്യസം ഖ്യയായി ചെലവഴിച്ചത്. ഈ വസ്തുത, ഫാസിസത്തിന്റെ ന്യായവാദ ങ്ങൾക്ക് ശക്തി പകരുന്നു. വാൾസ്ട്രീറ്റിനും ധനമൂലധനത്തിനും എതി രായാണ് ഫാസിസത്തിന്റെ ഈ അഭ്യർഥന കേന്ദ്രീകരിക്കപ്പെട്ടിരിക്കു ന്നത് എന്നു തോന്നും എന്ന കാര്യത്തിൽ സംശയമില്ല. എന്നാൽ 1930 കളിലെ ജർമനിയിലേതെന്നപോലെത്തന്നെ, ഇപ്പോഴത്തെ ധനമൂലധന ത്തിനും ഈ എതിർപ്പിനെത്തന്നെ വിലയ്ക്കുവാങ്ങാൻ പൂർണമായും കഴിയും. 'മതനിരപേക്ഷ ലോകത്തിൽ' നിന്നുള്ള വ്യാമോഹ മുക്തിക്കു ള്ള കാരണമായിരിക്കെത്തന്നെ അത് ഒരേസമയം, ഈ വ്യാമോഹമുക്തി കൈകാര്യം ചെയ്യുന്ന ശക്തിയുമായിത്തീരുന്നു; ഭാവനയിലുള്ളതോ പു റത്തുള്ളതോ ആയ 'മറ്റൊന്നി'ന്റെ നേർക്കാണ് അത് തിരിച്ചുവെച്ചിരി ക്കുന്നത്. അതുകാരണം അത്, 'യുക്തിരാഹിത്യ'ത്തിന്റെ വൈതാളിക നുമായിത്തീരുന്നു.

അത്തരം ഫാസിസ്റ്റ് പ്രവണതകളുടെ വളർച്ചയ്ക്ക് സ്വാധീനിക്കാൻ കഴിയാത്ത രാജ്യങ്ങളല്ല ഇന്ത്യയെപ്പോലുള്ളവ. ഇന്ത്യയുടെ രാഷ്ട്ര ശ രീരത്തിൽ വർഗീയ ഫാസിസം ഇപ്പോൾത്തന്നെ ഒരു പ്രമുഖ സ്ഥാനം കയ്യടക്കിയിരിക്കുന്നു. എന്നാൽ 'മുംബൈ മഹാരാഷ്ട്രക്കാർക്ക്' എന്ന രാജ്താക്കറെയുടെ ആഹ്വാനത്തിന്റെ അടിയിൽ കാണപ്പെടുന്ന വിധത്തി ലുള്ള നിരവധി കൈവഴികൾ അതിനുണ്ട്. ചുരുക്കത്തിൽ ധനമൂലധന ത്തിന്റെ ഉയർച്ചയുടെ കാലഘട്ടത്തിൽ (അന്തർദേശീയ ധനമൂലധന ത്തിന്റെ വേഷത്തിലുള്ള അതിന്റെ പുതിയ രൂപത്തിലും) ഫാസിസം വീണ്ടും മുഖ്യ അജണ്ടയിലെത്തിയിരിക്കുന്നു.

ഹിറ്റ്ലറും മുസ്സോളിനിയും ഉയർന്നുവന്ന കാലത്ത് ദൃശ്യമായതു മായി താരതമ്യപ്പെടുത്താവുന്ന യാതൊന്നും തന്നെ ഇപ്പോൾ ദൃശ്യമ ല്ലെന്നും അതുകൊണ്ട് ഫാസിസത്തെക്കുറിച്ചുള്ള ഈ സംസാരം യാ തൊരു അടിസ്ഥാനവുമില്ലാതെ സംഭ്രമം ജനിപ്പിക്കുകയാണെന്നും പലരും വാദിച്ചേക്കാം. ഇന്ന് നാം പറയുന്ന ഫാസിസ്റ്റ് ഭീഷണിയുടെ രൂക്ഷത (ഫാസിസം എന്ന നിലയിലും ഭീഷണി എന്ന നിലയിലും ഉള്ള രൂക്ഷത) 1930 കളിൽ പ്രകടമായിരുന്നതിനോട് താരതമ്യം ചെയ്യത്തക്കതൊന്നുമ ല്ല എന്ന അർഥത്തിൽ ഇത് ശരിയായിരിക്കാം. എന്നാൽ ഇതിൽനിന്ന് ഒ രാൾ എത്തിച്ചേരുന്ന സമാശ്വാസത്തെ, മറ്റൊരു അടിസ്ഥാന വസ്തുത യുമായി തുലനം ചെയ്യേണ്ടതുണ്ട്. ഈ ഫാസിസ്റ്റ് ഭീഷണിക്കെതിരായി 1930 കളിൽ വളരെ ശക്തമായ ഒരു ഇടതുപക്ഷസാന്നിധ്യം നിലവിലു ണ്ടായിരുന്നു; സോവിയറ്റ് യൂണിയനായിരുന്നു അതിന്റെ നേതൃത്വം. അ ന്നത്തെ ഫാസിസത്തിന്റെ പരാജയത്തിനുകാരണമായിത്തീർന്നത് ഈ ഇടതുപക്ഷസാന്നിധ്യമാണ്; എന്നാൽ അതുമായി താരതമ്യം ചെയ്യാൻ കഴിയുന്ന ഒന്നും തന്നെ നിലനിൽക്കുന്നില്ല. അതുകൊണ്ട് ഉയർന്നുവ രുന്ന ഫാസിസത്തെക്കുറിച്ച് നാം കൂടുതൽ ജാഗരൂകത പാലിക്കണം. കാരണം അതിനെ കൈകാര്യം ചെയ്യുന്ന കാര്യത്തിൽ ഒരു ചെറിയ അ ശ്രദ്ധയുണ്ടായാൽ, 1930 കളിലും 1940 കളിലും കൊടുക്കേണ്ടിവന്നതി നേക്കാൾ കനത്തവില നാം ഇപ്പോൾ കൊടുക്കേണ്ടിവരും.

7

സാമ്രാജ്യത്വം സംബന്ധിച്ച ലെനിന്റെ വിശകലനം

ഫ്യൂഡൽ സ്വത്തുമായുള്ള ബന്ധം വിച്ഛേദിക്കുന്നതിന്റെ തുടർ നടപടിയെന്ന നിലയിൽ 'ഭൂമിയുടെ ദേശസാൽക്കരണത്തിനുവേണ്ടി' അ ക്കാലത്ത് ലെനിൻ വാദിച്ചിരുന്നു; 'കേവല തറപ്പാട്ട'ത്തിന്റെ ബാധ്യത യിൽനിന്ന് ഉൽപ്പാദകരെ ആ നടപടി വിമുക്തരാക്കുകയും അത് മൂല ധന സഞ്ചയത്തെ പ്രോത്സാഹിപ്പിക്കുകയും ചെയ്യുമെന്ന് അദ്ദേഹം വാദിച്ചു. ബോൾഷെവിക് വിപ്ലവത്തിന്റെ ഘട്ടത്തിൽ മാത്രമാണ് ഫ്യൂഡൽ പ്രഭുത്വവുമായുള്ള ബന്ധം വിച്ഛേദിക്കുമ്പോൾ കൃഷിക്കാർക്ക് ആ ഭൂമി വിതരണം ചെയ്യുന്നതിന് ഇടയാക്കണമെന്ന തരത്തിലേക്ക് അദ്ദേഹം തന്റെ നിലപാട് മാറ്റിയത്. നരോദ്നിക് പാരമ്പര്യത്തിന്റെ നേരവകാശികളായി രുന്ന ഇടതുപക്ഷ സോഷ്യൽ റവല്യൂഷണറികൾ ഏറെക്കുറെ ഇങ്ങനെ യായിരുന്നു ആവശ്യപ്പെട്ടിരുന്നത്.

കർഷക ജനതയ്ക്കിടയിലെ വർഗപരമായ വേർതിരിക്കലിന്റെ പ്രശ് നവും രണ്ട് ഘട്ട വിപ്ലവം എന്ന സങ്കൽപ്പനത്തിൽ ഏറ്റവും പ്രാധാന്യമർ ഹിക്കുന്നതാണ്. ഈ വിഷയം അദ്ദേഹത്തിന്റെ ഏറെ സമയം അപഹരി ച്ചിരുന്നു. കാരണം, ഈ സങ്കൽപ്പനത്തിന്റെ പ്രസക്തി റഷ്യയുടെ അതി രുകൾക്കും അപ്പുറം കടന്നിരുന്നു; 'പിന്നണിയിൽ നിൽക്കുന്ന' സമൂ ഹങ്ങളെ സംബന്ധിച്ച കോമിന്റേൺ വിശകലനത്തിന് ആധാരമായത് ഈ സങ്കൽപ്പനമാണ്. കോമിന്റേണിന്റെ രണ്ടാം കോൺഗ്രസിനുള്ള തന്റെ പ്രാഥമിക കരട് തീസിസിൽ, വ്യത്യസ്ത കർഷകവർഗങ്ങൾ തമ്മിൽ വേർതിരിച്ചറിയുന്നതിന് തൊഴിലാളികളെ കൂലിക്കുവയ്ക്കുന്നതിനെ അടി സ്ഥാനമാക്കിയുള്ള ഒരു മാനദണ്ഡം ലെനിൻ അവതരിപ്പിച്ചിരുന്നു; മൗസെ ദോങ്ങിന്റേതുൾപ്പെടെയുള്ള, പിൽക്കാലത്ത് ഈ പ്രശ്നം സംബ ന്ധിച്ചുണ്ടായ ഏറെ പ്രസിദ്ധമായ എല്ലാ വിശകലനങ്ങളുടെയും അടി സ്ഥാനം ഇതായിരുന്നു.

സാമ്രാജ്യത്വവും യുദ്ധവും

ഒന്നാം ലോകയുദ്ധത്തെ മുതലാളിത്തത്തിന്റെ പരിവർത്തനഘട്ടം എന്ന നിലയിലാണ് ലെനിൻ കണ്ടത്. അത് ചരിത്രപരമായ അജണ്ടയിൽ ലോക വിപ്ലവത്തിന്റെ ആഗമനം വിളംബരംചെയ്തു. ഒരു ഉൽപ്പാദന സമ്പ്രദായത്തിന്റെ വികസനത്തിന്റെ നിശ്ചിതഘട്ടത്തിൽ, അതിന്റെ സവി ശേഷതയായ സ്വത്തുബന്ധങ്ങൾ, ഉൽപ്പാദനശക്തികളുടെ തുടർന്നുള്ള വികസനത്തിന് 'പ്രതിബന്ധ'മായി മാറുന്നുവെന്ന മാർക്സിന്റെ പരാ മർശം സ്വാഭാവികമായും ഈ 'പ്രതിബന്ധത്തി'ന്റെ ഘട്ടം എത്തിയെന്ന് നാം എങ്ങനെ അറിയും എന്ന ചോദ്യം ഉയർത്തിയിരുന്നു. അഥവാ പൊ തുവെ പറഞ്ഞാൽ, ഒരു ഉൽപ്പാദന സമ്പ്രദായം ചരിത്രപരമായി കാ ലഹരണപ്പെട്ടുവെന്ന് പറയാൻ കഴിയുന്നത് എപ്പോഴാണ്? വ്യവസ്ഥിതി യുടെ 'തകർച്ച'യിലേക്കുള്ള പ്രവണതയിൽ ഈ കാലഹരണപ്പെടൽ സ്വയം പ്രകടമാകും എന്നും അത്തരത്തിൽ ഒരു 'തകർച്ച'യുടെ സൂ ചനയൊന്നും ഉണ്ടായില്ലെങ്കിൽ മുതലാളിത്തംതന്നെ തുടരുമെന്ന വസ് തുതയുമായി തൊഴിലാളിവർഗം പൊരുത്തപ്പെടണമെന്നും ആ വ്യവസ്ഥി തിക്കുള്ളിൽനിന്ന് തങ്ങളുടെ സാമ്പത്തികനില മെച്ചപ്പെടുത്തുന്നതിനു ള്ള സമരങ്ങളിൽ മാത്രം തൊഴിലാളിവർഗം ഏർപ്പെട്ടാൽ മതിയെന്നും അതനുസരിച്ച് മാർക്സിസത്തെ 'തിരുത്തിയെഴുതണ'മെന്നുമാണ് ജർ മൻ സോഷ്യൽ ഡെമോക്രസിയിലെ 'തിരുത്തൽവാദ' പാരമ്പര്യം വാദി ച്ചത്. റോസാ ലക്സംബർഗ് പ്രതിനിധാനം ചെയ്തിരുന്ന ജർമനിയിലെ വിപ്ലവ പാരമ്പര്യത്തിന്റെ വക്താക്കൾ ഇതിനെതിരായി വാദിച്ചത് ആ വ്യവസ്ഥിതി അനിവാര്യമായും 'തകർച്ച'യിലേക്ക് നീങ്ങുകയാണെന്നാണ്; പക്ഷേ, വ്യവസ്ഥിതിയുടെ കാലഹരണപ്പെടലിന്റെ തെളിവ് 'തകർച്ച'യി ലേക്കുള്ള അതിന്റെ പ്രവണതയിലാണ് സ്ഥിതിചെയ്യുന്നത് എന്ന തിരു ത്തൽവാദികളുടെ ആശങ്ക ആ പ്രക്രിയക്കിടയിൽ അവരും അംഗീകരിച്ചു.

ലെനിൻ ഈ ആശങ്കയിൽനിന്ന് അകന്നു മാറുകയും യുദ്ധത്തെ മു തലാളിത്തത്തിന്റെ 'ജീർണ' സ്വഭാവത്തിന്റെ മാതൃകയായി കാണുകയും ചെയ്തു. തൊഴിലാളികൾ ഏതെങ്കിലും ഒന്ന് തെരഞ്ഞെടുത്തേ മതിയാകു എന്ന് ശക്തമായ ഒരു സാഹചര്യം ഇത് പ്രദാനംചെയ്തു. അവർ ഒന്നു കിൽ ട്രെഞ്ചുകളിൽ തങ്ങളെപ്പോലുള്ള മറ്റു രാജ്യങ്ങളിലെ തൊഴിലാളി കളെ കൊല്ലണം, അല്ലെങ്കിൽ തങ്ങളുടെ രാജ്യത്തെ മുതലാളിത്ത ചൂ ഷകർക്കെതിര തോക്ക് തിരിച്ചുപിടിക്കണം (അങ്ങനെയാണ് ബോൾഷെവിക് മുദ്രാവാക്യം "സാമ്രാജ്യത്വ യുദ്ധത്തെ ആഭ്യന്തര യുദ്ധമാക്കി മാറ്റുക" എന്നായത്). യുദ്ധത്തെക്കുറിച്ച് വിശദീകരിക്കുന്നതിനും വിശകലനം ചെയ്യുന്നതിനും മുതലാളിത്തത്തിന്റെ ജീർണ സ്വഭാവത്തെ സംബന്ധി ച്ച് (യുദ്ധം അതിന്റെ അസന്ദിഗ്ധമായ തെളിവായിരുന്നു) നിർവചിക്കു ന്നതിനും വേണ്ടിയായിരുന്നു അദ്ദേഹം തന്റെ സിദ്ധാന്തം വികസിപ്പിച്ചത്.

സാമ്രാജ്യത്വത്തെ സംബന്ധിച്ച ലെനിന്റെ സിദ്ധാന്തം ഏറെ തെറ്റി ദ്ധരിക്കപ്പെട്ടതാണ്. ഒരു ഉപഭോഗ വിധേയ (under consumptionist) നി ലപാട് ലെനിനുമേൽ ആരോപിക്കുന്നതാണ് പൊതുവെ കണ്ടുവരുന്ന ഒരു

തെറ്റിദ്ധാരണ. ഈ പ്രവണതയെ പ്രതിരോധിക്കുന്നതിനുള്ള ഒരു ഉപകരണ മാർഗമാണ് സാമ്രാജ്യത്വം എന്ന വീക്ഷണം ഇതിന്റെ ഭാഗമാണ്. രണ്ടാം ലോക യുദ്ധാനന്തര കാലഘട്ടത്തിലെ കെയ്നീഷ്യൻ ചോദന നിർവഹണ (demand management) ത്തോടെ, സാമ്രാജ്യത്വത്തെ സംബന്ധിച്ച ലെനി ന്റെ സിദ്ധാന്തം കാലഹരണപ്പെട്ടതായി പിൽക്കാലത്ത് പല എഴുത്തു കാരും വാദിക്കുന്നതിന് ഇടയാക്കിയത് ഈ വ്യാഖ്യാനമാണ്. എന്നാൽ ഡൈഷണികമായി ഹോബ്സണോട് ലെനിൻ കടപ്പെട്ടിരുന്നുവെങ്കിലും, അദ്ദേഹം ഹോബ്സണെപ്പോലെ ഒരു ഉപഭോഗവിധേയ നിലപാടുകാ രനായിരുന്നില്ല. സാമ്രാജ്യത്വത്തെ സംബന്ധിച്ച ഒരു 'ഔദ്യോഗികമായ' സിദ്ധാന്തമായിരുന്നില്ല ലെനിന്റേത് എന്നത് ശരിതന്നെയാണ്; അതായത്, മുതലാളിത്തത്തിന്റെ ഏതെങ്കിലും സവിശേഷ പ്രവണതയ്ക്കുള്ള പ്രതിവിധി പ്രദാനംചെയ്യുന്ന ഒന്നായി അദ്ദേഹം സാമ്രാജ്യത്വത്തെ കണക്കാക്കിയില്ല.

കുത്തക മുതലാളിത്തമാണ് സാമ്രാജ്യത്വം

ലെനിനെ സംബന്ധിച്ചിടത്തോളം സാമ്രാജ്യത്വം കുത്തക മുതലാ ളിത്തമാണ്. മൂലധനത്തിന്റെ കേന്ദ്രീകരണപ്രക്രിയ ഉൽപ്പാദനത്തിന്റെയും ധനപരിപാലനത്തിന്റെയും മണ്ഡലങ്ങളിൽ കുത്തകകൾ ഉദയംചെയ്യു ന്നതിന് ഇടവരുത്തുന്നു. പിന്നീട് അവ പരസ്പരം സുദൃഢമാക്കപ്പെടുന്നു. ധനപരിപാലനത്തിന്റെയും വ്യവസായത്തിന്റെയും മണ്ഡലങ്ങളെ മറി കടന്ന് ഒരു ചെറുകിട ധനാധിപതിക്ക് വമ്പിച്ച തോതിലുള്ള "ധനമൂലധന" ത്തിന്റെയാകെ നിർവഹണത്തെക്കുറിച്ച് തീരുമാനമെടുക്കാൻ പറ്റുന്ന അവസ്ഥ സംജാതമാകുന്നു. ഈ ധനാധിപതികൾ (oligarchies) ദേശാടി സ്ഥാനത്തിലുള്ളവരും തങ്ങളുടെ ദേശരാഷ്ട്രങ്ങളുമായി സംയോജിപ്പി ക്കപ്പെട്ടവരുമാണ്. ഓരോ വികസിത മുതലാളിത്ത രാജ്യത്തിലെയും ഭര ണകൂടത്തിന്റെയും ധനമേഖലയുടെയും വ്യവസായത്തിന്റെയും ചുക്കാൻ പിടിക്കുന്നവർ തങ്ങൾക്കിടയിൽ ഒരു 'വ്യക്തിഗത യൂണിയൻ' സൃഷ്ടി ക്കുന്നു. മൂലധനങ്ങൾ തമ്മിൽ എപ്പോഴും നിലനിൽക്കുന്ന മത്സരം ഇപ്പോൾ ശക്തരായ ധനാധിപതികൾ അവരുടെ ദേശരാഷ്ട്രങ്ങളുടെ പിൻബലത്തോടെ 'സാമ്പത്തിക ഭൂപ്രദേശങ്ങൾ' പിടിച്ചെടുക്കുന്നതിന് നടത്തുന്ന പരസ്പരമുള്ള ചേരിപ്പോരിന്റെ രൂപം കൈവരിച്ചിരിക്കുന്നു. 'സാമ്പത്തിക ഭൂപ്രദേശങ്ങൾ' കൈയടക്കുന്നത് കമ്പോളങ്ങൾ എന്ന നി ലയിലോ അസംസ്കൃത വസ്തുക്കളുടെ ഉറവിടങ്ങളായോ ധനനിക്ഷേ പമേഖലകളായോ ഉള്ള അവയുടെ യഥാർഥ ഉപയോഗക്ഷമത കണ ക്കിലെടുക്കുന്നതു കാരണമല്ല, മറിച്ച് എതിരാളികളെ ആ മേഖലയിൽ നിന്ന് അകറ്റിനിർത്തുന്നതിൽനിന്നുള്ള പ്രയോജനക്ഷമതാ സാധ്യത കാ രണമാണ്. 'സാമ്പത്തിക ഭൂപ്രദേശങ്ങൾ' വെട്ടിപ്പിടിക്കുന്നതിനുവേണ്ടി യുള്ള നെട്ടോട്ടം ലോകത്തെയാകെ അവർ തമ്മിൽ വിഭജിച്ചെടുക്കുന്ന തിലാണ് വിജയകരമായി കലാശിച്ചത്. ഇനി പുനർവിഭജനം മാത്രമേ സാധ്യമാകൂ എന്ന സ്ഥിതിയിലുമെത്തി; യുദ്ധങ്ങളിലൂടെയാണ് അത് നട പ്പിലാക്കാൻ കഴിയുന്നത്. സാമ്രാജ്യത്വയുഗത്തിന്റെ, അതായത് കുത്തക

മുതലാളിത്ത യുഗത്തിന്റെ സവിശേഷതയാണ് യുദ്ധങ്ങൾ.

ധനമൂലധനത്തെ സംബന്ധിച്ച ലെനിന്റെ സങ്കൽപ്പനം പലവിധത്തി ലുള്ള വിമർശനങ്ങൾക്ക് ഇരയായിട്ടുണ്ട്: 'സംഭരിച്ചുവയ്ക്കലും' (Stocks) 'പ്രവഹിപ്പിക്കലും'- (flows) തമ്മിലുള്ള ആശയക്കുഴപ്പത്തെ ആധാരമാ ക്കിയതാണ് അത്; "വൻ തുകകൾ ഉൾക്കൊള്ളുന്ന സാമ്പത്തിക ഇടപാ ടുകൾ" (high finance) സംബന്ധിച്ച ഹോബ്സണിന്റെ സങ്കൽപ്പനത്തിനും (ധനപരവും വ്യാവസായികവുമായ താൽപ്പര്യങ്ങൾ ഏറെക്കുറെ വ്യത്യ സ്തമായ ബ്രിട്ടന്റെ സവിശേഷത) 'ധനമൂലധനം' അഥവാ ''ബാങ്കുക ളുടെ നിയന്ത്രണത്തിലുള്ളതും വ്യവസായത്തിൽ ഏർപ്പെട്ടിട്ടുള്ളതുമായ മൂലധനം'' എന്ന ഹിൽ ഫെർഡിങ്ങിന്റെ സങ്കൽപ്പനത്തിനും (വ്യാവസാ യികവും ധനപരവുമായ താൽപ്പര്യങ്ങൾ ഏകോപിച്ച് നീങ്ങുന്ന ജർമനി യുടെ സവിശേഷത) ഇടയ്ക്ക് അത് ആടിക്കളിക്കുന്നു എന്നിവയാണ് ആ വിമർശനങ്ങൾ. എന്നാൽ ലെനിന്റെ സിദ്ധാന്തത്തിന്റെ അന്തഃസത്ത എന്താണെന്ന് അറിയാതെയുള്ള വിമർശനങ്ങളാണ് ഇവയെല്ലാം. 'സം ഭരിച്ചുവയ്ക്കലും' 'പ്രവഹിപ്പിക്കലും' തമ്മിലുള്ള വേർതിരിവ് ഉപഭോഗ വിധേയവാദ (under consumptionist) കാഴ്ചപ്പാടിനുള്ളിൽ മാത്രമാണ് പ്രസക്തി കൈവരിക്കുന്നത്; ആ സാഹചര്യത്തിൽ വായ്പാവ്യാപനത്തി ലൂടെ ധനസഹായം ചെയ്യുന്ന കയറ്റുമതിമിച്ചം എന്ന അർഥത്തിൽ മൂല ധന കയറ്റുമതിക്ക് മൊത്തം ചോദന (aggregate demand) ത്തെ വർധി പ്പിക്കാനുള്ള സ്രോതസ്സായി മാറാൻ കഴിയും. ചുരുക്കത്തിൽ, "പ്രവഹി പ്പിക്കൽ" പ്രസക്തമാകുന്നത് മൊത്തം ചോദനത്തിന്റെ അടിസ്ഥാനത്തിൽ നോക്കുമ്പോഴാണ്; കയറ്റുമതി മിച്ചം കൂടാതെയുള്ള, നിക്ഷേപം തെര ഞ്ഞെടുക്കാനുള്ള അവകാശ (portfolio choice) ത്തിന്റെ പ്രതിഫലനം എന്ന നിലയിലുള്ള മൂലധന കയറ്റുമതി മൊത്തം ചോദനത്തെ ബാധി ക്കില്ല. ലെനിനെ ഉപഭോഗ വിധേയവാദത്തിൽനിന്നും വേർപെടുത്തി പരി ശോധിച്ചാൽ, അദ്ദേഹം സംഭരിച്ചുവയ്ക്കലും പ്രവഹിപ്പിക്കലും തമ്മിൽ വേർതിരിച്ചുകാണുന്നില്ല എന്ന വിമർശനത്തിന് പ്രസക്തിയുണ്ടാവില്ല. അതേപോലെതന്നെ, മുതലാളിത്തത്തിന്റെ ഒരു ഘട്ടത്തിന്റെ മൊത്തം സവിശേഷതകളാണ് ലെനിൻ വിശദീകരിക്കാൻ ശ്രമിച്ചത്; നിരവധി രാജ്യ ങ്ങളുടെ പ്രത്യേകതകൾ അതിൽ അദ്ദേഹം ഉൾക്കൊള്ളിച്ചിട്ടുമുണ്ട്; ആ സ്ഥിതിക്ക് അദ്ദേഹം ഉപയോഗിച്ച ഏറെക്കുറെ അയവേറിയതും (elas- tic) മേൽ കൂട്ടിച്ചേർക്കപ്പെട്ടതുമായ സങ്കൽപ്പനങ്ങളെക്കുറിച്ച് വലിയ വിമർ ശനം ഉന്നയിക്കേണ്ട ആവശ്യമില്ല.

അദ്ദേഹത്തിന്റെ സിദ്ധാന്തം, അതിന്റെ സാമ്പത്തികമായ സങ്കൽപ്പനത്തിൽ തികച്ചും ലളിതമാണെങ്കിലും അതിന്റെ സന്ദർഭത്തി നുള്ളിൽ ഏറെക്കുറെ അപ്രതീക്ഷിതമാണെങ്കിലും, സാമ്രാജ്യത്വം കൈയടക്കിവെച്ചിട്ടുള്ള അധീശാധികാരത്തിന്റെ ബന്ധങ്ങൾ ചിത്രീകരി ക്കുന്നതിൽ സമ്പന്നമാണ്. മുമ്പുതന്നെ വിഭജിക്കപ്പെട്ടുകഴിഞ്ഞ ഒരു ലോ കത്തെ പുനർവിഭജിക്കാനുള്ള പരിശ്രമം സങ്കീർണമായ നിരവധി രൂ പങ്ങൾ കൈക്കൊള്ളുന്നു (യുദ്ധത്തെ കണക്കിലെടുക്കാതെതന്നെ). കോ

ളനികൾ, അർധ കോളനികൾ, സാധാരണ സ്വതന്ത്ര രാജ്യങ്ങളുടെ പരമാ
ധികാരത്തെ തകർക്കൽ, പോർച്ചുഗലിനെപ്പോലെയുള്ള കൊളോണിയൽ
ശക്തികൾക്കുമേൽപോലും പ്രത്യയശാസ്ത്രപരമായ അധീശാധികാരം സ്ഥാ
പിക്കാൽ ഇത്യാദി. അന്താരാഷ്ട്ര ബന്ധങ്ങളുടെ ലോകത്തെ ലെനിന്റെ
സിദ്ധാന്തം മാർക്സിസ്റ്റ് വിശകലനത്തിനായി തുറന്നുകൊടുത്തു.

യൂറോപ്യൻ തൊഴിലാളിവർഗ പ്രസ്ഥാനത്തിലെ തിരുത്തൽവാദ
ത്തെ(റിവിഷനിസം) വിശദീകരിക്കാൻ 1908 ൽ ലെനിൻ പരിശ്രമിച്ചിരുന്നു.
മുതലാളിത്ത മത്സരത്തിൽ പുറന്തള്ളപ്പെടുന്ന ചെറുകിട ഉൽപ്പാദകരു
ടെ തൊഴിലാളിവർഗത്തിന്റെ ചേരിയിലേക്കുള്ള തള്ളിക്കയറ്റം, അതിനോ
ടൊപ്പം തിരുത്തൽവാദത്തിന് മണ്ണൊരുക്കുന്ന അന്യവർഗ പ്രത്യയശാ
സ്ത്രത്തെക്കൂടി തൊഴിലാളിവർഗ ചേരിയിലേക്ക് കൊണ്ടുവന്നു. കുത്തക
മുതലാളിത്ത ശക്തികളുടെ 'അമിത ലാഭ'ത്തിൽനിന്നുള്ള കൈക്കൂലി
ക്ക് അടിപ്പെട്ട തൊഴിലാളിവർഗത്തിൽ ഒരു വിഭാഗത്തെ, പ്രത്യേകിച്ച് ട്രേഡ്
യൂണിയൻ നേതൃത്വത്തെയാണ്, എംഗൽസിന്റെ ചില പരാമർശങ്ങളിൽ
നിന്നുള്ള സൂചന ഉൾക്കൊണ്ടുകൊണ്ട് ലെനിൻ *സാമ്രാജ്യത്വം* എന്ന
കൃതിയിൽ തിരുത്തൽവാദികൾ എന്ന് വിശദീകരിച്ചത്. 'അസമമായ വി
നിമയ'ത്തെ ആധാരമാക്കിയുള്ള പിൽക്കാല വാദഗതികളിൽനിന്നും ലെനി
ന്റെ ഈ നിലപാടിനെ വേർതിരിച്ചു കാണേണ്ടതുണ്ട്. വികസിത രാജ്യ
ങ്ങളിലെ തൊഴിലാളിവർഗവും ചൂഷകവിഭാഗത്തിന്റെ ഭാഗംതന്നെയാ
ണെന്ന് അവകാശപ്പെടുന്നിടംവരെ അത് എത്തി. സാമ്രാജ്യത്വ ചൂ
ഷണത്തിന്റെ പ്രത്യക്ഷത്തിലുള്ള ഗുണഭോക്താക്കളെ മാത്രം ഒരു ഇടു
ങ്ങിയ വരിയിൽ ഒതുക്കുകയായിരുന്നില്ല അദ്ദേഹം. മറിച്ച്, ആ പ്രതിഭാ
സത്തെ കുത്തകയുമായി ബന്ധപ്പെടുത്തി. കുത്തകാധിപത്യം നടപ്പിലാ
ക്കാത്ത അസമമായ വിനിമയം എന്ന സിദ്ധാന്തം ദുരുപദിഷ്ടിതമാണ്.
സമ്പന്ന കേന്ദ്രങ്ങളും (metropolis) ചുറ്റുവട്ടത്തു (periphery) ള്ളവരും
പ്രത്യേക പ്രവർത്തനങ്ങളിൽ വൈദഗ്ധ്യം നേടുന്നില്ലെങ്കിൽ അവരുടെ
നിലനിൽപ്പുതന്നെ ഇല്ലാതാവും; എന്നാൽ കുത്തകയുടെ അഭാവത്തിൽ
ഇത്തരം വൈദഗ്ധ്യവൽക്കരണത്തെ അവർക്ക് വിശദീകരിക്കാനാവില്ല.
കുത്തകയെ സംബന്ധിച്ച ലെനിനിസ്റ്റ് ഊന്നൽ ആ വിഷയത്തെ സം
ബന്ധിച്ച കൂടുതൽ ഫലപ്രദമായ സമീപനമാണ് – ഒരു ഇടുങ്ങിയ മണ്
ഡലത്തിനും അപ്പുറത്തേക്ക് ഗുണഭോക്താക്കളുടെ വൃത്തത്തെ വിപു
ലമാക്കുകയാണെങ്കിൽപ്പോലും ഇതാണ് സ്ഥിതി.

സാമ്രാജ്യത്വം എന്ന തന്റെ കൃതിയിൽ ലെനിൻ, 'തീവ്ര–സാമ്രാ
ജ്യത്വം' (Ultra-imperialism) എന്ന നിലയിൽ സാർവദേശീയമായി ഏകീ
കൃതമായ ധനമൂലധനം സമാധാനപരമായ കരാറിലൂടെ ലോകത്തെ കൂ
ട്ടായി കൊള്ളയടിക്കാനുള്ള സാധ്യതയെക്കുറിച്ചുള്ള കാൾ കൗത്സ്കി
യുടെ മന്ത്രോച്ചാരണത്തെ ലെനിൻ വിമർശിച്ചിട്ടുണ്ട്. വിവിധ ധനമൂ
ലധനശക്തികൾക്കിടയിൽ അവ തമ്മിലുള്ള പരസ്പര ധാരണയുടെ
അടിസ്ഥാനത്തിൽ ലോകത്തെ പങ്കിട്ടെടുക്കുമെന്ന് കരുതിയാൽതന്നെ,
അത് യാഥാർഥ്യമായാൽത്തന്നെ, ആ സമയത്തെ അവർ ഓരോരുത്തരു

ടെയും ആപേക്ഷികമായ ശക്തിയെ മാത്രമെ അത് പ്രതിഫലിപ്പിക്കു ന്നുള്ളൂ. എന്നാൽ മുതലാളിത്തത്തിന്റെ സഹജ സവിശേഷതയായ അസമമായ വികസനം ഈ ആപേക്ഷികമായ ശക്തിയെ അനിവാര്യ മായും കീഴ്മേൽ മറിക്കും; ഇത് സംഘട്ടനങ്ങൾക്ക് ഇടയാക്കുകയും തു ടർന്ന് യുദ്ധത്തിൽ കലാശിക്കുകയും ചെയ്യും. യുദ്ധങ്ങൾക്കിടയിലുള്ള താൽക്കാലിക യുദ്ധവിരാമത്തിന്റെ ഇടവേളയാകാൻ മാത്രമേ 'തീവ്രസാ മ്രാജ്യത്വ'ത്തിനു കഴിയൂ. യുദ്ധാനന്തരകാലത്തെ അനുഭവങ്ങളെ ആധാ രമാക്കി പലരും വാദിക്കുന്നത് കൗത്സ്കിയൻ സങ്കൽപ്പനമാണ് ലെനി ന്റേതിനെക്കാൾ ശരിയെന്നാണ്. സാമ്രാജ്യത്വത്തിനുള്ളിലെ കിടമത് സരങ്ങൾക്ക് പാക്സ് അമേരിക്കാനയ്ക്കു കീഴിൽ (അമേരിക്കൻ ആധി പത്യത്തിൻകീഴിൽ സമാധാനം) തീവ്രത കുറഞ്ഞിരിക്കുന്നു.

എന്നാൽ, ഇവിടെ രണ്ടു കാര്യങ്ങൾ ശ്രദ്ധിക്കപ്പെടേണ്ടതായുണ്ട്: ഒന്നാമത്, ദേശീയാടിസ്ഥാനത്തിലുള്ളതും ദേശീയ രാഷ്ട്രങ്ങളുടെ സഹാ യം ലഭിക്കുന്നവയുമായ വിവിധ ധനമൂലധനങ്ങൾക്കിടയിൽ കൗത്സ് കി കണ്ടിരുന്നതുപോലെ ഈയിടെയായി യോജിപ്പുണ്ടാകുന്നില്ല. എന്നാൽ, ഒരു പുതിയ അന്താരാഷ്ട്ര ധനമൂലധനവും അതുകൊണ്ടു തന്നെ ഒരു പുതിയ സാമ്രാജ്യത്വവും യാഥാർഥ്യമായിരിക്കുകയാണ്. മൂ ലധനം കൂടുതൽ കേന്ദ്രീകരിക്കുന്നതിന്റെയും അതിർത്തി കടന്നുള്ള മൂ ലധന പ്രവാഹത്തിനുള്ള നിയന്ത്രണങ്ങൾ ഇല്ലാതാക്കുന്നതിന്റെയും, അതായത് പണത്തിന്റെ ആഗോളവൽക്കരണ പ്രക്രിയ, ഉൽപ്പന്നമാണത്. ചുരുക്കത്തിൽ ഇന്ന് നാം കാണുന്നത്, കൗത്സ്കി – ലെനിൻ കൂട്ടായ് മയെ ഒന്നിച്ച് കടത്തി വെട്ടുന്ന ഒരു പുതിയ പ്രതിഭാസത്തെയാണ്. രണ്ടാ മതായി, അന്താരാഷ്ട്ര ധനമൂലധനത്തിന്റെ ആവിർഭാവം, സാമ്രാജ്യത്വ ശക്തികൾക്കിടയിലെ യുദ്ധങ്ങളെ നിയന്ത്രിച്ചപ്പോൾതന്നെ, യുദ്ധം ഇല്ലാ താക്കിയിട്ടില്ല. യുദ്ധമാതൃകകൾ മാറിയിട്ടുണ്ട്; പക്ഷേ യുദ്ധങ്ങൾ അതി ന്റെ എല്ലാ ഭീകരതകളോടുംകൂടി നിലനിൽക്കുന്നു. ഇപ്പോഴത്തെ സ്ഥി തിവിശേഷം ലെനിൻ പറഞ്ഞതിൽനിന്നും വ്യത്യസ്തമാണ്; പക്ഷേ, അദ്ദേഹത്തിന്റെ സിദ്ധാന്തസംഹിത ഇപ്പോഴും ഈ പുതിയ സ്ഥിതിവി ശേഷത്തെയും വിശകലനം ചെയ്യാൻ പറ്റിയ മാനദണ്ഡമാണ്.

വിപ്ലവാനന്തര രചനകൾ

ലെനിന്റെ അസംഖ്യം വിപ്ലവാനന്തര രചനകൾ ഇപ്പോഴും അത്യ ധികം പ്രാധാന്യം അർഹിക്കുന്നവയും പ്രത്യേകവും കൂടുതൽ സമഗ്രവു മായ പരിശോധന ആവശ്യമുള്ളവയുമാണ്. ആഭ്യന്തരയുദ്ധം അവസാ നിച്ചതോടെ, 'യുദ്ധകാല കമ്മ്യൂണിസം' 'പുതിയ സാമ്പത്തികനയ'ത്തിന് വഴിമാറിക്കൊടുത്തു. അത് മുതലാളിത്ത പ്രവണതയുടെ സാധ്യത തുറന്നുകൊടുത്തു; എന്നാൽ, സമ്പദ്ഘടനയുടെ ഉന്നതാധികാര കേന്ദ്രങ്ങളിൽ തൊഴിലാളിവർഗ ഭരണകൂടത്തിന്റെ നിയന്ത്രണം നിലനിർ ത്തുന്നതിലൂടെ അതിനെ നിലയ്ക്കുനിർത്താവുന്ന തരത്തിലായിരുന്നു അത്. മുതലാളിത്ത പുനഃസ്ഥാപനത്തിനെതിരായ നെടുങ്കോട്ടയെന്ന നി

ലയിൽ കേന്ദ്രീകൃത ഭരണകൂടത്തിന് നൽകിയ ഈ പ്രാധാന്യം, ക്രമേണ ആ വ്യവസ്ഥിതി ജീർണിക്കുന്നതിനുള്ള വിത്തുപാകിയതായി പലരും കരുതുന്നുണ്ട്. അതുപ്രകാരം കേന്ദ്രീകൃത വ്യവസ്ഥയുടെ ബോധപൂർവമുള്ള സംസ്ഥാപകനായിരുന്നു ലെനിനെന്നും സ്റ്റാലിൻ യുഗത്തിൽ അത് പരിപൂർണതയിൽ എത്തുകയാണുണ്ടായതെന്നും വിലയിരുത്തപ്പെടുന്നുണ്ട്. എന്നാൽ, ഇത് ലെനിനെ തെറ്റായി വായിക്കലാണ്; സോഷ്യലിസത്തെ സംബന്ധിച്ച അഭിപ്രായ സ്വാതന്ത്ര്യവാദാത്മകമായ അദ്ദേഹത്തിന്റെ അടിസ്ഥാനപരമായ കാഴ്ചപ്പാട് അദ്ദേഹം ഒരിക്കലും കൈവെടിഞ്ഞിരുന്നില്ല. ജർമൻ വിപ്ലവത്തിന്റെ വിജയസാധ്യതകൾ മങ്ങിയതിനെ തുടർന്നും ലെനിൻ ചൈന, ഇന്ത്യ തുടങ്ങിയ പൗരസ്ത്യനാടുകളിലേക്ക് പ്രതീക്ഷയോടെ നോക്കാൻ ആരംഭിച്ചതിനുശേഷം ശത്രുക്കളാൽ വലയം ചെയ്യപ്പെട്ട സോവിയറ്റ് യൂണിയനെ സംരക്ഷിക്കുന്നതിനുവേണ്ടി കെട്ടിപ്പടുത്തതായിരുന്നു കേന്ദ്രീകൃതമായ ഭരണകൂട സംവിധാനംപോലും.

ഭരണകൂടം കൊഴിഞ്ഞുപോകുന്നത് സംബന്ധിച്ച് 1917 ആഗസ്റ്റിൽ എഴുതിയ *ഭരണകൂടവും വിപ്ലവവും* എന്ന കൃതിയിൽ ദീർഘദർശനം ചെയ്ത ലെനിൻ, അഭിപ്രായപ്രകടന സ്വാതന്ത്ര്യത്തിൽ ഊന്നിയ വിമോചനപരമായ ഈ കാഴ്ചപ്പാട് തൊഴിലാളിവർഗ ഭരണകൂടം രൂപീകരിച്ച അതേ കാലത്തുതന്നെ, 1917 ഒക്ടോബറിൽതന്നെ, നടത്തിയ തന്റെ പരാമർശത്തിൽ ഇങ്ങനെ ആവർത്തിച്ചുറപ്പിച്ചിരിക്കുന്നു –"നമുക്ക് ഇപ്പോൾ തന്നെ, പത്തു ദശലക്ഷം ആളുകളെയെങ്കിലും ഉൾക്കൊള്ളുന്ന–ഇരുപത് ദശലക്ഷംപേരെ ഉൾക്കൊള്ളിക്കാൻ കഴിഞ്ഞില്ലെങ്കിലും–ഭരണകൂട ഉപകരണം പ്രവർത്തിപ്പിച്ചു തുടങ്ങാൻ കഴിയണം." നിർണായകമായ നിമിഷങ്ങളിൽപോലും, കേന്ദ്രീകൃതമായ ഭരണകൂട ഉപകരണം സൃഷ്ടിക്കാൻ സാഹചര്യങ്ങൾ അദ്ദേഹത്തെ നിർബന്ധിതനാക്കിയിട്ടും, ട്രേഡ്യൂണിയനുകളുടെ സൈനികവൽക്കരണത്തിനെതിരെ എന്നതുപോലെയുള്ള കാര്യങ്ങളിലെ അദ്ദേഹത്തിന്റെ ഇടപെടലുകൾ ഈ വിമോചനപരമായ വീക്ഷണത്തിൽനിന്നും ഉയർന്നുവന്നതാണ്. സോവിയറ്റ് ജനാധിപത്യം പ്രവർത്തനരഹിതമായതിനുശേഷംപോലും, ലെനിൻ ശ്രദ്ധചെലുത്തിയിരുന്നത് ചുരുങ്ങിയപക്ഷം പാർട്ടിയെങ്കിലും കേന്ദ്രീകൃതമായ ബ്യൂറോക്രാറ്റിക് സംവിധാനമായി മാറാതിരിക്കാനാണ്. അങ്ങനെയാണ് അദ്ദേഹത്തിന്റെ 'അവസാന സമരം' പാർട്ടിയുടെ ഉദ്യോഗസ്ഥ മേധാവിത്വവൽക്കരണത്തെ തടയുന്നതിനുള്ള നടപടികൾ സ്വീകരിക്കുന്നതിനായത്. ഫ്യൂഡൽ ഏകാധിപത്യത്തിൽനിന്നും ഉയർന്നുവന്ന ഒരു സമൂഹത്തിൽ 'ജനാധിപത്യ കേന്ദ്രീകരണം' (ലെനിനിസ്റ്റ് പാർട്ടിയുടെ സംഘടനാ തത്വം) നടപ്പാക്കുന്നത് ഉദ്യോഗസ്ഥ മേധാവിത്വപരമായ കേന്ദ്രീകരണമായി അതിവേഗം അധഃപതിക്കാൻ ഇടയുണ്ടെന്ന് അദ്ദേഹം തികഞ്ഞ വ്യക്തതയോടെയും ദീർഘവീക്ഷണത്തോടെയും കണ്ടു. സോഷ്യലിസത്തിന്റെ വിമോചനപരമായ ദൗത്യത്തിനെതിരെ കേന്ദ്രീകരണത്തെ പ്രതിഷ്ഠിച്ച ആൾ എന്ന് ലെനിനെ വിശേഷിപ്പിക്കുന്നത് ശരിയല്ല.

8

ധനമൂലധനവും ധനകമ്മിയും

വായ്പയെടുത്ത് ഗവൺമെന്റ് തങ്ങളുടെ ചെലവുകൾ വർധിപ്പി ക്കുകയാണെങ്കിൽ അങ്ങനെയുള്ള ചെലവ്‌വർധനകൊണ്ട് സ്വകാര്യ മു തലാളിമാരുടെ ലാഭവും സമ്പത്തും വർധിക്കുമെങ്കിൽത്തന്നെയും, ആധു നിക മുതലാളിത്ത സമ്പദ്‌വ്യവസ്ഥയിലെ മുതലാളിത്ത താൽപ്പര്യങ്ങൾ അതിനോട് ശത്രുതാമനോഭാവം പുലർത്തുന്നുവെന്നതാണ് വിരോധാ ഭാസം.

കൂടുതൽ കടം വാങ്ങിക്കൊണ്ട് ഗവൺമെന്റ് പൊതുമേഖലയിലെ ചെലവ് വർധിപ്പിക്കുന്നു എന്നും അങ്ങനെ വായ്പയെടുക്കുന്നത് ആഭ്യ ന്തര വിഭവങ്ങളിൽനിന്നുതന്നെയാണെന്നും കരുതുക. ഗവൺമെന്റ് വാ ങ്ങുന്ന വായ്പത്തുക വർധിപ്പിക്കുന്നതിന് ആനുപാതികമായി സ്വകാര്യ നിക്ഷേപത്തെ അപേക്ഷിച്ച് സ്വകാര്യ സമ്പാദ്യത്തിലും വർധനയുണ്ടാ കും. സ്വകാര്യ നിക്ഷേപം വഴിക്കുള്ള ചെലവഴിക്കൽ ഒരു നിശ്ചിത കാ ലയളവിൽ ഏറെക്കുറെ സ്ഥിരമായി നിൽക്കുന്നതുകൊണ്ട് (മുൻകൂട്ടി നിശ്ചയിക്കപ്പെട്ട നിക്ഷേപ തീരുമാനം അനുസരിച്ചാണല്ലോ അത് നടക്കു ന്നത്) ഗവൺമെന്റ് എടുക്കുന്ന വായ്പത്തുക വർധിക്കുന്നതുമൂലം സ്വ കാര്യസമ്പാദ്യത്തിലും അതിന് ആനുപാതികമായ വളർച്ചയുണ്ടാകുന്നു ണ്ട്. അത്തരം സമ്പാദ്യങ്ങൾ നികുതികഴിച്ചുള്ള ലാഭത്തുകയെയാണ് ആശ്രയിച്ചിരിക്കുന്നത് എന്നതിനാൽ നികുതികഴിച്ചുള്ള ലാഭത്തുകയിലും വർധനയുണ്ടായിരിക്കണം എന്നുമാത്രമല്ല ഇങ്ങനെ നികുതി കഴിച്ചുള്ള ലാഭത്തുകയിലുണ്ടാകുന്ന വർധന, ഗവൺമെന്റ് വായ്പയെടുക്കുന്ന തു കയിലുണ്ടാകുന്ന വർധനയുടെ പല മടങ്ങ് വരുംതാനും.

ഒരു ഉദാഹരണത്തിലൂടെ ഇക്കാര്യം വ്യക്തമാക്കാം. നികുതികഴി ച്ചുള്ള സ്വകാര്യ മുതലാളിയുടെ ലാഭത്തിന്റെ (അതായത് മിച്ചം) പകുതി ഭാഗം സാധാരണയായി സമ്പാദ്യമായി മാറുന്നു എന്ന് കണക്കാക്കുക.

അപ്പോൾ ഗവൺമെന്റ് വായ്പയെടുക്കുന്ന തുകയിൽ 100 രൂപയുടെ വർ ധനയുണ്ടാകണമെങ്കിൽ, സ്വകാര്യ മുതലാളിമാരുടെ മിച്ചത്തിൽ 200 രൂ പയുടെ വർധനയുണ്ടായിരിക്കണം. എങ്കിലേ സ്വകാര്യ സമ്പാദ്യത്തിന് 100 രൂപ കിട്ടുകയുള്ളൂ. എല്ലാവർക്കും പൂർണമായ തൊഴിൽ ഇല്ലാത്ത പരിതഃസ്ഥിതിയിൽ ഉൽപ്പാദനവും അധ്വാനഭാരവും വർധിപ്പിച്ചുകൊണ്ടേ ഇത് സാധ്യമാവുകയുള്ളൂ. അടിസ്ഥാന വിലനിലവാരം വലിയ മാറ്റമി ല്ലാതെ തുടരുന്നുവെന്ന അനുമാനത്തിന്റെ അടിസ്ഥാനത്തിലാണിത്. പൂർ ണമായ തൊഴിലുള്ള ഒരു പരിതഃസ്ഥിതിയിലാണെങ്കിൽ തൊഴിലാളികളു ടെ കൂലിയിൽനിന്ന് നിർബന്ധമായി പിടിച്ച് സമ്പാദ്യമുണ്ടാക്കിക്കൊണ്ട് ഇതിനായി ലാഭം വർധിപ്പിക്കണം. മറ്റൊരുവിധത്തിൽപ്പറഞ്ഞാൽ, ആഭ്യ ന്തരവിപണിയിൽനിന്ന് സർക്കാർ വായ്പയെടുക്കുകയാണെങ്കിൽ, സ്വ കാര്യ മുതലാളിമാർ മൊത്തത്തിൽ അതിനേക്കാൾ എത്രയോ ഉയർന്ന തുക ലാഭമായി ഉണ്ടാക്കിയിരിക്കും. ഗവൺമെന്റ് വായ്പയെടുത്ത തു കയെ അപേക്ഷിച്ച് എത്രയോ ഇരട്ടിവരും ഈ അധികലാഭം.

അധികലാഭം

യുദ്ധത്തിനുവേണ്ടി പണമുണ്ടാക്കുന്നതെങ്ങനെ എന്ന തന്റെ പു സ്തകത്തിൽ സുപ്രസിദ്ധ സാമ്പത്തിക ശാസ്ത്രജ്ഞനായ ജോൺ മെയ് നാർഡ് കെയിൻസ്, മുതലാളിമാരുണ്ടാക്കുന്ന ഈ അധികലാഭത്തെ, അവരുടെ പോക്കറ്റിൽ വന്നുവീഴുന്ന കൊള്ളമുതൽ എന്നാണ് വിശേഷി പ്പിക്കുന്നത്. തൊഴിലും ഉൽപ്പാദനവും വർധിപ്പിക്കാൻ പരിമിതിയുള്ള ഒരവസ്ഥയിൽ, യുദ്ധച്ചെലവിനുവേണ്ടി സർക്കാർ പണം കണ്ടെത്തേ ണ്ടത് എങ്ങനെ എന്നതിനെക്കുറിച്ച് അദ്ദേഹം ചർച്ചചെയ്യുകയായിരുന്നു. സ്വകാര്യ മുതലാളിമാർ ആർജിക്കുന്ന അധികലാഭം മുഴുവൻ അവർ സമ്പാദ്യമാക്കി മാറ്റുകയാണ് എന്ന അനുമാനത്തിന്റെ അടിസ്ഥാനത്തി ലാണ് അദ്ദേഹം ഇത് ചർച്ചചെയ്യുന്നത്. അത്തരമൊരവസ്ഥയിൽ ഗവൺ മെന്റിന്റെ ചെലവ് 100 രൂപകണ്ട് വർധിക്കുമ്പോൾ, തൊഴിലാളികളുടെ ഉപഭോഗം വെട്ടിക്കുറയ്ക്കുകയും അതോടൊപ്പംതന്നെ മുതലാളിമാരുടെ ലാഭം വർധിപ്പിക്കുകയും ചെയ്യുന്ന വിലക്കയറ്റം സംഭവിക്കുന്നു. അതാ യത് യുദ്ധച്ചെലവിനുവേണ്ടതായ പണം യഥാർഥത്തിൽ വരുന്നത് തൊ ഴിലാളികളിൽനിന്നാണ്. യുദ്ധാവശ്യത്തിന് സംഭവിക്കുന്ന തുകയ്ക്ക് ആനുപാതികമായി അവരുടെ ഉപഭോഗം കുറയുകയും ചെയ്യുന്നു. മു തലാളിയുടെ സമ്പാദ്യം, അയാൾ ഒന്നുംചെയ്യാതെതന്നെ, 100 രൂപ കണ്ട് വർധിക്കുകയും ചെയ്യുന്നു. അതായത് തൊഴിലാളികളിൽനിന്ന് സർക്കാർ 100 രൂപ പിടിച്ചെടുത്ത് അത് മുതലാളിയുടെ പോക്കറ്റിലിട്ടുകൊടുക്കു ന്നു. പിന്നീട് അത് മുതലാളിയിൽനിന്ന് കടംവാങ്ങുന്ന സർക്കാർ, അതു കൊണ്ട് യുദ്ധച്ചെലവ് നിർവഹിക്കുകയും ചെയ്യുന്നു. മറ്റൊരുവിധത്തിൽ പറഞ്ഞാൽ യുദ്ധാവശ്യത്തിനുവേണ്ടി യഥാർഥത്തിൽ ത്യാഗം അനുഷ്

റിക്കുന്നത് തൊഴിലാളിയാണ്. അതേ അവസരത്തിൽത്തന്നെ, അതിന്റെ
പേരിൽ മുതലാളിയുടെ സ്വത്ത് വർധിച്ചുകൊണ്ടിരിക്കുകയും ചെയ്യുന്നു.
ഇതിലുള്ള അന്യായം കെയിൻസിന് ബോധ്യപ്പെട്ടു. അതുകൊണ്ടാണ്
തൊഴിലാളിയിൽനിന്ന് ഗവൺമെന്റ് നൂറുരൂപ പിടിച്ചുവാങ്ങുകയാണെങ്കിൽ
ത്തന്നെ ആ തുക മുഴുവനും മുതലാളിക്ക് കൊള്ളമുതലായി സർക്കാർ
കൈമാറേണ്ടതില്ല എന്ന് അദ്ദേഹം വാദിച്ചത്. യുദ്ധാവശ്യത്തിന്റെ ചെലവ്
നിർവഹിക്കുന്നത് നികുതി വർധിപ്പിച്ചുകൊണ്ടായിരിക്കണം എന്ന്
അദ്ദേഹം അഭിപ്രായപ്പെട്ടു.

കെയിൻസ് ചൂണ്ടിക്കാണിക്കുന്ന ഉദാഹരണത്തിൽ വിതരണം
(സപ്ലൈ) വർധിപ്പിക്കാൻ കഴിയുകയില്ല. അതുകൊണ്ട് ലാഭവർധന ഉണ്ടാ
ക്കുന്നത് വിലവർധനകൊണ്ടാണ്. എന്നാൽ വിതരണം വർധിപ്പിക്കാൻ
കഴിയുമെങ്കിൽ, ഗവൺമെന്റ് കൂടുതൽ തുക വായ്പ വാങ്ങുമ്പോൾ, ലാ
ഭത്തിന്റെ അളവും വർധിച്ചുകൊണ്ടിരിക്കും. എന്നാൽ അത് സംഭവിക്കു
ന്നത് ഉൽപ്പാദനവർധനയിലൂടെയാണ്, വിലവർധനയിലൂടെയല്ല. ചുരുക്കി
പ്പറഞ്ഞാൽ, ഗവൺമെന്റ് വാങ്ങുന്ന വായ്പ വർധിക്കുന്നതിന്റെ
ഫലമായി, മുതലാളിമാരുടെ ലാഭത്തുകയും ആസ്തിയും വർധിച്ചുകൊ
ണ്ടിരിക്കും.

ഭദ്രമായ ഫിനാൻസിനുവേണ്ടി വാദിക്കുന്നതെന്തിന്?

ഇവിടെ ന്യായമായും ഒരു ചോദ്യം ഉയർന്നുവരുന്നുണ്ട്: വായ്പവാ
ങ്ങിക്കൊണ്ട് ചെലവ് വർധിപ്പിക്കുന്ന ഗവൺമെന്റ് ഇങ്ങനെ സംഭരിക്കു
ന്ന തുകയിൽ ഒരു ഭാഗം കൊള്ളമുതലായി മുതലാളിമാർക്കുതന്നെ
കൈമാറുകയാണ് ചെയ്യുന്നതെങ്കിൽ (ചിലപ്പോൾ അത് സർക്കാർ നടത്തു
ന്ന അധികരിച്ച ചെലവിനേക്കാൾ അതിന്റെ പലമടങ്ങ് അധികമായിരി
ക്കും.) സർക്കാരിന്റെ ഇങ്ങനെയുള്ള ചെലവ് വർധനയെ മുതലാളിമാ
രും മറ്റ് ധനകാര്യ താൽപ്പര്യക്കാരും എതിർക്കുന്നതെന്തിനാണ്? 'ഭദ്രമാ
യ ഫിനാൻസ്' എന്ന തത്വത്തിനുവേണ്ടി അവർ വാദിക്കുന്നതെന്തിനാ
ണ്? ധനകമ്മിയുടെ വലിപ്പം കുറയ്ക്കുന്നതിനുവേണ്ടി ധനപരമായ
ഉത്തരവാദിത്വം നിശ്ചയിക്കുന്ന നിയമം നിർമിക്കണം എന്ന് അവർ നിർ
ബന്ധംപിടിക്കുന്നതെന്തിനാണ്?

ചില പ്രകടമായ സാമ്പത്തിക വിശദീകരണങ്ങൾ കണ്ടെത്താൻ കഴി
യും. അതിൽ ഒന്നാമത്തേത് പണപ്പെരുപ്പത്തെക്കുറിച്ചുള്ള ഭയമാണ്. മൊ
ത്തം ചോദനത്തിന്റെ നിലവാരം വർധിപ്പിച്ചുകൊണ്ട്, ഗവൺമെന്റിന്റെ
ചെലവ് വർധിപ്പിക്കുകയാണെങ്കിൽ അത് പണപ്പെരുപ്പത്തിന് വഴിവെയ്
ക്കും. എല്ലാ ഫിനാൻഷ്യൽ ആസ്തികളുടെയും യഥാർഥ മൂല്യം അതു
കാരണം കുറയും. ഫിനാൻസ് മൂലധനം ഇഷ്ടപ്പെടാത്ത ഒരു കാര്യമാ
ണത്. ഈ വിശദീകരണത്തിന് അതിന്റേതായ സാംഗത്യം ഉണ്ടുതാനും.
എന്നാൽ വായ്പ വാങ്ങിക്കൊണ്ടുള്ള സർക്കാരിന്റെ ചെലവ് വർധനയോട്
മാന്ദ്യത്തിന്റെ മധ്യത്തിൽപ്പോലും, ഇങ്ങനെ എതിർപ്പ് ഉണ്ടാകുന്നതെന്തു

കൊണ്ടാണ്? മൊത്തം ചോദനം വർധിക്കുമ്പോൾ, വിലയിൽ വലിയ വ്യ ത്യാസം ഉണ്ടാകാതെതന്നെ, ഉൽപ്പാദനത്തിൽ ആവശ്യമായ നീക്കുപോ ക്കുകൾ ഉണ്ടാക്കപ്പെടുമല്ലോ.

അവരുടെ എതിർപ്പിനുള്ള സാമ്പത്തിക ന്യായീകരണമായി ഉയർ ത്തുന്ന രണ്ടാമത്തെ വാദത്തിനും ഇത് ബാധകമാണ്. അതായത് അടവു ശിഷ്ട നില വഷളാകുന്നതും അതിന്റെ ഫലമായി നാണയത്തിന്റെ മൂ ല്യശോഷണവും സംഭവിക്കുന്നതിലുള്ള ഭയം. നാണയത്തിന്റെ മൂല്യ ശോഷണം സംഭവിക്കുകയാണെങ്കിൽ, മറ്റ് നാണയങ്ങളുമായി താരതമ്യ പ്പെടുത്തുമ്പോഴാണെങ്കിൽത്തന്നെയും, ഫിനാൻഷ്യൽ ആസ്തികളുടെ മൂല്യം കുറയുകയും ചെയ്യും. സമ്പദ്‌വ്യവസ്ഥയെ ഊർജസ്വലമാക്കുന്ന നിരവധി നടപടികൾ ഗവൺമെന്റിന് കൈക്കൊള്ളാൻ കഴിയും–ഇറക്കു മതി നിയന്ത്രണംതൊട്ട് പുറത്തുനിന്നുള്ള വായ്പകൾ വർധിപ്പിക്കുന്നതു വരെയുള്ള നടപടികൾ. നാണയത്തിന് മൂല്യശോഷണം സംഭവിക്കും എന്ന ഭയത്തെ അകറ്റിനിർത്താൻ ഉതകുന്ന നടപടികളാണ് ഇവ. അതു കൊണ്ട് നാണയത്തിന്റെ മൂല്യശോഷണം എന്നതും യുക്തിസഹമായ ഒരു വിശദീകരണമാകുന്നില്ല.

ഇതിൽനിന്ന് സിദ്ധിക്കുന്നത് ഇതാണ്: വർധിച്ചതോതിൽ വായ്പ എടുത്തുകൊണ്ട് ഗവൺമെന്റിന്റെ ചെലവ് വർധിപ്പിക്കുന്നതിനോടുള്ള എതിർപ്പ് എന്തുകൊണ്ട് എന്നതിനുള്ള സാമ്പത്തിക വിശദീകരണങ്ങൾ, സംശയം തീർക്കുന്നതിന് പര്യാപ്തമല്ല. എതിർപ്പിനുള്ള യഥാർഥ അടി സ്ഥാനം രാഷ്ട്രീയമാണ്. സുപ്രസിദ്ധ മാർക്സിസ്റ്റ് അർഥശാസ്ത്രജ്ഞൻ മൈക്കേൽ കലേക്കി അഭിപ്രായപ്പെട്ടപോലെ, മുതലാളിമാരെ സംബന്ധി ച്ചിടത്തോളം ലാഭംകൊണ്ട് എല്ലാമായില്ല; അവരുടെ വർഗപരമായ സഹജവാസനയും പ്രധാനംതന്നെയാണ്. അവരുടെ വർഗപരമായ ഈ സഹജവാസന ഫിനാൻസ് മൂലധനത്തോട് പറയുന്നതിതാണ്; ചോ ദനത്തെ കൈകാര്യംചെയ്യുന്നതിനാണെങ്കിൽത്തന്നെയും സർക്കാർ കൈക്കൊള്ളുന്ന ഇത്തരം ചെലവുകൾ, നിലവിലുള്ള വ്യവസ്ഥയുടെ പൊതുവിലും ഫിനാൻഷ്യൽ വർഗത്തിന്റെ പ്രത്യേകിച്ചും ദീർഘകാലി കമായ അതിജീവനക്ഷമതയ്ക്കും ഹാനികരമാണ്.

കാൽച്ചങ്ങലകളൊന്നുമില്ലാതെ പ്രവർത്തിക്കാനുള്ള അവസരം മു തലാളിത്തവ്യവസ്ഥയ്ക്ക് ലഭിക്കുകയാണെങ്കിൽ, വിഭവങ്ങളെല്ലാം ഫലപ്രദമായി വിതരണംചെയ്യപ്പെടും, പൂർണമായും തൊഴിലുള്ള ഒരവസ്ഥ സംജാതമാക്കും എന്നതാണ് മുതലാളിത്തം പ്രചരിപ്പിക്കുന്ന സാങ്കൽപ്പിക തത്വം. എന്നാൽ ഈ സങ്കൽപ്പനത്തിന് ഏറെക്കാലം നി ലനിൽക്കാൻ കഴിയുകയില്ല. കാരണം, ചാക്രികമായി സംഭവിച്ചുകൊ ണ്ടിരിക്കുന്ന മാന്ദ്യങ്ങളെയും ചോദനച്ചുരുക്കം വ്യവസ്ഥയ്ക്ക് ഏൽപ്പി ക്കുന്ന നിരന്തരമായ ആഘാതങ്ങളെയും നിഷേധിക്കാൻ, മുതലാളിത്ത പ്രത്യയശാസ്ത്രത്തിൽ ഏറ്റവും അടിയുറച്ചു വിശ്വസിക്കുന്ന ഒരാൾക്കു പോലും കഴിയുകയില്ല. 'മുതലാളിമാരുടെ ആത്മവിശ്വാസ'ത്തിന്റെ

അവസ്ഥയ്ക്ക് ഏൽക്കുന്ന തിരിച്ചടിയുടെ അടിസ്ഥാനത്തിലാണ്, ബൂർ
ഷ്വാ സിദ്ധാന്തപ്രകാരം മാന്ദ്യങ്ങളെ സാധാരണയായി വിശദീകരിക്കാറു
ള്ളത്. ബൂർഷ്വാ സിദ്ധാന്തപ്രകാരം ഒരു മുതലാളിത്ത സമ്പദ്‌വ്യവസ്ഥ
വളരെ മോശപ്പെട്ട അവസ്ഥയിൽ എത്തുകയാണെങ്കിൽ, അതിനുള്ള
പ്രതിവിധി, മുതലാളിമാർക്ക് കൂടുതൽ സൗജന്യങ്ങളും പിൻതുണയും
നൽകുകയും അതുവഴി അവരുടെ ആത്മവിശ്വാസം വീണ്ടെടുക്കുകയും
അതുവഴി സമ്പദ്‌വ്യവസ്ഥയെത്തന്നെ വീണ്ടെടുക്കുകയും ആണെന്ന്
ഇതിൽനിന്ന് സിദ്ധിക്കുന്നു.

ആത്മവിശ്വാസത്തിന്റെ അവസ്ഥ

എന്നാൽ സമ്പദ്‌വ്യവസ്ഥയെ പുനരുജ്ജീവിപ്പിക്കാൻ ഗവൺമെ
ന്റിന്റെ ചെലവ് വർധിപ്പിക്കുന്നതുകൊണ്ട് കഴിയുമെങ്കിൽ, മുതലാളിമാ
രുടെ 'ആത്മവിശ്വാസത്തിന്റെ അവസ്ഥ'യുടെ പരമപ്രാധാന്യം ഇല്ലാതാ
യിത്തീരുന്നു. സമ്പദ്‌വ്യവസ്ഥയുടെ വീണ്ടെടുപ്പുകൊണ്ടുതന്നെ അവ
രുടെ 'ആത്മവിശ്വാസത്തിന്റെ അവസ്ഥ'ക്ക് ശക്തിപകരാൻ കഴിയും;
മാത്രമല്ല അവരുടെ 'ആത്മവിശ്വാസത്തിന്റെ അവസ്ഥ' പൂർണമായും
വീണ്ടെടുക്കപ്പെടുന്നില്ലെങ്കിൽത്തന്നെയും തൊഴിലവസരങ്ങൾ ഉയർ
ന്നതോതിൽ നിലനിർത്തിക്കൊണ്ട് സമ്പദ്‌വ്യവസ്ഥയ്ക്ക് സ്ഥിരതനൽ
കാൻ ഗവൺമെന്റിന് കഴിയും. ലാഭത്തിന്മേൽ നികുതി ചുമത്തുക,
സ്വത്തു നികുതി ചുമത്തുക തുടങ്ങിയ നടപടികളിലൂടെ സമൂഹത്തി
ലെ വരുമാനത്തിലും സമ്പത്തിലുമുള്ള അസമത്വങ്ങൾ കുറയ്ക്കാൻ
ഗവൺമെന്റ് ശ്രമിക്കുമ്പോൾ ഗവൺമെന്റിന്റെ അത്തരം നടപടികൾ,
മുതലാളിമാരുടെ 'ആത്മവിശ്വാസത്തിന്റെ അവസ്ഥയിൽ' പ്രതികൂലമായ
ആഘാതങ്ങൾ ഉണ്ടാക്കുന്നുണ്ട്. ഇത്തരം ആഘാതങ്ങളെ ഗവൺ
മെന്റിന്റെ ചെലവ് വർധനകൊണ്ട് പരിഹരിക്കാൻ കഴിയുമെങ്കിൽ,
അത്തരം നടപടികളുടെ ഫലമായി തൊഴിലില്ലായ്മ ഉണ്ടായിക്കൊ
ള്ളണമെന്നില്ലെങ്കിൽ, ഗവൺമെന്റിന് അത്തരം നടപടികൾ നിരുപായം
സ്വീകരിക്കാൻ കഴിയും. അങ്ങനെ വരുമ്പോൾ, സമ്പദ്‌വ്യവസ്ഥയുടെ
പ്രവർത്തനനിലവാരം ഉയർത്തിനിർത്തുന്നതിനായി ഗവൺമെന്റിന്,
തങ്ങളുടെ പൊതുച്ചെലവിനെ പ്രയോജനപ്പെടുത്താൻ കഴിയുമെങ്കിൽ
പ്പിന്നെ, മുതലാളിമാരുടെ 'ആത്മവിശ്വാസത്തിന്റെ അവസ്ഥ'യെക്കുറിച്ച്
ആ ഗവൺമെന്റിന് അധികമൊന്നും വേവലാതിപ്പെടേണ്ടിവരില്ല; എന്നു
മാത്രമല്ല നിലവിലുള്ള വ്യവസ്ഥയിൽ ദീർഘകാല സ്പർശിയായ മാ
റ്റങ്ങൾ വരുത്താൻ കഴിയുകയും ചെയ്യും. ആവശ്യമാണെങ്കിൽ പൊതു
മേഖലാ സ്ഥാപനങ്ങൾ കൊണ്ടുവരാൻപോലും കഴിയും.

അത്തരമൊരു പൊതുമേഖലാസ്ഥാപനം സ്വകാര്യമേഖലാ സ്ഥാ
പനത്തെക്കാൾ പ്രവർത്തനക്ഷമത കുറഞ്ഞതായിരിക്കും എന്ന് കരുതാ
നുള്ള കാരണങ്ങളൊന്നും കാണുന്നില്ല. എന്നാൽ സന്ദർഭവശാൽ പ്രവർ
ത്തനക്ഷമത കുറഞ്ഞതാണെങ്കിൽത്തന്നെ എല്ലാവർക്കും ഏതാണ്ട്

പൂർണമായ അളവിൽ തൊഴിൽ നൽകിക്കൊണ്ട് പ്രവർത്തിക്കുന്ന പൊ
തുമേഖലാസ്ഥാപനങ്ങളോടുകൂടിയ സമ്പദ്‌വ്യവസ്ഥ, സ്വതന്ത്ര വിപണി
യോടുകൂടിയ മുതലാളിത്ത സമ്പദ്‌വ്യവസ്ഥയെക്കാൾ മെച്ചപ്പെട്ടതായി
രിക്കും. കാരണം ഒരേ അളവിലുള്ള അസംസ്കൃത സാധനങ്ങൾ രണ്ടിലും
ഉപയോഗിച്ചാൽ പൊതുമേഖലാ സ്ഥാപനത്തിൽനിന്നായിരിക്കും കൂടുതൽ
അളവിലുള്ള ചരക്കുകൾ ലഭ്യമാവുക. ചുരുക്കിപ്പറഞ്ഞാൽ മുതലാളി
മാരുടെ 'ആത്മവിശ്വാസത്തിന്റെ അവസ്ഥ' എന്തുതന്നെയായിരുന്നാലും
ശരി, സർക്കാരിന്റെ ചെലവഴിക്കൽമൂലം സമ്പദ്‌വ്യവസ്ഥയിൽ ഏതാണ്ട്
പൂർണമായ അളവിൽത്തന്നെ തൊഴിൽ ഉണ്ടാവുകയാണെങ്കിൽ, മുതലാ
ളിത്തത്തിന്റെ 'സാമൂഹ്യ ന്യായയുക്തത' എന്ന സിദ്ധാന്തത്തിന് ഗുരു
തരമായ കോട്ടം തട്ടുന്നു.

ആധുനിക മുതലാളിത്ത സമ്പദ്‌വ്യവസ്ഥയിൽ ഓഹരി വിപണിയുടെ
സമൃദ്ധിയാണ് 'മുതലാളിമാരുടെ ആത്മവിശ്വാസത്തിന്റെ അവസ്ഥ'യുടെ
അളവുകോൽ–അതായത് ധനതാൽപ്പര്യങ്ങളുടെ ഉന്മേഷാവസ്ഥ, ഗവൺ
മെന്റിന്റെ ചെലവിടൽകൊണ്ട് സമ്പദ്‌വ്യവസ്ഥയിൽ ഏതാണ്ട് പൂർണമാ
യ അളവിലുള്ള തൊഴിൽ നിലവാരം കൈവരിക്കാനും നിലനിർത്താനും
കഴിയുമെങ്കിൽ, ധനമുതലാളിമാരുടെ ഉന്മേഷാവസ്ഥയ്ക്ക് വലിയ പ്രാ
ധാന്യമൊന്നും ഇല്ലാതായിത്തീരുന്നു. സാമൂഹ്യമായി അഭിലഷണീയമെന്ന്
ഗവൺമെന്റ് കരുതുന്ന നയങ്ങൾ – അത്തരം നയങ്ങൾ – ധനമുതലാളി
മാരുടെ ഉന്മേഷാവസ്ഥയിൽ എന്ത് ആഘാതമാണ് ഉണ്ടാക്കാൻ പോകു
ന്നതെന്ന് പരിഗണിക്കാതെതന്നെ, സർക്കാരിന് നടപ്പാക്കാവുന്നതാണ്.

ഏതാണ്ട് പൂർണമായ അളവിൽ തൊഴിലുള്ള അവസ്ഥയിൽ സമ്പദ്
വ്യവസ്ഥയെ നിലനിർത്തുന്നതിനായി ഗവൺമെന്റ് കൈക്കൊള്ളുന്ന
നടപടികൾ പണപ്പെരുപ്പം ദ്രുതഗതിയിലാക്കിയേക്കാം എന്നത് ശരി
തന്നെയാണ്. കാരണം തൊഴിൽസേനയുടെ കാര്യത്തിൽ ഉണ്ടായിരുന്ന
അധിക ശേഖരം ഏറെക്കുറെ മുഴുവനും അതുവഴി ഉപയോഗിച്ചുകഴിയു
മല്ലോ. എന്നാൽ, അത്തരം പ്രശ്നങ്ങൾ പരിഹരിക്കുന്നതിന് തൊഴിലാ
ളിവർഗത്തിന്റെ സമ്മർദത്തിന്റെ പിൻബലത്തിൽ കൂടുതൽ മൗലികമായ
നടപടികൾ ഗവൺമെന്റിന് കൈക്കൊള്ളാൻ കഴിയും. വിലനയത്തിലും
വരുമാനനയത്തിലും മാറ്റംവരുത്തുക, ദേശസാൽക്കരണം നടപ്പാക്കുക,
ഫാക്ടറികൾ നടത്തിക്കുന്നതിന് തൊഴിലാളികളെ ഏൽപ്പിക്കുക
തുടങ്ങിയ നടപടികൾ അവലംബിക്കാവുന്നതാണ്. മുതലാളിമാരുടെ
'ആത്മവിശ്വാസത്തിന്റെ അവസ്ഥ'ക്ക് ഒരിക്കൽ ഇളക്കംതട്ടിയാൽപ്പിന്നെ,
മൗലിക സാമൂഹ്യമാറ്റത്തിലേക്കുള്ള സമ്പദ്‌വ്യവസ്ഥയുടെ പ്രത്യയശാ
സ്ത്രപരമായ ഗതിമാറ്റത്തിനുമുമ്പിൽ തടസ്സങ്ങളൊന്നുമുണ്ടാവില്ല. ആ
ഗതിമാറ്റം സോഷ്യലിസത്തിലേക്കുവരെ ആയെന്നുവരാം.

വീണ്ടെടുപ്പുമായി നേരിട്ടുള്ള ബന്ധം

അതുകൊണ്ട് മുതലാളിമാരുടെ 'ആത്മവിശ്വാസത്തിന്റെ അവസ്ഥ'

എന്ന സങ്കൽപ്പനം സമൂഹത്തിന്റെ ക്ഷേമത്തിന് അനിവാര്യമാണ് എന്ന അനുമാനത്തിന് പ്രത്യയശാസ്ത്രപരമായ പിൻബലം നൽകേണ്ടതും അതിന് കടുകിട കോട്ടംതട്ടാതെ സൂക്ഷിക്കേണ്ടതും ധനമൂലധനത്തിന് പരമപ്രധാനമാണ്. അതിനുവേണ്ടിയാണ് ഗവൺമെന്റ് ചെലവ് വർധിപ്പിച്ചുകൊണ്ട് തൊഴിൽ അവസരം വർധിപ്പിക്കാം എന്ന ആശയത്തെ അവർ ശക്തിയായി എതിർക്കുന്നത്. അവരുടെ ആക്രമണത്തിൽ യുക്തി ഒട്ടുംതന്നെയില്ലെങ്കിലും അവർ ആക്രമണം തുടർന്നുകൊണ്ടിരിക്കും.

ഇപ്പോഴത്തെ ആഗോളമാന്ദ്യത്തിൽ നിന്നുള്ള വീണ്ടെടുപ്പുമായി ഈ വസ്തുതയ്ക്ക് നേരിട്ടുതന്നെ ബന്ധമുണ്ട്. ഈ മാന്ദ്യത്തിൽനിന്ന് കരകയറുന്നതിനായി ഗവൺമെന്റ് കൂടുതൽ തുക ചെലവുചെയ്യേണ്ടതിന്റെ ആവശ്യകത എല്ലാവരും അംഗീകരിച്ചുകഴിഞ്ഞിട്ടുണ്ട്. ഇങ്ങനെ ഗവൺമെന്റുകളുടെ നേതൃത്വത്തിൽ കൂടുതൽ തുക ചെലവാക്കുന്നത്, ഓരോരോ രാജ്യങ്ങളും സ്വന്തം അഭിപ്രായപ്രകാരം ഒറ്റയ്ക്കൊറ്റയ്ക്ക് ചെയ്യുന്നതല്ല ഗുണകരം; മറിച്ച് പ്രധാന രാജ്യങ്ങളെല്ലാം സഹകരിച്ച് സംയോജിപ്പിച്ച്, ചെയ്യുന്നതാണ് ഗുണകരം എന്ന കാര്യവും പരക്കെ അം ഗീകരിക്കപ്പെട്ടുകഴിഞ്ഞിട്ടുണ്ട്. എന്നാൽ ധനകമ്മിക്കെതിരായി മുതലാ ളിമാരും ധന താൽപ്പര്യങ്ങളും ഉയർത്തിക്കൊണ്ടിരിക്കുന്ന എതിർപ്പുകാ രണം പ്രതിസന്ധിയിൽ നിന്നുള്ള വീണ്ടെടുപ്പിനായി അത്തരം മുൻകൈ നടപടികൾ കൈക്കൊള്ളാൻ കഴിയുന്നില്ല. മാർച്ച് ഒടുവിൽ ചേർന്ന സമ്പന്ന രാഷ്ട്രങ്ങളുടെ ജി–20 യോഗത്തിൽ ഏതെങ്കിലും തരത്തിലുള്ള ധന ഉത്തേജനത്തെക്കുറിച്ച് പരാമർശംതന്നെയുണ്ടായില്ല എന്ന കാര്യം നാം ഓർക്കണം–പിന്നെ വിവിധ രാഷ്ട്രങ്ങളുടെ സഹകരണത്തോ ടെയുള്ള സംയോജനത്തോടെയുള്ള ധന ഉത്തേജനത്തിന്റെ കാര്യം പറയാനുമില്ലല്ലോ. ധന പ്രതിസന്ധി രൂക്ഷമായ സന്ദർഭത്തിൽ കഴിഞ്ഞ സെപ്തംബർ – ഒക്ടോബർ മാസങ്ങളിൽ സഹകരണത്തോടെ സംയോ ജിപ്പിച്ച് നടത്തേണ്ട ധന ഉത്തേജനത്തെക്കുറിച്ച് ഏറെ പറയുന്നത് കേൾ ക്കുകയുണ്ടായി. എന്നാൽ ആ സംസാരം ഇന്ന് കേൾക്കാനില്ല. ഒറ്റനോ ട്ടത്തിൽ ധനപരമായ ഉത്തേജന പാക്കേജ് എന്നു തോന്നാവുന്ന ചില നടപടികൾ അമേരിക്കയും (യുഎസ്എ) ചൈനയും കൈക്കൊണ്ടു എന്നത് ശരിതന്നെ. എന്നാൽ നികുതി വരുമാനത്തിലുള്ള ഇടിവിന്റെ പശ് ചാത്തലത്തിൽ ഗവൺമെന്റിന്റെ ചെലവുകൾ വർധിപ്പിക്കുന്നതിനായി ധനകമ്മി വർധിപ്പിച്ചു എന്നതിനപ്പുറം അമേരിക്കയിൽ കൈക്കൊണ്ട ധന ഉത്തേജന നടപടികൾ തികച്ചും നിസ്സാരമാണ്. ഉത്തേജക പാക്കേജിന്റെ ഭാഗമായി ഒബാമ ഗവൺമെന്റ് പ്രഖ്യാപിച്ച ഫെഡറൽ ഗവൺമെന്റിന്റെ ചെലവുവർധനയുടെ ഭൂരിഭാഗവും, അമേരിക്കയിലെ വിവിധ സംസ്ഥാ നങ്ങളിൽ നികുതി വരുമാനത്തിലുണ്ടായ ഇടിവുകാരണം ഉണ്ടായ ചെലവ് വെട്ടിക്കുറവ് നികത്താനായി ഉപയോഗിക്കപ്പെടേണ്ടിവരും എന്നതാണ് അതിന് കാരണം. അമേരിക്കയിൽ ധനവ്യവസ്ഥയെ രക്ഷിക്കുന്നതിനായി പ്രഖ്യാപിക്കപ്പെട്ട പാക്കേജ് 10 ലക്ഷം കോടി ഡോളറിലധികംവരു

ന്നതാണ്. അതുകൊണ്ട് ഗവണ്‍മെന്റ് ഉദ്ദേശിക്കുന്നത് ഇതാണെന്ന് തോന്നുന്നു.

ധനപരമായ ഉത്തേജനത്തിലൂടെ സമ്പദ്‌വ്യവസ്ഥയെ യഥാര്‍ഥത്തില്‍ വീണ്ടെടുക്കുന്നതിനുപകരം, ഉത്തേജക പാക്കേജ്‌വഴി ധനവ്യവസ്ഥയെ തല്‍ക്കാലം താങ്ങിനിര്‍ത്തുക; അടുത്ത "കുതിപ്പ്" അഥവാ "കുമിള" വരുന്നതുവരെ കാത്തിരിക്കുക. മാന്ദ്യവും തൊഴിലില്ലായ്മയും ദീര്‍ഘകാലം നിലനില്‍ക്കുക, മനുഷ്യരുടെ ദുരിതങ്ങള്‍ വളരെ വര്‍ധിക്കുക എന്നതായിരിക്കും അതിന്റെ അനന്തരഫലം. സമകാലിക മുതലാളിത്തത്തിന്‍കീഴില്‍ ധനമൂലധന താല്‍പ്പര്യങ്ങള്‍ക്കുള്ള ശക്തിയെയാണ് ഇത് വെളിപ്പെടുത്തുന്നത്. അവരുടെ തെറ്റായ പ്രവര്‍ത്തനങ്ങളും നടപടികളുംമൂലം രൂപപ്പെട്ട ഇത്ര വലിയ ഒരു പ്രതിസന്ധിക്കുപോലും അവരുടെ ശക്തി കുറയ്ക്കാന്‍ കഴിയുന്നില്ല.

9

അറുപത് വർഷം പിന്നിട്ട റിപ്പബ്ലിക്കിൽ ജനാധിപത്യത്തിന്റെ അവസ്ഥ

ഓരോ പൗരനും ഏറ്റവും ചുരുങ്ങിയ പൗരാവകാശങ്ങളും വ്യക്തി സ്വാതന്ത്ര്യങ്ങളുമെങ്കിലും ഉറപ്പാക്കിക്കൊണ്ട് ബഹുകക്ഷി പാർലമെന്ററി ജനാധിപത്യം നിലനിർത്താൻ ഇന്ത്യയ്ക്കു കഴിഞ്ഞുവെന്നത്, അതിന്റെ ഏറ്റവും പ്രധാനപ്പെട്ട നേട്ടങ്ങളിലൊന്നായി കണക്കാക്കപ്പെടുന്നു. ഇത്തരം സ്വാതന്ത്ര്യങ്ങളിൽ ഇടപെട്ട അടിയന്തരാവസ്ഥയുടെ ചുരുങ്ങിയ കാല ഘട്ടം, അത് ഏർപ്പെടുത്തിയവരെ ഒരു പാഠം പഠിപ്പിക്കുകയുണ്ടായി – അതിനുശേഷം അത് ആവർത്തിക്കാൻ അവർക്ക് ധൈര്യമുണ്ടായിട്ടില്ല. ഭരണഘടന പരിഷ്കരിക്കാൻ ബി ജെ പിയുടെ നേതൃത്വത്തിലുള്ള ഗവ ൺമെന്റ് ശ്രമിച്ചുവെങ്കിലും (അത് നടന്നിരുന്നുവെങ്കിൽ നിലവിലുള്ള ജ നാധിപത്യ സംവിധാനങ്ങൾക്ക് മാറ്റം വരുമായിരുന്നു) അതിനുള്ള നട പടി കൈക്കൊള്ളും മുമ്പുതന്നെ അത് ഉപേക്ഷിക്കേണ്ടിവന്നു. അതാ യത് മൗലിക ജനാധിപത്യസംവിധാനം ഒട്ടാക്കെ നിലവിൽ വന്നു കഴി ഞ്ഞിട്ടുണ്ട്; മാത്രമല്ല ജനങ്ങൾ അത് ആവേശത്തോടെ സ്വീകരിക്കുകയും ചെയ്തിട്ടുണ്ട്. അതിനെ അട്ടിമറിക്കാൻ ആരെങ്കിലും ശ്രമിക്കുകയാണെ ങ്കിൽ, അത് വിഷമകരമായിത്തീരുകയും ചെയ്യും.

ഇത്തരം സ്വാതന്ത്ര്യങ്ങൾ കടലാസിൽ മാത്രമായി ഒതുങ്ങിനിൽ ക്കുന്ന പ്രദേശങ്ങൾ രാജ്യത്തുണ്ട് എന്നത് ശരി തന്നെ. ഈ ജനാധി പത്യ സ്ഥാപനങ്ങൾ ഉണ്ടായിട്ടും ഗിരിവർഗജനങ്ങളെപ്പോലെയുള്ള ചില വിഭാഗങ്ങൾ അടിച്ചമർത്തപ്പെടുന്നുണ്ട്; മാത്രമല്ല പലപ്പോഴും ഇത്തരം അടിച്ചമർത്തൽ നടക്കുന്നത് ഈ സംവിധാനങ്ങളിലൂടെത്തന്നെയാണു താനും. ഇന്ത്യൻ സമൂഹത്തിന്റെ സവിശേഷ സ്വഭാവമായിത്തീർന്നിട്ടുള്ള വൻതോതിലുള്ള സാമൂഹ്യ – സാമ്പത്തിക അസമത്വങ്ങൾ നിലനിൽ ക്കുന്നുവെന്നു മാത്രമല്ല, ഭീകരമായ വേഗത്തിൽ അത് വിപുലമായിത്തീ രുകയും ചെയ്യുന്നു. അതെന്തായാലും, ഇപ്പോഴും നിലനിൽക്കുന്ന ജനാ

ധിപത്യഘടന ഏറെ പ്രശംസനീയം തന്നെയാണ്. കാരണം ജാതികളും ഉപജാതികളുമായി വേർപിരിഞ്ഞുകിടക്കുന്ന ഒരു സമൂഹത്തിൽ നിയമ പരമായിട്ടെങ്കിലുമുള്ള സമത്വത്തിന്റെ സ്ഥാപനവൽക്കരണം, വിപ്ലവകര മായ നേട്ടത്തിൽ കുറഞ്ഞതൊന്നുമല്ല. അടിച്ചമർത്തപ്പെട്ടവരും ദരിദ്രരും പാർശ്വവൽക്കരിക്കപ്പെട്ടവരും തങ്ങളുടെ വോട്ടവകാശം വിനിയോഗിക്കു ന്നതിൽ വ്യഗ്രത കാണിക്കുന്നുവെന്ന വസ്തുത (നഗരങ്ങളിലെ സാമാന്യം ഭേദപ്പെട്ട ഇടത്തരക്കാർ കാണിക്കുന്നതിനേക്കാൾ കൂടുതൽ ആവേശം അവർ ഇക്കാര്യത്തിൽ കാണിക്കുന്നുണ്ട്)തെളിയിക്കുന്നത്, ഇത്തരം ജ നാധിപത്യപരമായ സംവിധാനങ്ങളാണ് തങ്ങളുടെ ശാക്തീകരണത്തിന് കാരണം എന്ന ബോധം അവരിൽ ഉണ്ടായിട്ടുണ്ട് എന്നാണ്.

എങ്കിലും കഴിഞ്ഞ ഏതാനും വർഷങ്ങളായി, രാജ്യത്ത് ഒരർഥത്തിൽ ജനാധിപത്യം ക്ഷീണിച്ചുവരികയാണ് എന്നു കാണാം. അർഥപൂർണ മായ ജനാധിപത്യത്തിന് അനിവാര്യഘടകമായ കൂട്ടായ പ്രവർത്തനം ഫലത്തിൽ ഇല്ലാതായിത്തീർന്നതുമായി ബന്ധപ്പെട്ടതാണിത്. ജനങ്ങൾക്ക് ഇപ്പോഴും വോട്ടവകാശം ലഭിക്കുന്നുണ്ട്; അവരത് വിനിയോഗിക്കുന്നുമുണ്ട്. എന്നാൽ തങ്ങളുടെ ഭൗതിക ജീവിതത്തെ ബാധിക്കുന്ന പ്രശ്നങ്ങളിൽ അവർ കൂട്ടായി പ്രവർത്തിക്കുന്നത് ഇല്ലാതായിത്തീർന്നിരിക്കുന്നു. പ്രക ടനം നടത്തുന്നതുതൊട്ട്, പണിമുടക്കുകളും കർഷകസമരങ്ങളും വരെ യുള്ള കൂട്ടായ ഇടപെടൽ വളരെ ദുർലഭമായിത്തീർന്നിരിക്കുന്നു. 'സ്വത്വ രാഷ്ട്രീയ'ത്തെ സംബന്ധിക്കുന്ന പ്രശ്നങ്ങളിൽ ജനങ്ങൾ ഒന്നിച്ചു പ്രവർ ത്തിക്കുന്നുണ്ട് എന്നത് ശരി തന്നെ. അത്തരം സ്വത്വരാഷ്ട്രീയം വർഗീയ ഫാസിസത്തിന്റെ തീവ്രവും അപകടകരവുമായ രൂപം കൈക്കൊള്ളു മ്പോൾപോലും അവർ കൂട്ടായി പ്രവർത്തിക്കുന്നു. ഉദാഹരണത്തിന് ഒരു പള്ളി തകർക്കുന്നതിനുവേണ്ടിയും ഒരു പ്രത്യേക സംസ്ഥാനം വേണ മെന്ന ആവശ്യത്തിനുവേണ്ടിയും സംവരണത്തിനുവേണ്ടിയും അഥവാ സംവരണത്തെ എതിർക്കുന്നതിനുവേണ്ടിയും അവർ കൂട്ടായി പ്രവർത്തി ക്കുന്നു. എന്നാൽ വംശീയമോ ജാതിപരമോ മതപരമോ പ്രാദേശികമോ വർഗീയമോ ആയ അതിർത്തികളെ മുറിച്ചുകടന്ന് ഒരു കൂട്ടായ്മയായി അവർ ഒന്നിച്ച് പ്രവർത്തിക്കുന്നില്ല.

അത്തരം കൂട്ടായ പ്രവർത്തനം അഥവാ പ്രക്ഷോഭം ഏറെക്കാലം നമ്മുടെ രാഷ്ട്രീയ ജീവിതത്തിന്റെ ഭാഗമായിരുന്നു എന്നതുകൊണ്ട് ഇത് പ്രത്യേകം ശ്രദ്ധേയമാണ്. ഈ രാജ്യത്തിന്റെ കോളനി വിരുദ്ധ സമരം (ഇന്ന് നാം അനുഭവിക്കുന്ന ജനാധിപത്യഘടന അതിന്റെ പൈതൃകമാണ്) കൂട്ടായ പ്രവർത്തനത്തിന്റെ വിസ്ഫോടനംകൊണ്ട് ശ്രദ്ധേയമായിരുന്നു എന്ന കാര്യത്തിൽ സംശയമില്ല – രാജ്യത്തിന്റെ വിഭജനം എന്ന അ തിന്റെ ദുരന്ത പര്യവസാനം ആ കൂട്ടായ്മയുടെ നിഷേധമായിരുന്നുവെ ങ്കിൽത്തന്നെയും. സ്വാതന്ത്ര്യത്തെ തുടർന്നുള്ള പതിറ്റാണ്ടുകളിലും കൂട്ടായ പ്രക്ഷോഭം നടന്നുകൊണ്ടിരുന്നു; അത് ഇന്ത്യൻ ജനാധിപത്യ ത്തിന് ഊർജസ്വലത നൽകുകയും ചെയ്തു. എന്നാൽ, ഖേദകരമെന്നു

പറയട്ടെ, പിന്നീടത് നഷ്ടപ്പെടുകയാണുണ്ടായത്.

ഇത് വിശദമാക്കുന്നതിന് ചില ഉദാഹരണങ്ങൾ എടുത്തു കാണി ക്കാം. 1950കളുടെ ആദ്യത്തിൽ കൽക്കത്തയിൽ ട്രാം ചാർജ് ഒരു പൈസ കണ്ട് വർധിപ്പിച്ചപ്പോൾ, അന്നത്തെ അവിഭക്ത കമ്യൂണിസ്റ്റ് പാർട്ടിയുടെ നേതൃത്വത്തിൽ അതിനെതിരായി ശക്തമായ ജനകീയസമരം നടന്നു. ചാർജ് വർധന പിൻവലിപ്പിക്കുന്നതിന് ആ സമരംകൊണ്ട് കഴിഞ്ഞു. അതു പോലെത്തന്നെ അമ്പതുകളുടെ അവസാനം പ്രസിദ്ധമായ വമ്പിച്ച ഭ ക്ഷ്യപ്രക്ഷോഭത്തിന് കൽക്കത്ത സാക്ഷ്യംവഹിക്കുകയുണ്ടായി. സത്യ ജിത് റേയെപോലുള്ള പ്രമുഖ വ്യക്തികൾ അതിന് പരസ്യമായി പിന്തുണ നൽകി. 1960 കളുടെ ഒടുവിൽ മുംബൈയിൽ വമ്പിച്ച വിലക്കയറ്റം ഉ ണ്ടായപ്പോൾ (ഇന്നിപ്പോൾ അനുഭവപ്പെടുന്ന വിലക്കയറ്റത്തേക്കാൾ രൂ ക്ഷമാകണമെന്നില്ല അന്നത്തെ വിലക്കയറ്റം) അഹല്യാ രംഗനേക്കർ, മൃ ണാൾഗോറെ തുടങ്ങിയ വനിതാ നേതാക്കളുടെ നേതൃത്വത്തിൽ വീട്ടമ്മ മാർ കൂട്ടത്തോടെ തെരുവിലിറങ്ങി കിണ്ണം കൊട്ടിയും ചപ്പാത്തി കോലു യർത്തിയും നാടകീയമായി അവർ പ്രതിഷേധ പ്രകടനങ്ങൾ നടത്തി. എഴുപതുകളുടെ തുടക്കത്തിൽ, വിലക്കയറ്റവും പണപ്പെരുപ്പവും തൊ ഴിലാളികളുടെ ജീവിതനിലവാരത്തെ രൂക്ഷമായി ബാധിച്ചപ്പോൾ, എഞ്ചിൻ ഡ്രൈവർമാരുടെ പണിമുടക്ക് അടക്കം വമ്പിച്ച പണിമുടക്കുകൾ നടന്നു. (പ്രസിദ്ധമായ റെയിൽവെ പണിമുടക്കിലാണ് അത് ചെന്നവസാനിച്ചത്). 1970കളുടെ തുടക്കത്തിലെ രൂക്ഷമായ വിലക്കയറ്റം നിയന്ത്രിക്കുന്നതിന് ഇന്ത്യാ ഗവൺമെന്റ് കൈക്കൊണ്ട നിരവധി നടപടികളുടെ കൂട്ടത്തിൽ, കർഷകദ്രോഹപരമായ വ്യാപാര നടപടികളും ഉണ്ടായിരുന്നു. ഡൽഹി യിലെ ബോട്ട് ക്ലബ് മൈതാനത്ത് കൂറ്റൻ കർഷക റാലികൾ നടക്കുന്ന തിന് അതിടയാക്കി. ചുരുക്കത്തിൽ കൂട്ടായ പ്രക്ഷോഭം ഇന്ത്യൻ ജനാ ധിപത്യത്തിന്റെ ഭാഗമായിരുന്നു; അതിന്റെ ജീവരക്തം തന്നെയായിരുന്നു.

എന്നാൽ 1990 കളുടെ തുടക്കംതൊട്ട് അത്തരം കൂട്ടായ പ്രക്ഷോഭ ങ്ങൾ ശ്രദ്ധേയമായിത്തീർന്നത് അവയുടെ അഭാവം കൊണ്ടാണ്. ആഗോ ളവൽക്കരണത്തിന്റെ കാലഘട്ടത്തിൽ കൈക്കൊണ്ട പുത്തൻ ഉദാരവൽ ക്കരണ നയങ്ങളുടെ ഫലമായി സംജാതമായ കാർഷിക പ്രതിസന്ധി കാരണം, 1,84,000 ഓളം കൃഷിക്കാർ ആത്മഹത്യ ചെയ്തുവെന്നാണ് റി പ്പോർട്ട്. എന്നിട്ടും അത്തരം നയങ്ങൾക്കെതിരായി എടുത്തു പറയത്ത ക്കതായ കർഷക സമരങ്ങളോ റാലികൾ പോലുമോ ഉണ്ടായില്ല. തെല ങ്കാനാ സമരവും തേഭാഗാ കർഷകസമരവും അവിടെ നിൽക്കട്ടെ. മഹേ ന്ദ്രസിങ് ടിക്കായത്തിന്റെ സമരങ്ങളെ ഓർമിപ്പിക്കുന്ന സമരങ്ങളും പ്രക ടനങ്ങളുംപോലും ഉണ്ടായില്ല. സ്വാതന്ത്ര്യത്തിനുമുമ്പ് സ്വാമി സഹജാ നന്ദ സരസ്വതിയുടെയും മറ്റും നേതൃത്വത്തിൽ നടന്ന സമരങ്ങളെപോ ലെയുള്ള സമരങ്ങളുടെ കാര്യം പിന്നെ പറയാനുമില്ലല്ലോ. കഴിഞ്ഞ കുറെ കാലത്തിനുള്ളിൽ ഉണ്ടായിട്ടുള്ളതിൽവെച്ച് ഏറ്റവും രൂക്ഷമായ വിലക്ക യറ്റമാണ് ഇപ്പോൾ രാജ്യത്തെ ഗ്രസിച്ചിരിക്കുന്നത് – പ്രത്യേകിച്ചും ഭക്ഷ്യ

സാധനങ്ങളുടെ കാര്യത്തിൽ. എന്നിട്ടും ജനങ്ങൾ തികഞ്ഞ ശാന്തത കാണിക്കുന്നുവെന്നതാണ് ഈ കാലത്തിന്റെ എടുത്തു പറയത്തക്കതായ പ്രത്യേകത. കൂട്ടായ പ്രക്ഷോഭത്തിന്റെ അഭാവത്തെ, ഈ ശാന്തത കാണിക്കുന്നിടത്തോളം വ്യക്തമായി, മറ്റൊന്നും തന്നെ എടുത്തു കാണി ക്കുന്നില്ല.

കൂട്ടായ നടപടിയുടെ 'പിൻവാങ്ങൽ' ബൂർഷ്വാ ജനാധിപത്യത്തിന്റെ സവിശേഷ സ്വഭാവമാണ്. "വ്യക്തികളു"ടെ അവകാശങ്ങളെ ഉയർത്തി പ്പിടിക്കുകയും സംരക്ഷിക്കുകയും ചെയ്യുമ്പോൾത്തന്നെ, എല്ലാവിധ കൂട്ടാ യ്മകളെയും ബൂർഷ്വാ ജനാധിപത്യം വ്യക്ത്യധിഷ്ഠിതമാക്കിത്തീർക്കുന്നു; അതുവഴി ജനങ്ങളെ നിർവീര്യരാക്കിത്തീർക്കുന്നു; സർവശക്തരായ 'സ്വതന്ത്ര' ഏജന്റുമാരാണെന്ന് വാഴ്ത്തപ്പെടുന്ന വ്യക്തികളെപ്പോലും അങ്ങനെ നിർവീര്യരാക്കിത്തീർക്കുന്നു. ബൂർഷ്വാ വ്യവസ്ഥ ജനാധിപ ത്യത്തെ ഔപചാരികമായി ഉയർത്തിപ്പിടിക്കുന്ന അവസരത്തിൽത്തന്നെ, അതിനെ അനുഭവത്തിന്റെ അടിസ്ഥാനത്തിൽ അണുവൽക്കരിക്കപ്പെട്ട വ്യക്തികളടങ്ങുന്ന പതിവ് കാര്യമായി ചുരുക്കിക്കൊണ്ടു വന്നിരിക്കുക യാണ്. അണുവൽക്കരിക്കപ്പെട്ട ഈ വ്യക്തികൾക്കാകട്ടെ, പരിപാടിക ളുടെ കാര്യത്തിൽ തമ്മിൽത്തമ്മിൽ ഏറെയൊന്നും വ്യത്യാസമില്ലാത്ത പാർട്ടികളിൽ ഏതെങ്കിലും ഒന്നിനെ തെരഞ്ഞെടുക്കാനുള്ള രാഷ്ട്രീയ മായ അവസരമേ ഉള്ളൂതാനും. അതുകൊണ്ട് പുത്തൻ ഉദാരവൽക്കര ണ കാലഘട്ടത്തിൽ രാജ്യത്തിലെ ബൂർഷ്വാ ജനാധിപത്യം കൂടുതൽ ദൃ ഢമായിത്തീരുന്ന കാഴ്ചയാണ് നാം കാണുന്നത്. അതേ അവസരത്തിൽ ത്തന്നെ മുൻകാലങ്ങളിലെ കൂട്ടായ പ്രവർത്തനത്തോടുകൂടിയ ഊർജ സ്വലമായ ജനാധിപത്യത്തിൽനിന്ന് അത് പിൻവാങ്ങുകയും ചെയ്യുന്നു. ചുരുക്കത്തിൽ ജനാധിപത്യത്തിന്റെ ജനാധിപത്യപരമായ ഉള്ളടക്കം ക ളഞ്ഞു കുളിച്ചുകൊണ്ടുള്ള ബൂർഷ്വാ ജനാധിപത്യത്തിലേക്ക് നാം മു ന്നേറിയിരിക്കുകയാണ്.

വിവിധ രാഷ്ട്രീയ പാർട്ടികളുടെ പരിപാടികൾ തമ്മിൽ നിലവിലു ള്ള അവശേഷിച്ച വ്യത്യാസങ്ങൾ കൂടി ഇല്ലായ്മ ചെയ്യുന്നത്, പുത്തൻ ഉദാരവൽക്കരണ കാലഘട്ടത്തിന്റെ ആദർശമായിട്ടാണ് അവതരിപ്പിക്ക പ്പെടുന്നത്. ഉദാഹരണത്തിന്, "വികസനത്തെ രാഷ്ട്രീയത്തിന് അതീ തമായി കാണണം" എന്ന വാദം പ്രധാനമന്ത്രി മുതൽ താഴോട്ടുള്ളവ രെല്ലാം ന്യായമായ ഒരു സംഘഗാനംപോലെ ആലപിച്ചുകൊണ്ടിരിക്കുന്നു. 'വികസനം' എന്നാൽ എന്ത് എന്നതിന്റെ നിർവചനം തന്നെ തർക്ക വിഷ യമാണ്; രാഷ്ട്രീയ വിവാദം ഉൾക്കൊള്ളുന്നതാണ്. അതുകൊണ്ട് 'വിക സനത്തെ' രാഷ്ട്രീയത്തിനതീതമായി കാണണം എന്നുപറയുന്നത്, ഒരു പ്രത്യേക വികസന സങ്കൽപ്പനത്തിന് (അതായത് പുത്തൻ ഉദാരവൽ ക്കരണ സങ്കൽപ്പനത്തിന്) മേൽ സമവായം ഉണ്ടാക്കിയെടുക്കുന്നതിനു തുല്യമാണ്. പുത്തൻ ഉദാരവൽക്കരണ നയങ്ങൾക്ക് സാർവത്രികമായ അംഗീകാരം നേടിയെടുക്കുന്നതിനും വിവിധ പാർട്ടികളുടെ പരിപാടികൾ

തമ്മിൽത്തമ്മിലുള്ള വ്യത്യാസങ്ങൾ ഇല്ലാതാക്കുന്നതിനും അതുവഴി രാ
ഷ്ട്രീയത്തെ വിരസമായ തെരഞ്ഞെടുപ്പായി ചുരുക്കുന്നതിനും ഉള്ള നീ
ക്കമാണത്. രണ്ടു പേരുകളിലുള്ള സോപ്പുപൊടികളിൽ ഒന്ന് തെരഞ്ഞെ
ടുക്കുന്നതുമായി, ഇതിന് വലിയ വ്യത്യാസമൊന്നുമില്ല. തങ്ങളുടെ ജീ
വിതത്തെ ബാധിക്കുന്ന ബദൽ അജണ്ടകളിൽനിന്ന് ഒന്നു തെരഞ്ഞെടു
ക്കാൻ ജനങ്ങളെ അനുവദിക്കുന്നതിനുപകരം, ഒരു പ്രത്യേക അജണ്ട
അവരുടെ തലയിൽ കെട്ടിയേൽപ്പിക്കുകയും ആ അജണ്ടയെക്കുറിച്ച് എല്ലാ
രാഷ്ട്രീയ പാർട്ടികൾക്കിടയിലും സമവായം നിർമിച്ചെടുക്കുകയും ആ
ണതിന്റെ ഉദ്ദേശ്യം. ചുരുക്കത്തിൽ ജനാധിപത്യത്തെ ശോഷിപ്പിച്ച് ദുർ
ബലമാക്കുകയാണതിന്റെ ഫലം.

അത്തരം ഒരു അജണ്ട എല്ലാവർക്കും ഗുണമുണ്ടാക്കുകയാണെ
ങ്കിൽ, ജനങ്ങൾക്ക് തെരഞ്ഞെടുക്കാനുള്ള അവസരം ഇല്ലാതാക്കു
ന്നതിനെ ഒരുപക്ഷേ അവഗണിക്കാം എന്ന് കരുതുക. എന്നാൽ അങ്ങ
നെ സംഭവിക്കുന്നില്ല എന്നതാണ് വസ്തുത. ഗവൺമെന്റ് അടക്കം എ
ല്ലാവരും അത് അംഗീകരിച്ചതാണ്. അതുകൊണ്ട്, കൃഷിക്കാർക്കും ചെ
റുകിട ഉൽപ്പാദകർക്കും തൊഴിലാളികൾക്കും പ്രകടമായ വിധത്തിൽ ദുരി
തം വരുത്തിവയ്ക്കുന്ന പുത്തൻ ഉദാരവൽക്കരണ മുതലാളിത്തത്തിന്
അംഗീകാരം നേടാനുള്ള നീക്കമാണ്, 'വികസന'ത്തിന്റെ മേൽ സമവാ
യം ഉണ്ടാക്കാനുള്ള ശ്രമം.

'രാഷ്ട്രീയത്തിന് അതീതമായ വികസന'ത്തെ സംബന്ധിച്ച പ്രസം
ഗങ്ങളൊക്കെയുണ്ടെങ്കിലും ഗവൺമെന്റിന് ജനങ്ങളിൽനിന്ന് സ്വയം ര
ക്ഷപ്പെടാനുള്ള പോംവഴി ഇപ്പോഴും ഉണ്ടായിട്ടില്ല. കാലാകാലങ്ങളിൽ
ഗവൺമെന്റിന് തിരഞ്ഞെടുപ്പിനെ നേരിടേണ്ടതുണ്ടല്ലോ. അതിനാൽ കൂ
ട്ടായ പ്രവർത്തനത്തിൽനിന്നുള്ള പിൻവാങ്ങലിൽ, രാഷ്ട്രത്തിലെ നിയ
മനിർമാണ സംവിധാനം എടുത്തു പറയത്തക്ക വിധത്തിൽ ഇനിയും ഉൾ
പ്പെട്ടു കഴിഞ്ഞിട്ടില്ല. ഇത്തരം പിൻവാങ്ങലിൽ, രാഷ്ട്രത്തിന്റെ മറ്റ് സം
വിധാനങ്ങളാണ് മുന്നിൽ നിൽക്കുന്നത്. എക്സിക്യൂട്ടീവ് അത്തരം നേ
തൃത്വപരമായ പങ്ക് ഏറ്റെടുത്ത ഒരു ഘട്ടമാണ് അടിയന്തരാവസ്ഥ. എ
ന്നാൽ, ആ അധ്യായത്തിൽനിന്ന് എക്സിക്യൂട്ടീവ് പഠിച്ച ആരോഗ്യകര
മായ പാഠം, തുടർന്ന് എക്സിക്യൂട്ടീവിനെ ചങ്ങലയ്ക്കിടുന്നതിലേക്കാണ്
നയിച്ചത്. പിൽക്കാലത്ത്, ജ്യുഡീഷ്യറിയാണ്, ബന്ദിനും പണിമുടക്കു
കൾക്കും പ്രകടനങ്ങൾക്കും മറ്റും എതിരായി വിധി പ്രഖ്യാപിച്ചുകൊണ്ട്,
കൂട്ടായ പ്രവർത്തനത്തിൽനിന്ന് പിൻവാങ്ങുന്നതിന് നേതൃത്വം നൽകി
യത്. കൂട്ടായ പ്രക്ഷോഭങ്ങൾക്കുള്ള വഴി കൊട്ടിയടച്ചുകൊണ്ടും കൂട്ടാ
യ്മയെ വ്യക്ത്യധിഷ്ഠിതമാക്കിക്കൊണ്ടും ജനങ്ങളുടെ ഒരേയൊരു വക്താ
വായി ദീനാനുകമ്പയാൽ പ്രചോദിതമായ ഗവൺമെന്റിതര സംഘടന
കൾക്ക് പ്രവർത്തിക്കാൻ അൽപ്പം ഇടം നൽകിക്കൊണ്ടും, ജനാധിപത്യ
ത്തെ ദുർബലപ്പെടുത്തുക എന്ന ബൂർഷ്വാ വ്യവസ്ഥയുടെ അജണ്ട നട
പ്പാക്കാൻ തുടർച്ചയായി ശ്രമിക്കുകയാണ് ജ്യുഡീഷ്യറി ചെയ്തത്. നഗ

രങ്ങളിലെ ഇടത്തരക്കാരിൽ ഒരു നല്ല വിഭാഗത്തിന്റെ ആവേശകരമായ പിന്തുണ ഈ അജണ്ടയ്ക്കു ലഭിക്കുകയും ചെയ്തു. പുത്തൻ ഉദാര വൽക്കരണ നയങ്ങളുടെ ഗുണഭോക്താക്കൾ അവരായിരുന്നുവല്ലോ. അ തുകൊണ്ടുതന്നെ അവർ ജുഡീഷ്യറിയെ തങ്ങളുടെ 'രക്ഷകനായി'കാ ണുകയും ചെയ്തു.

അതുകൊണ്ട് കൂട്ടായ പ്രക്ഷോഭത്തിന്റെ തളർച്ചയോടൊപ്പം നിയ മനിർമാണ സഭയോട് താരതമ്യപ്പെടുത്തുമ്പോൾ ജുഡീഷ്യറിയുടെ പ്രാ ധാന്യം താരതമ്യേന വർധിക്കുന്നതിനും ഇടയായി. എല്ലാ തരത്തിലുള്ള 'രാഷ്ട്രീയ'ക്കാരേയും ചെകുത്താന്മാരായി ചിത്രീകരിച്ചുകൊണ്ട് ഇതിന് മാധ്യമങ്ങളും അവരുടേതായ സംഭാവന നൽകി.

അത്തരം 'ജുഡീഷ്യൽ ആക്ടിവിസ'ത്തിന്റെ അടിയിൽക്കിടക്കുന്ന അവിതർക്കിതമായ സൂചന എന്തെന്ന് ഇന്ത്യയിലെ മുൻ ചീഫ് ജസ്റ്റീസ് ആയ ജസ്റ്റീസ് ലഹോട്ടി വ്യക്തമാക്കുകയുണ്ടായി: സ്റ്റേറ്റിന്റെ മറ്റ് രണ്ട് തൂണുകൾക്കും ഉപരിയായിട്ടാണ് ജുഡീഷ്യറി നിലകൊള്ളുന്നത് എന്ന് അദ്ദേഹം അവകാശപ്പെട്ടു. 'ചോദ്യം ചോദിക്കുന്നതിന് കോഴ' വാങ്ങിയ അഴിമതിയിൽ ചില പാർലമെന്റ് അംഗങ്ങളെ പുറത്താക്കിയ സംഭവത്തിൽ ഇടപെടാനുള്ള സുപ്രീംകോടതിയുടെ നിയമപരമായ അധികാരത്തെ മുൻ ലോകസഭാ സ്പീക്കർ സോമനാഥ് ചാറ്റർജി ചോദ്യം ചെയ്തതോടെ, ജുഡീഷ്യറിയുടെ ഈ കടന്നുകയറ്റത്തിന് ഒരു തിരിച്ചടി ലഭിച്ചു. അത്തരം ജുഡീഷ്യൽ കടന്നുകയറ്റത്തിന്റെ ഭാവി എന്തു തന്നെയായാലും, കൂട്ടായ പ്രക്ഷോഭത്തിന്റെ പിൻവാങ്ങൽ തുടർച്ചയായി നടന്നുകൊണ്ടിരിക്കുന്നു.

അത്തരം പിൻവാങ്ങലിനെ ജനങ്ങൾ എന്തുകൊണ്ടാണ് അനുവദി ക്കുന്നത് എന്നത് ഒരു തർക്കവിഷയം തന്നെയാണ്. ആഗോളവൽക്കരണ ത്തിന്റെ ഇന്നത്തെ കാലഘട്ടത്തിൽ മൂലധനം, പ്രത്യേകിച്ചും ധനമൂല ധനം, രാജ്യാതിർത്തികളെയും കടന്ന് മറ്റ് രാജ്യങ്ങളിലേക്ക് നീങ്ങുന്നതി നാൽ, തൊഴിലാളിവർഗത്തിന്റെ ചെറുത്തുനിൽപ്പ് ദുർബലമായിത്തീരുന്നു. അവരുടെ ചെറുത്തുനിൽപ്പിന് ഓരോരോ പ്രത്യേക രാജ്യങ്ങളിലായി ഒതുങ്ങി നിൽക്കാതെ വഴിയില്ലല്ലോ. അങ്ങനെ തൊഴിലാളികളുടെ ചെറു ത്തുനിൽപ്പുണ്ടാവുകയാണെങ്കിൽ അത് മൂലധനത്തെ ആ രാജ്യത്തിൽ നിന്ന് പുറത്തേക്ക് ഓടിക്കും; അതുമൂലം ഹ്രസ്വകാലാടിസ്ഥാനത്തിൽ ധനപ്രതിസന്ധിയും ദീർഘ കാലാടിസ്ഥാനത്തിൽ നിക്ഷേപക്കുറവും സംഭവിക്കും. അതുരണ്ടും തൊഴിലാളികളുടെ സ്ഥിതി കൂടുതൽ വഷളാ ക്കുകയും ചെയ്യും. അതുപോലെത്തന്നെ, ജമീന്ദാരെയും ജോത്തേദാ രെയും പോലെ പ്രത്യക്ഷത്തിൽ ഭൗതികമായി കാണപ്പെടുന്ന ഒരു മർ ദക സംവിധാനത്തിന്റെ പ്രവർത്തനഫലമായിട്ടല്ല, മറിച്ച് വിദൂരസ്ഥവും അമൂർത്തവുമായ വിപണിയുടെ പ്രവർത്തനഫലമായിട്ടാണ് കാർഷിക ത്തകർച്ച സംഭവിക്കുന്നത്. അതിനാൽ കർഷകരുടെ കൂട്ടായ അണിചേർ ക്കൽ എളുപ്പമല്ല. കാരണം ദുരിതത്തിന്റെ മൂലകാരണംതന്നെ, മിക്ക പ്പോഴും ദുർഗ്രഹമായിട്ടാണ് നിലനിൽക്കുന്നത്. ചുരുക്കത്തിൽ, കൂട്ടായ

പ്രവർത്തനത്തിന്റെ പിൻവാങ്ങാനുള്ള പ്രവണത, പുത്തൻ ഉദാരവൽ ക്കരണ കാലഘട്ടത്തിൽ അന്തർലീനമായി കിടക്കുന്നുണ്ട്. രാഷ്ട്രീയ പാർട്ടികളുടെ ശരിയായ ഇടപെടലിലൂടെ അത്തരം കൂട്ടായ പ്രവർത്തനം വീണ്ടെടുക്കാൻ കഴിയുമെന്നത് ശരിതന്നെ. എന്നാൽ ആ കടമ വളരെ വിഷമകരമാണ്.

കൂട്ടായ പ്രക്ഷോഭത്തിന് വന്ന ഈ പതനത്തിൽ പലരും കണ്ണീർ വീഴ്ത്തുമെന്നും തോന്നുന്നില്ല. കാരണം അതിനെ ജുഡീഷ്യറി വീക്ഷി ക്കുന്നതുപോലെ, 'അരാജകത്വ'മായും 'ജനങ്ങളെയാകെ ബന്ദികളാക്കി നിർത്തലാ'യും 'നമ്മുടെ ഉയർന്ന വളർച്ചനിരക്കിന് തടസ്സ'മായും മറ്റു മാണ് അവരും വീക്ഷിക്കുന്നത്. പണിമുടക്കുകളും ബന്ദുകളും മറ്റുള്ള വർക്ക് അസൗകര്യം ഉണ്ടാക്കും എന്ന കാര്യം നിഷേധിക്കുന്നില്ല. അ സൗകര്യം ഉണ്ടാകും എന്ന് ഉദ്ദേശിച്ചുകൊണ്ടുതന്നെയാണ് അവ നട ത്തപ്പെടുന്നത്. അതിനാണ് അവയെ അവലംബിക്കുന്നത്. അത്തരം പ്ര ക്ഷോഭങ്ങളിൽ ഏർപ്പെടുന്നവരുടെ ദുരിതം അല്ലെങ്കിൽ മറ്റുള്ളവരുടെ ശ്രദ്ധയിൽ കൊണ്ടുവരാൻ കഴിയില്ലല്ലോ. അവയ്ക്ക് യാതൊരു ന്യായീ കരണവും ഇല്ലാത്ത സന്ദർഭങ്ങളിലും അവ പലപ്പോഴും അവലംബിക്ക പ്പെടാറുണ്ട് എന്നതും നിഷേധിക്കുന്നില്ല. എന്നാൽ ജനാധിപത്യത്തിനു വേണ്ടി, ജനാധിപത്യത്തിന്റെ അവിഭാജ്യഘടകമായ കൂട്ടായ പ്രവർത്ത നത്തിനുവേണ്ടി, നാം കൊടുക്കേണ്ടി വരുന്ന വിലയാണത്. ഈ വില ഏറ്റവും കുറച്ചുകൊണ്ട് വരേണ്ടതുണ്ട്. എന്നാൽ അതുതന്നെയും കൂട്ടായ പ്രവർത്തനത്തിലൂടെ മാത്രമേ സംഭവിക്കുകയുള്ളൂ. അന്തസ്സാരമില്ലാത്ത, വിഘടനപരമായ, ഒട്ടും ന്യായീകരിക്കാനാവാത്ത പ്രതിഷേധങ്ങളെ ഒ ഴിവാക്കാൻ സമൂഹം പഠിച്ചുകൊള്ളും. ജുഡീഷ്യറിയുടെ വിധിയിലൂടെ യോ അല്ലെങ്കിൽ എക്സിക്യൂട്ടീവിന്റെ ഉത്തരവിലൂടെയോ അല്ല അത് സാധിക്കേണ്ടത്. അങ്ങനെ ചെയ്താൽ, അത്, ക്രമസമാധാനം പാലി ക്കുന്നതിനിടയിൽ, ജനാധിപത്യത്തെത്തന്നെ ദുർബലപ്പെടുത്തുന്നതി ലാണ് ചെന്നവസാനിക്കുക.

എന്നാൽ കൂട്ടായ പ്രക്ഷോഭത്തിന്റെ തകർച്ചയുമായി ബന്ധപ്പെട്ട്, ഇതിനേക്കാളൊക്കെ വലിയ മറ്റൊരു അപകടം കൂടിയുണ്ട്. വിഘടനപര വും വളരെയേറെ അപകടകരവും ആയേക്കാവുന്ന, സവിശേഷ സ്വത്വ ങ്ങൾക്കു ചുറ്റും കറങ്ങുന്ന, വ്യത്യസ്തമായ രീതിയിലുള്ള പ്രക്ഷോഭം അവയ്ക്കുപകരം സ്ഥാനം പിടിക്കുന്നു. വംശീയവും മതപരവും ഭാഷാ പരവും വർഗീയവുമായ ചേരിതിരിവുകളെയെല്ലാം മറികടന്ന്, ഉണ്ടാകുന്ന വർഗപരമായ അണിചേരലും അതിന്റെ അടിസ്ഥാനത്തിലുണ്ടാകുന്ന കൂട്ടായ പ്രക്ഷോഭവും, വംശീയവും വർഗീയവും മതപരവും ഭാഷാപര വുമായ സംഘട്ടനങ്ങളെ അടക്കിനിർത്തുന്നു. അത്തരം കൂട്ടായ പ്രക്ഷോഭ ത്തിൽനിന്നുള്ള പിൻമാറ്റം, നേരെ വിപരീതമായ, അത്തരം സംഘടന ങ്ങളെ വീണ്ടും ജനമധ്യത്തിലേക്കു കൊണ്ടുവരിക എന്ന ഫലമാണു ണ്ടാക്കുക.

ലോകം ഇന്ന് അഭിമുഖീകരിക്കുന്ന ഇസ്ലാമിക ഭീകരപ്രവർത്തനം എന്ന പ്രശ്നം, യഥാർഥത്തിൽ, മൗലികമായ, വർഗാടിസ്ഥാനത്തിലുള്ള, കൂട്ടായ ജനമുന്നേറ്റത്തിന്റെ തകർച്ചമൂലം ഉണ്ടായിത്തീർന്നതാണ്. അത്തരം ഇസ്ലാമിക ഭീകരപ്രവർത്തനങ്ങളുടെ പ്രജനന കേന്ദ്രങ്ങളായ രാ ജ്യങ്ങൾ, മുമ്പ് വർഗാടിസ്ഥാനത്തിലുള്ള ഉശിരൻ ജനമുന്നേറ്റങ്ങളാൽ സവിശേഷ ശ്രദ്ധയാകർഷിച്ചിരുന്ന രാജ്യങ്ങളായിരുന്നു. അത്തരം ജന മുന്നേറ്റങ്ങളുടെ തകർച്ചയാണ്, ഇസ്ലാമിക ഭീകര പ്രവർത്തനത്തെ മു ന്നണിയിലേക്ക് കൊണ്ടുവന്നത്.

വിരോധാഭാസമെന്നു പറയട്ടെ, മിക്ക സന്ദർഭങ്ങളിലും ഈ തകർച്ച ബോധപൂർവം ഉണ്ടാക്കിയെടുത്തത് സാമ്രാജ്യത്വത്തിന്റെ, പ്രത്യേകിച്ചും അമേരിക്കൻ സാമ്രാജ്യത്വത്തിന്റെ ഇടപെടൽ മൂലമാണ്. അതുകൊണ്ട് അമേരിക്കയാണ് ഈ ഫ്രാങ്കെൻസ്റ്റീൻ എന്ന ചെകുത്താനെ നിർമിച്ചത്. ഇന്നത് അവരെത്തന്നെ നേർക്കുനേരെ നേരിടുന്നു. ഇറാക്കിലായാലും, ഇറാനിലായാലും സുഡാനിലായാലും, ഇന്തോനേഷ്യയിലായാലും അ ഫ്ഗാനിസ്ഥാനിലായാലും ഈ രാജ്യങ്ങളിലൊക്കെ പുരോഗമനപരമായ ദേശീയതയെ ഉയർത്തിപ്പിടിക്കുന്ന ഊർജസ്വലമായ ഇടതുപക്ഷ പ്രസ്ഥാ നങ്ങൾ ഉണ്ടായിരുന്നു: ആ ദേശീയതയുടെ അടിസ്ഥാനത്തിൽ അവർ വിപുലമായ ബഹുജനങ്ങളെ അണിനിരത്തി. എന്നാൽ ഇവയിലോരോ ന്നിലും അമേരിക്കൻ സാമ്രാജ്യത്വത്തിന്റെ പിന്തുണയോടെ നടത്തപ്പെട്ട അട്ടിമറി, ഈ രാജ്യങ്ങളിൽ ഓരോന്നിലും ഉണ്ടായിരുന്ന പുരോഗമന ശക്തികളെ തകർത്തു. ഇന്നവ മതഭീകരതയുടെ വളർച്ചയ്ക്കു പറ്റിയ വളക്കൂറുള്ള മണ്ണാണ്.

ഇന്ത്യയിലെ കൂട്ടായ പ്രക്ഷോഭത്തിന്റെ തകർച്ചയുണ്ടായത് സാമ്രാ ജ്യത്വ ഇടപെടൽ കൊണ്ടല്ല. സമകാലീന പുത്തൻ ഉദാരവൽക്കരണ മുതലാളിത്തത്തിന്റെ സഹജമായ പ്രവണതയുടെ പ്രകടനം എന്ന നില യിലാണ് അത് ഇന്ത്യയിൽ ഉയർന്നുവന്നത്. ഭരണകൂടത്തിന്റെയും അ തിന്റെ വിവിധ ഉപകരണങ്ങളുടെയും സഹായവും പ്രോൽസാഹനവും അതിന് ഉണ്ടായിരുന്നുതാനും; പുതിയ ബൂർഷ്വാ വ്യവസ്ഥിതി ദൃഢമാ യിത്തീരുന്നതിന്റെ ഗുണഭോക്താക്കളായ വർഗങ്ങളുടെയും ഗ്രൂപ്പുക ളുടെയും പിന്തുണയും അതിനുണ്ടായിരുന്നു. ഇന്ത്യൻ ജനാധിപത്യ ത്തിന്റെ ഊർജസ്വലതയെ അത് കവർന്നെടുക്കുകയായിരുന്നു. അതേ അവസരത്തിൽത്തന്നെ, ജനങ്ങളെ നിർവീര്യരാക്കുന്ന ഈ പ്രക്രിയയെ ക്കുറിച്ചുള്ള ആത്മവിശ്വാസം അത് ഈ വർഗങ്ങളിലും ഗ്രൂപ്പുകളിലും വളർത്തിയെടുക്കുകയും ചെയ്തു. പക്ഷേ, ഈ വിജയബോധം തെറ്റി ദ്ധാരണാജനകമാണ്; കാരണം ഇവിടത്തെ കൂട്ടായ പ്രക്ഷോഭത്തിന്റെ നാശം, നമ്മുടേതായ ഫ്രാങ്കെൻസ്റ്റീൻ ചെകുത്താന്മാരെ ഉണ്ടാക്കുകയും ചെയ്യും. ഇസ്ലാമിക ഭീകരതയുടെ മാത്രം രൂപത്തിലായിരിക്കുകയില്ല, മറിച്ച് മറ്റു പല രൂപങ്ങളിലും അത് വളർന്നുവരും. ഇതിന് ശക്തമായ മറ്റൊരു കാരണം കൂടിയുണ്ട്. ധനമൂലധനവുമായി ബന്ധപ്പെടുത്തിക്കൊണ്ട്,

'വന്‍ശക്തി'യാവാനുള്ള മോഹവും എല്ലായ്പ്പോഴും കാണാം. മൂലധന
ത്തിന്റെ നേതൃഘടകം ധനമൂലധനമായിട്ടുള്ള പശ്ചാത്തലത്തില്‍, പു
ത്തന്‍ ഉദാരവല്‍കൃത മൂലധനം ഇന്ത്യയിലേക്ക് വിജയകരമായി പറിച്ചു
നടപ്പെട്ടതിനോടൊപ്പം നമ്മുടെ സ്വന്തം ബൂര്‍ഷ്വാസിക്കിടയില്‍ 'വന്‍ശക്തി'
യാവാനുള്ള 'അധികാരമോഹ'വും ഉണ്ടാകുന്നതായികാണാം. 'ചൈന
യുമായുള്ള മല്‍സരത്തെക്കുറിച്ചും' (അത് സുപ്രീംകോടതിപോലും ഇ
പ്പോള്‍ ഉള്‍ക്കൊണ്ടിട്ടുള്ളതായി തോന്നുന്നു) 'ആഗോളശക്തിയായി ഉ
യര്‍ന്നുവരുന്ന' ഇന്ത്യയുടെ പങ്കിനെക്കുറിച്ചും ഇടയ്ക്കിടെ ഉണ്ടാകുന്ന
പരാമര്‍ശങ്ങള്‍ അതിന്റെ ലാക്ഷണിക സൂചനകളാണ്. അമേരിക്കന്‍ ഐ
ക്യനാടുകളുമായും മറ്റ് പ്രമുഖ മുതലാളിത്ത രാജ്യങ്ങളുമായും ചില
'നീക്കുപോക്കു'കളൊക്കെ വരുത്തിക്കൊണ്ടു മാത്രമേ ഈ 'വന്‍ശക്തി'
അധികാരമോഹം സാധിതപ്രായമാക്കാന്‍ കഴിയൂ. എന്നാല്‍ ആ രാഷ്ട്ര
ങ്ങളുടെ സമരങ്ങളില്‍ അവരുടെ കൂടെനില്‍ക്കണമെന്നും അതുവഴി അ
വരുടെ ശത്രുക്കളെ നമ്മുടെ ശത്രുക്കളാക്കണമെന്നും കൂടി അതിനര്‍ഥ
മുണ്ട്.

ഇതിനൊക്കെപുറമെ, വന്‍ശക്തിയായാവാനുള്ള അധികാരമോഹം ജ
നാധിപത്യവിരുദ്ധമാണ്. കാള്‍ മാര്‍ക്സ് പറഞ്ഞപോലെ, ''മറ്റൊരു രാ
ഷ്ട്രത്തെ അടിച്ചമര്‍ത്തുന്ന ഒരു രാഷ്ട്രത്തിന് സയം സ്വതന്ത്രമാവാന്‍
കഴിയില്ല''. സ്വാതന്ത്ര്യത്തിനുവേണ്ടിയുള്ള അന്വേഷണമാണ് എല്ലാ ജ
നാധിപത്യ പ്രവര്‍ത്തനങ്ങളുടെയും അന്തഃസത്ത എന്നതിനാല്‍ അത്ത
രമൊരു രാഷ്ട്രം പരമാര്‍ഥത്തില്‍ ജനാധിപത്യത്തെയും വെട്ടിച്ചുരുക്കും.
ഇറാഖില്‍ യുദ്ധത്തിലേര്‍പ്പെട്ട പ്രമുഖ മുതലാളിത്ത രാജ്യങ്ങളിലെ ജന
ങ്ങളില്‍ ഭൂരിപക്ഷവും അധികപക്ഷവും ആ യുദ്ധത്തിന് എതിരായിരു
ന്നിട്ടും അവരെങ്ങനെ യുദ്ധം ചെയ്തു എന്നത് യാദൃച്ഛരികമല്ല. ഇന്ത്യ
യും, ഇന്നത്തെ അതിന്റെ രാഷ്ട്രീയ – സാമ്പത്തിക സഞ്ചാരപഥത്തില്‍,
അതേ ദിശയില്‍ത്തന്നെയാണ് മുന്നോട്ട് നീങ്ങിക്കൊണ്ടിരിക്കുന്നത്; ഒരു
'പ്രമുഖ മുതലാളിത്ത ശക്തിയായി' ഉയര്‍ന്നുവരുന്നതിന്റെയും 'പ്രമുഖ
മുതലാളിത്ത ശക്തി''കളുടെ സംഘത്തില്‍ അംഗമായിത്തീരുന്നതിന്റെ
യും ദിശയില്‍ത്തന്നെയാണ് നീങ്ങിക്കൊണ്ടിരിക്കുന്നത്. എന്നാല്‍ മറ്റ് രാ
ജ്യങ്ങളുടെമേല്‍ മേധാവിത്വം സ്ഥാപിച്ചുകൊണ്ട് ഒരു 'പ്രമുഖ മുതലാ
ളിത്ത ശക്തി'യായി ഉയര്‍ന്നുവരുന്നതിന്, നമ്മുടെ സ്വാതന്ത്ര്യസമര
ത്തിന്റെ വീക്ഷണത്തെ മാത്രമല്ല, സ്വാതന്ത്ര്യസമരത്തില്‍നിന്ന് നമുക്ക്
ഒസ്യത്തായി ലഭിച്ച ജനാധിപത്യത്തിന്റെ ഊര്‍ജസ്വലതയെയും തലകീ
ഴാക്കി തിരിക്കേണ്ടതുണ്ട്.

10

കേരളത്തിനായി ഒരു വികസനതന്ത്രം

വികസനം എന്ന പദത്തെ പലപ്പോഴും ചില സാമ്പത്തിക സൂചക ങ്ങളെമാത്രം പരാമർശിക്കുന്നതിനായി വളരെ സങ്കുചിതമായി വ്യാഖ്യാ നിക്കാറുണ്ട്. അവയ്ക്കുള്ളിൽതന്നെ, സംസ്ഥാന ആഭ്യന്തര ഉൽപ്പാദന ത്തിന്റെ വളർച്ചനിരക്കുമായി അതിനെ പിന്നെയും ഏറെ സങ്കുചിതമായി വ്യാഖ്യാനിക്കുന്നു. എന്നാൽ, വികസനം എന്ന പദംകൊണ്ട് പരാമർശി ക്കപ്പെടേണ്ടത് ആദ്യമായും ജനങ്ങളുടെ വികസനം എന്നാണ്. സമഗ്ര മായ അർഥത്തിലാണ് വികസനത്തെക്കുറിച്ച് പരാമർശിക്കേണ്ടത്-അതാ യത്, സാമൂഹികവും സാമ്പത്തികവുമായ മോചനം എന്ന പ്രക്രിയയായി, അഥവാ ജനാധിപത്യ വിപ്ലവത്തെ മുന്നോട്ടുകൊണ്ടുപോകുന്ന പ്രക്രിയ യായി. കേരളത്തിലെ ജനാധിപത്യ വിപ്ലവത്തിന് ഇടതുപക്ഷ നേതൃത്വ ത്തിലുള്ള വിവിധ സർക്കാരുകൾ വലിയതോതിൽ വേഗത വർധിപ്പിച്ചി ട്ടുണ്ട്; ഭൂപരിഷ്കരണത്തിലും ദരിദ്രർക്ക് വീടുവയ്ക്കാൻ സ്ഥലം നൽ കിയതിലും ലോകത്തിന്റെയാകെ ശ്രദ്ധയാകർഷിച്ച വ്യാപകമായ സാ മൂഹ്യക്ഷേമ നടപടികൾ നടപ്പാക്കിയതിലും ജനാധിപത്യ വിപ്ലവത്തിന്റെ മുൻഗാമിയെ ദർശിക്കാവുന്നതാണ്. 'കേരള മാതൃക' എന്നാണ് ഈ നട പടികൾ സൂചിപ്പിക്കപ്പെടുന്നത്.

എന്നാൽ കേരളത്തിന്റെ ജനാധിപത്യ മുന്നേറ്റം, ഏത് മാനദണ്ഡപ്ര കാരവും ശ്രദ്ധേയമാണെങ്കിൽപോലും, മൂന്ന് പ്രശ്നങ്ങൾ നേരിടുന്നുണ്ട്. 'ഒന്നാമത്തേത്, സാമൂഹിക മണ്ഡലത്തിൽ എന്നതിനെക്കാൾ സാമ്പത്തിക മണ്ഡലത്തിലാണ് അത് ഏറെ സ്പഷ്ടമായിരിക്കുന്നത്-പ്രത്യേകിച്ചും ലിം ഗതുല്യതയിലേക്ക് വരുമ്പോൾ. സംസ്ഥാനം സ്ത്രീസാക്ഷരത ഉൾപ്പെടെ സമ്പൂർണ സാക്ഷരത കൈവരിച്ചിട്ടുണ്ടെങ്കിലും, ലോകത്തിലെതന്നെ ഏറ്റവും മികച്ച നിലയിലുള്ള ജനസംഖ്യയിലെ സ്ത്രീ-പുരുഷ അനു പാതം ഉണ്ടായിട്ടും, ആരോഗ്യ പരിരക്ഷയിലും പോഷകനിലവാരത്തിലും

സ്ത്രീകൾ ഉയർന്ന നില കൈവരിച്ചിട്ടുണ്ടെങ്കിലും, സ്ത്രീകളുടെ സാ
മ്പത്തിക ശാക്തീകരണത്തിൽ വലിയ പുരോഗതിയുണ്ടാക്കിയിട്ടുണ്ടെ
ങ്കിലും സ്ത്രീകളുടെ സാമൂഹ്യ പദവി ഇപ്പോഴും വളരെ താഴ്ന്ന നില
വാരത്തിൽതന്നെയാണ്; അവർക്കെതിരെ കുടുംബങ്ങളിലെ അക്രമം
വളരെ അധികമാണ്; അവരുടെ സ്വാതന്ത്ര്യം നിയന്ത്രിക്കപ്പെട്ടിരിക്കുക
യുമാണ്. രണ്ടാമത്തേത്, സാമ്പത്തിക മണ്ഡലത്തിൽപോലും ജനങ്ങ
ളിലെ ചില വിഭാഗങ്ങളുടെ, പ്രത്യേകിച്ചും പട്ടികജാതി, പട്ടികവർഗങ്ങ
ളിൽപ്പെടുന്നവരുടെ സ്ഥിതി മറ്റുള്ളവരുടേതിനെക്കാൾ കുറച്ചു മാത്രമേ
മെച്ചപ്പെട്ടിട്ടുള്ളൂ. ഉദാഹരണത്തിന് ഭൂപരിഷ്കരണം നടന്നിട്ടും പട്ടികജാ
തി, പട്ടികവർഗ കുടുംബങ്ങളിൽ ഗണ്യമായ വിഭാഗം ഇപ്പോഴും ഭൂരഹി
തരായി തുടരുന്നു. അതേപോലെതന്നെ അവരിൽ പലരും ഭവനരഹിത
രുമാണ്. അതേസമയം, വളരെ വലിയ അളവിലുള്ള സർക്കാർ ഭൂമി തോ
ട്ടങ്ങളും വാണിജ്യ എസ്റ്റേറ്റുകളും കൈയേറിവെച്ചിരിക്കുകയുമാണ്. കൃ
ത്യമായ വിവരങ്ങളുടെ അഭാവംമൂലം ഈ ഭൂമി ഭൂരഹിതർക്കായി പുനർ
വിതരണം നടത്താൻ കഴിയുന്നില്ല. ചുരുക്കത്തിൽ സാമ്പത്തിക മണ്ഡ
ലത്തിൽപോലും ഗണ്യമായ വിധങ്ങളിൽ ജനാധിപത്യവിപ്ലവം നിശ്ചലാ
വസ്ഥയിലാണ്. മൂന്നാമത്, കേരളം പിന്തുടരുന്ന സാമ്പത്തിക വികസന
ത്തിന്റെ ദിശ ലോക വിപണിയുമായി കെട്ടപ്പെട്ടിരിക്കുന്നതാണ്. അത് ഇ
തിന്റെ ദുരിതം വലിയതോതിൽ അനുഭവിക്കുകയാണ്. ഈ അവസാനം
പറഞ്ഞ കാര്യം ഞാൻ കൂടുതൽ വിശദമാക്കാം.

കേരളം എപ്പോഴും കയറ്റുമതിയെ ആശ്രയിച്ചിരിക്കുമ്പോൾ, ചെറു
കിട ഉൽപ്പാദന സമ്പദ്ഘടനയുടെ അടിസ്ഥാനത്തിൽ ലോക വിപണി
ക്കായുള്ള (ദേശീയ വിപണിക്കും) ഒരുകൂട്ടം പ്രാഥമിക ചരക്കുകൾ ഉൽപ്പാ
ദിപ്പിച്ച് അടുത്ത കാലത്ത് അതിന്റെ കയറ്റുമതി ആശ്രിതത്വത്തിന്റെ അ
ളവ് വലിയതോതിൽ വർധിപ്പിച്ചിരിക്കുകയാണ്. എന്നാൽ അതേ നാണയ
ത്തിന്റെ മറുവശം എന്ന നിലയിൽ അതിന്റെ ഇറക്കുമതി ആശ്രിതത്വവും
വർധിച്ചിരിക്കുകയാണ്–കേന്ദ്രസർക്കാരിൽനിന്നും മറ്റ് അയൽ സംസ്ഥാ
നങ്ങളിൽനിന്നും വിതരണത്തിനുവേണ്ട സാധനങ്ങൾക്കായുള്ള ആശ്രി
തത്വം. ഇതിന്റെ ഏറ്റവും പ്രത്യക്ഷത്തിലുള്ള ദൃഷ്ടാന്തം ഭക്ഷ്യവിളക
ളിൽനിന്ന് നാണ്യവിളകളിലേക്കുള്ള കൂട്ടത്തോടെയുള്ള മാറ്റമാണ്. ഇതു
മൂലം സംസ്ഥാനത്തിന്റെ ഭക്ഷ്യധാന്യ ഉൽപ്പാദനം കുറഞ്ഞുവെന്ന് മാ
ത്രമല്ല, ഭക്ഷ്യധാന്യ ഉൽപ്പാദനവും കന്നുകാലി ഉൽപ്പാദനവും കുറെയേറെ
അനുപൂരകമാണെന്നതിനാൽ കന്നുകാലികളുടെ എണ്ണത്തിലും ഈ മേ
ഖലയിലെ ഉൽപ്പാദനത്തിലും പരിപൂർണമായ ഇടിവുണ്ടാവുകയും ചെ
യ്തു.

എന്നാൽ, ഈ തന്ത്രത്തെ രണ്ട് സംഭവവികാസങ്ങൾ പ്രതികൂല
മായി ബാധിച്ചു; ലോകത്താകെ പൊതുവെ നവലിബറൽ നയങ്ങൾ പിന്തു
ടരുന്നതിൽനിന്നാണ് ഇത് രണ്ടും സംഭവിച്ചത്. ഒന്നാമത്തേത്, 1970 കളുടെ
മധ്യംമുതൽ ലോക വിപണിയിൽ പ്രാഥമിക ചരക്കുകളുടെ വ്യാപാര

ത്തിൽ വന്ന ഭൗതികമായ കുറവാണ്. (നവലിബറൽ നയങ്ങളുടെ പ്ര
ത്യാഘാതത്തിൽ ലോക സമ്പദ്ഘടനയിലെ വളർച്ചനിരക്ക് മന്ദഗതിയി
ലായതിന്റെ ഫലമാണിത്.) ഇത് പ്രാഥമികേതര ഉൽപ്പന്നങ്ങളുടെ, വി
ശിഷ്യാ നിർമിത ചരക്കുകളുടെ, വിലയുമായി ബന്ധപ്പെട്ടുള്ള ജനങ്ങ
ളുടെ ക്രയശേഷി കുറച്ചു. ഇന്ത്യയിൽ നിലനിൽക്കുന്ന കമോഡിറ്റി ബോ
ഡുകളുടെ വിപണി ഇടപെടലിലൂടെ ഈ പ്രക്രിയയ്ക്ക് ഏർപ്പെടുത്താൻ
കഴിയുമായിരുന്ന നിയന്ത്രണങ്ങളെല്ലാം നീക്കംചെയ്യപ്പെട്ടു. കാരണം, ക
മോഡിറ്റി ബോഡുകളുടെ വിപണി ഇടപെടൽ ധർമം നവലിബറൽ കു
റിപ്പടിപ്രകാരം കേന്ദ്രസർക്കാർ ഉപേക്ഷിച്ചിരുന്നു. രണ്ടാമത്തേത് പൊ
തുവിതരണ സംവിധാനത്തെ ക്രമേണ അടച്ചുപൂട്ടാനുള്ള കേന്ദ്രസർക്കാ
രിന്റെ തീരുമാനമാണ്. ഇതും നവ ഉദാരവൽക്കരണത്തിന്റെ സ്വാധീന
ഫലമാണ്. ഇതുമൂലം കേന്ദ്രത്തിൽനിന്ന് വിതരണത്തിന് ആവശ്യമായത്ര
ഭക്ഷ്യധാന്യങ്ങൾ അനുവദിക്കാതെ കേരളത്തിലെ അനുപമമായ പൊതു
വിതരണ സംവിധാനത്തിന് കനത്ത ആഘാതം ഏൽപ്പിച്ചു.

ഈ സംഭവവികാസങ്ങൾ കേരള സമ്പദ്ഘടനയെ വളരെയേറെ
പ്രതികൂലമായി ബാധിച്ചു. സംസ്ഥാനത്തിന് ന്യായമായ സംസ്ഥാന ആ
ഭ്യന്തര ഉൽപ്പാദന വളർച്ചനിരക്ക് കൈവരിക്കാനാവുമ്പോൾതന്നെ (ഇത്
പ്രധാനമായും സേവനമേഖലയുടെ വളർച്ചമൂലമാണ്) സംസ്ഥാനത്തെ
മഹാഭൂരിപക്ഷം ജനങ്ങളും, പ്രധാനമായും ചെറുകിട ഉൽപ്പാദകരും ഗ്രാ
മീണ തൊഴിലാളികളും, ഈ പ്രതികൂല ചലനങ്ങളുടെ ഇരകളായിരി
ക്കുകയാണ്. കർഷകരുടെ ആത്മഹത്യകൾ ഇതിന്റെ ഒരു പ്രകടരൂപമായി
രുന്നു. സംസ്ഥാനത്താകെ എൻ ആർ ഇ ജി എസിൽ അസംഖ്യം ആളു
കൾ ചേരുന്നത് മറ്റൊന്നാണ്. സംസ്ഥാനം ചെറുകിട ഉൽപ്പാദനത്തിലെ
പ്രതിസന്ധിയുമായി പൊരുത്തപ്പെടാൻ ശ്രമിച്ചത് ഗൾഫ് രാജ്യങ്ങളിലേ
ക്കുള്ള അധ്വാനശക്തിയുടെ കയറ്റുമതിക്കാരായി മാറിക്കൊണ്ടാണ്. പ്ര
വാസി തൊഴിലാളികൾ അയക്കുന്ന പണമാണ് സംസ്ഥാനത്തെ സംബ
ന്ധിച്ചിടത്തോളം പ്രധാന ഉപജീവന മാർഗമായി മാറിയിരിക്കുന്നത്. എ
ന്നാൽ, ഇപ്പോഴത്തെ ലോക മുതലാളിത്ത പ്രതിസന്ധിയോടെ, ചെറു
കിട ഉൽപ്പാദകരുടെ സ്ഥിതി കൂടുതൽ പരിതാപകരമായി തീർന്നതോ
ടൊപ്പം, ഗൾഫ് രാജ്യങ്ങൾതന്നെ കടുത്ത പ്രതിസന്ധി നേരിട്ടുകൊണ്ടി
രിക്കുന്നതിനാൽ ഉപജീവനമാർഗത്തിന്റെ ഈ ഉറവിടംപോലും ഇപ്പോൾ
വറ്റി വരണ്ടിരിക്കുകയാണ്. എന്തിനധികം, ലോഹേതരമായ മറ്റ് പ്രാഥ
മിക ചരക്കുകളുടെ വിലയുമായി താരതമ്യപ്പെടുത്തുമ്പോൾ ഭക്ഷ്യസാധന
വില കുതിച്ചുയർന്നുകൊണ്ടിരിക്കുന്നു. ലോക ഭക്ഷ്യ സമ്പദ്ഘടന അനി
ശ്ചിതാവസ്ഥയിലായിരിക്കെ അനതിവിദൂരഭാവിയിൽതന്നെ സംസ്ഥാന
ത്തെ ജനങ്ങൾ ഇപ്പോഴത്തേതിനെക്കാൾ കടുത്ത ദുരിതങ്ങൾ അനുഭ
വിക്കേണ്ടതായി വരും.

സംസ്ഥാനത്തിന്റെ സാഹചര്യങ്ങൾക്കിണങ്ങിയ വികസനതന്ത്രം
മേൽപ്പറഞ്ഞതിൽനിന്ന് വ്യക്തമാണ്. ഒന്നാമതായി, സാമൂഹ്യ സമത്വ

ത്തിന്റെ, വിശിഷ്യാ ലിംഗസമത്വത്തിന്റെ പ്രശ്നത്തെ മുന്നിൽ കൊണ്ടു വന്നുകൊണ്ട് ജനാധിപത്യവിപ്ലവത്തിന്റെ പുരോഗതിയിലെ തുല്യതയി ല്ലായ്മ തരണം ചെയ്യണം. രണ്ടാമതായി, പട്ടികജാതിക്കാർ, പട്ടികവർഗ ക്കാർ എന്നിങ്ങനെയുള്ള സാമൂഹ്യവിഭാഗങ്ങളുടെ സാമ്പത്തികമായ ശ ക്തി വർധിപ്പിച്ചുകൊണ്ട് ജനാധിപത്യവിപ്ലവത്തിന്റ വ്യാപ്തി വർധിപ്പി ക്കണം. മൂന്നാമതായി, സംസ്ഥാനത്തിന്റെ സമ്പദ്ഘടനയെ, വിശിഷ്യാ ചെറുകിട ഉൽപ്പാദന സമ്പദ്ഘടനയെ, പ്രതിസന്ധിയുടെ പ്രത്യാഘാത ത്തിൽനിന്ന് മാറ്റിയെടുക്കുന്നതിനുള്ള നടപടികൾ സ്വീകരിക്കണം. ഇ തിൽ ഒടുവിൽപ്പറഞ്ഞ കാര്യത്തെ കുറച്ചുകൂടി വിശദമാക്കാം.

പ്രധാനമായും ആവശ്യമായിട്ടുള്ളത് ഇവയാണ്: ചെറുകിട ഉൽപ്പാ ദന സമ്പദ്ഘടനയെ സരക്ഷിക്കുന്നതിനും പിന്തുണയ്ക്കുന്നതിനും ഗൾ ഫിൽനിന്ന് മടങ്ങിവരുന്നവരെ പുനരധിവസിപ്പിക്കാനും വേണ്ടതാണ് ഒ ന്നാമത്തെ നടപടികൾ; ചെറുകിട ഉൽപ്പാദന സമ്പദ്ഘടനയെ നവീകരി ക്കുന്നതിനും അത് കയറ്റുമതിയെ ആശ്രയിക്കുന്നത് കുറയ്ക്കുന്നതിനും ഗണ്യമായ വിധത്തിൽ മൂല്യവർധന ഏറ്റെടുക്കാൻ അതിനെ പ്രാപ്തമാ ക്കുന്നതിനും വേണ്ടതാണ് രണ്ടാമത്തെ കൂട്ടം നടപടികൾ; മൂന്നാമത്തെ കൂട്ടം നടപടികൾ സംസ്ഥാനത്തെ പ്രാഥമികേതര ഉൽപ്പാദന ആധുനിക മേഖലയെ വിപുലീകരിക്കുന്നതിനുള്ളതാണ്.

താങ്ങുവില (താരിഫുകൾക്കും വ്യാപാരനയത്തിനുംമേൽ ഒരു നിയ ന്ത്രണവും ഇല്ലാത്ത സംസ്ഥാന സർക്കാരിനെ സംബന്ധിച്ചിടത്തോളം സാധ്യമായ പരിധിവരെ), സബ്സിഡികൾ, വായ്പ എഴുതിത്തള്ളൽ, ആ രോഗ്യ ഇൻഷുറൻസ്പോലെയുള്ള ക്ഷേമനടപടികൾ എന്നിവയാണ് ഒന്നാ മത്തെ കൂട്ടത്തിൽ വരുന്ന നടപടികൾ. ഇതിനോടൊപ്പംതന്നെ ദേശീയ ഗ്രാമീണ തൊഴിലുറപ്പ് പദ്ധതിയെ പരമാവധി വ്യാപിപ്പിക്കുകയും വേ ണം. രണ്ടാമത്തെ കൂട്ടമാകട്ടെ, ഭക്ഷ്യോൽപ്പാദനത്തിലേക്കുള്ള മാറ്റം ആ വശ്യമാക്കിത്തീർക്കുന്നു. അതിന് അനുയോജ്യമായ പ്രോത്സാഹനങ്ങൾ നൽകുകയും വേണം. കന്നുകാലി വളർത്തൽ തുടങ്ങിയ മേഖലകളിൽ മൂല്യവർധന ഏറ്റെടുക്കാനും സാങ്കേതികവിദ്യാ നവീകരണം നടപ്പാ ക്കാനും കഴിയുന്ന ചെറുകിട ഉൽപ്പാദകരുടെ സഹകരണ സംഘങ്ങളെ പ്രോത്സാഹിപ്പിക്കൽ എന്നിവ ഇതിൽ ഉൾപ്പെടുന്നു. മൂന്നാമത്തെ കൂട്ട മാകട്ടെ ഒട്ടനവധി സങ്കീർണമായ പ്രശ്നങ്ങൾ ഉയർത്തിക്കൊണ്ടുവരുന്നു.

നാനാവിധമായ കാരണങ്ങളാൽ മറ്റു സംസ്ഥാനങ്ങൾ ചെയ്യുന്നതു പോലെ കേരളത്തിന് വൻകിട നിർമാണ വ്യവസായങ്ങൾ (Manufacturing industries) സ്ഥാപിക്കാൻ മുതലാളിമാരെ ക്ഷണിച്ചുകൊണ്ടുവരു ന്ന മാർഗം അതേപടി പിന്തുടരാൻ കഴിയില്ലെന്ന് വ്യക്തമാണ്. നിശ്ചയ മായും, സംസ്ഥാനം അത്തരം നിക്ഷേപം ക്ഷണിക്കേണ്ടതുതന്നെയാണ്. എന്നാൽ അവ വരുന്നതിന് തയാറാകുന്നതിനുള്ള വ്യവസ്ഥകൾ "ന്യാ യമായിരിക്കണം" എന്നു മാത്രം-അതായത് ഭൂമി തട്ടിയെടുക്കൽ തുട ങ്ങിയവപോലുള്ള "പ്രാകൃത സഞ്ചയം" സ്ഥിരമായി വകവെച്ചുകൊടു

ക്കാൻ പാടില്ല. എന്നാൽ, വൻകിട നിർമാണ യൂണിറ്റുകൾക്ക് സ്ഥലം ക
ണ്ടെത്തുന്നതിന് അനുയോജ്യമല്ലാത്ത, തികച്ചും പാരിസ്ഥിതികമായി ദുർ
ബലമായിട്ടുള്ള സംസ്ഥാനത്ത് ഭൂമി വളരെ കുറവുമാണ്. അതിനുപുറമെ
മറ്റു സംസ്ഥാനങ്ങളിൽ ഉള്ളതിനെക്കാൾ ഉയർന്ന കൂലിയും തൊഴിൽ
അവകാശങ്ങളും അനുഭവിക്കുന്ന ഒരു തൊഴിൽ സേന ഇവിടെയുണ്ട്.
ഇവയൊന്നും ഇല്ലാതാക്കാൻ പാടില്ല; അതുകൊണ്ടുതന്നെ മറ്റുസ്ഥല
ങ്ങളിൽനിന്ന് വൻകിട മൂലധനം കേരളത്തിലെ സ്ഥാപനങ്ങളിലേക്ക്
കടന്നുവരും എന്ന് പ്രതീക്ഷിക്കുന്നത് യാഥാർത്ഥ്യത്തിന് നിരക്കുന്ന കാര്യ
മല്ല. എന്നാൽ കേരളത്തിന് പ്രതീക്ഷിക്കാൻ കഴിയുന്നത് വിജ്ഞാനാധി
ഷ്ഠിതവും വൈദഗ്ധ്യപൂർണവുമായ ഉൽപ്പാദനത്തിന്റെ വികസനമാണ്.
ജൈവ സാങ്കേതികവിദ്യ, വിവരസാങ്കേതികവിദ്യ, ആരോഗ്യ സംരക്ഷ
ണ വ്യവസായം, ഫുഡ്പ്രോസസിങ്, കന്നുകാലി ഉൽപ്പന്നങ്ങളുടെ പ്രോ
സസിങ്, വൈദഗ്ധ്യം പകർന്നുകൊടുക്കൽ, ടൂറിസം എന്നിങ്ങനെ ഒട്ടെറെ
സേവന മേഖലകൾക്കാണ് ഏറെ സാധ്യതയുള്ളത്. നിശ്ചയമായും ഈ
മേഖലകളിലേക്ക് കടക്കാൻ മുതലാളിമാരെ പ്രേരിപ്പിക്കേണ്ടതാണ്. എ
ന്നാൽ, ഇതിനെല്ലാം ഉപരിയായി, ഈ മേഖലകളിൽ ഒരുകൈ നോക്കാൻ
സംസ്ഥാനത്തിനുള്ളിൽ നിന്നുതന്നെ പുതിയ സംരംഭകത്വം പ്രോത്സാ
ഹിപ്പിക്കപ്പെടണം. ഇത്തരം പ്രവർത്തനങ്ങൾക്ക് വഴികാട്ടിയാവാൻ സാ
ധ്യമായേടത്തെല്ലാം സംസ്ഥാന സർക്കാർ നേതൃത്വം നൽകണം. നിശ്ച
യമായും ഈ ലക്ഷ്യത്തിനായി അനുയോജ്യമായ പശ്ചാത്തലവികസന
നിക്ഷേപം ഏറ്റെടുക്കാനോ അതിന് അവസരമൊരുക്കാനോ തയാറാ
വണം. എന്നാൽ സംസ്ഥാനത്തിന്റെ സമ്പദ്ഘടനയുടെ ഏതുവിധത്തി
ലുള്ള "ആധുനികവൽക്കരണ"ത്തിനും എല്ലാത്തിനും ഉപരിയായി വേ
ണ്ടത് വളരെ ശ്രദ്ധയോടുകൂടിയ ഭൂവിനിയോഗനയമാണ്. വരാനിടയുള്ള
ഉൽപ്പാദകരെ സംബന്ധിച്ചിടത്തോളം ഭൂമിയുടെ വില താഴ്ന്ന നിലയിൽ
നിലനിർത്തുന്ന വിധത്തിലായിരിക്കണം അത്. അതേസമയംതന്നെ ഈ
ഹക്കച്ചവടക്കാരെ ഇതിൽനിന്നും മുതലെടുക്കാൻ അനുവദിക്കുകയുമ
രുത്.

11

കൃഷിക്കാരുടെ പ്രശ്നങ്ങൾ സമകാലീന സാമ്രാജ്യത്വത്തിൻകീഴിൽ

സമകാലീന സാമ്രാജ്യത്തിന്റെ കീഴിൽ കൃഷിക്കാർ അനുഭവി ക്കുന്ന പ്രശ്നങ്ങൾ മനസിലാക്കണമെങ്കിൽ കൊളോണിയൻ കാലത്തു നിന്നു തന്നെ തുടങ്ങുന്നതാവും നല്ലത്. ബ്രിട്ടീഷ് ഭരണത്തിന്റെ അവ സാനത്തെ അരനൂറ്റാണ്ടിൽ(അതിനെക്കുറിച്ചാണ് കണക്കുകൾ ലഭ്യമാ യത്) പ്രതിശീർഷ ഭക്ഷ്യലഭ്യതയിൽ 25 ശതമാനത്തിന്റെ കുറവുണ്ടാ യതായി കണക്കാക്കുന്നു. അതായത് പ്രതിശീർഷ വാർഷിക ഭക്ഷ്യല ഭ്യത ഏതാണ്ട് 200 കിലോഗ്രാമിൽനിന്ന് 150 കിലോഗ്രാമായി കുറഞ്ഞു. അരനൂറ്റാണ്ടിനുള്ളിൽ ഇത്തരത്തിലുള്ള ഒരു കുറവുണ്ടാകാനുള്ള കാരണം നാണ്യവിളകളുടെ കയറ്റുമതിയിലുണ്ടായ വർധനവാണ്. ഈ കുറവാകട്ടെ കൃഷിഭൂമിയുടെ വിസ്തൃതി വർധിക്കാത്ത, ഭക്ഷ്യവിളകളു ടെയും നാണ്യവിളകളുടെയും ഉൽപ്പാദനം മുരടിച്ച കാലത്തായിരുന്നു. ഇതിന്റെ ഫലമായി നമ്മുടെ നാട്ടിൽനിന്ന് ഇവിടുത്തെ ജനങ്ങൾക്ക് കിട്ടി ക്കൊണ്ടിരുന്ന ഭക്ഷണ ലഭ്യതയിൽ കാര്യമായ കുറവുണ്ടായി.

ഇവിടെ ഒരു ചോദ്യം ഉയർന്നുവരാവുന്നതാണ്. എന്തുകൊണ്ടാണ് നാണ്യവിളകളുടെ കയറ്റുമതി കൂടിയപ്പോൾ അതിനനുസരിച്ച് ഭക്ഷ്യവി ളകളുടെ ഇറക്കുമതി വർധിച്ചില്ലേ? ഇതിന്റെ കാരണം ലളിതമാണ്. വർധി ച്ചുവന്ന കയറ്റുമതിയിൽ നല്ലൊരുഭാഗം ബ്രിട്ടീഷ് സർക്കാർ ഉൽപ്പന്ന രൂപ ത്തിൽ സാമ്പത്തികമായി കവർന്നെടുത്തതായിരുന്നു. അതാകട്ടെ ഏകപക്ഷീയമായി പകരം ഇറക്കുമതിയില്ലാതെ വിദേശത്തേക്ക് കടത്തി ക്കൊണ്ടുപോകുകയായിരുന്നു. (ഈ പ്രതിഭാസത്തെയാണ് ദേശീയ എഴു ത്തുകാർ 'ചോർച്ചാ സിദ്ധാന്ത'മായി പ്രതിപാദിച്ചത്). ഇത്തരം കയറ്റു മതിവഴി രാജ്യത്തേക്ക് വിദേശനാണ്യം വരുന്നില്ല. അതുകൊണ്ടുതന്നെ ഇറക്കുമതിയും നടന്നില്ല. അതിലുപരിയായി ഭക്ഷ്യധാന്യം എന്നുള്ള ആവശ്യം തന്നെ ഈ ചോർച്ചയ്ക്കനുസൃതമായി പരിമിതപ്പെടുത്തിയി

രുന്നു. അതിനാൽ ഭക്ഷ്യധാന്യം ഇറക്കുമതി ചെയ്യേണ്ടത് ഒരത്യാവശ്യ മായി ഉയർന്നുവന്നില്ല.

കോളനിഭരണം അടിച്ചേൽപ്പിച്ച 'ചോർച്ച' ഒരർഥത്തിൽ ഭക്ഷധാ ന്യങ്ങളുടെ ആവശ്യത്തെയും ലഭ്യതയെയും ഒരേസമയം പരിമിതപ്പെടു ത്തുകയായിരുന്നു. കാർഷികോൽപ്പാദനം പ്രതിശീർഷാടിസ്ഥാനത്തിൽ വർധിക്കാതിരിക്കുമ്പോൾ ഉള്ളതിന്റെ ഒരു ഭാഗം നാണ്യവിളകളായി കയറ്റി അയച്ചു. മറുഭാഗത്താകട്ടെ ഭക്ഷ്യധാന്യത്തിന്റെ ലഭ്യത കുറഞ്ഞു കൊണ്ടിരിക്കുകയുമായിരുന്നു. ഇതോടൊപ്പം മറ്റൊരു കാര്യകൂടി നടന്നു. തദ്ദേശവാസികളിൽ നിന്ന് പിഴിഞ്ഞെടുത്ത നികുതിവരുമാനമാണ് സാമ്പ ത്തികമായി മിച്ചമായി കരസ്ഥമാക്കിയത്. ഈ പിഴിഞ്ഞെടുക്കൽ നാട്ടിൽ ജനങ്ങളുടെ ഭക്ഷ്യധാന്യങ്ങളുടേതടക്കമുള്ള വാങ്ങൽശേഷിയെ പ്രതി കൂലമായി ബാധിച്ചു. ജനങ്ങളെ എല്ലാവിധത്തിലും പിഴിഞ്ഞുകൊണ്ടാണ് സമ്പദ്‌വ്യവസ്ഥ നിലനിന്നത്. ധനകാര്യരംഗത്ത് പിഴിച്ചിൽ നടന്നത് ഭാരിച്ച നികുതികൾ വഴിയായിരുന്നു. ഇതോടൊപ്പം ഇത്തരം ധനകാര്യപിഴിഞ്ഞെ ടുക്കലുകൾക്കനുസൃതമായി അധീശരാജ്യത്തിന്റെ ആവശ്യാനുസരണം കാർഷികോൽപ്പന്നങ്ങൾ തന്നെ കടത്തിക്കൊണ്ടുപോവുകയും ചെയ്തിരുന്നു. ഈ രീതിയിൽ ഭക്ഷ്യോൽപ്പന്നങ്ങൾ കടത്തിക്കൊണ്ടുപോയത് ഒരുതരം കച്ചവടവ്യവസ്ഥയിലൂടെയായിരുന്നു. ആ കച്ചവട വ്യവസ്ഥയുടെ ആജ്ഞാ നുസരണമാണ് ഇന്ത്യയിൽ കാർഷിക ഉൽപ്പന്നങ്ങൾ ഉണ്ടാക്കിയത്.

ഇങ്ങനെ പിഴിഞ്ഞെടുക്കപ്പെട്ടവരുടെ കൂട്ടത്തിൽ തൊഴിൽ നഷ്ട പ്പെട്ട കൈവേലക്കാർ, ചെറുകിട ഉൽപ്പാദകർ എന്നിവർ ഉൾപ്പെട്ടിരുന്നു. കർഷകരിൽനിന്ന് പിഴിഞ്ഞെടുത്ത നികുതിപ്പണത്തിൽ ഒന്നുംതന്നെ കാർഷികമേഖലയുടെ വളർച്ചക്കായി ചെലവാക്കിയിരുന്നില്ല. അതു കൊണ്ട് തൊഴിലില്ലായ്മ പെരുകി; വരുമാനനഷ്ടം ഉണ്ടായി. ഇത് നേരത്തെ സൂചിപ്പിച്ചതുപോലെ ജനങ്ങളുടെ വാങ്ങൽശേഷി കുറച്ചു, ഭൂമിയിൽ സമ്മർദം വർധിക്കുകയും പാട്ടംകൂടിവരികയും കൂലി കുറയു കയും ചെയ്തുകൊണ്ടിരുന്ന ഈയൊരവസ്ഥ കൃഷിക്കാരിൽ നല്ലൊരു ഭാഗത്തെ പാപ്പരാക്കി. എല്ലാ കൃഷിക്കാരും പാപ്പരായിട്ടില്ലെന്ന് ശരിയാണ്. എങ്കിലും വർധിച്ച നികുതിഭാരവും കാർഷികമേഖലയുടെ മുരടിപ്പും കൂടി ചേർന്നുള്ള സ്ഥിതി എല്ലാ കൃഷിക്കാരെയും പ്രതികൂലമായി ബാധിച്ചു. ഈ മുരടിപ്പ് മാറ്റിയെടുക്കുക എന്നത് ബ്രിട്ടീഷ് ഭരണത്തിന്റെ മുൻഗ ണന ആയിരുന്നില്ല. അവർ പഞ്ചാബിലെ കനാൽ കോളനികളിൽ കുറച്ച് തുക മുടക്കിയെന്നല്ലാതെ ജലസേചനത്തിനുവേണ്ടി കാര്യമായി ഒന്നും ചെയ്തില്ല. ബ്രിട്ടീഷ് നിലപാടിന്റെ പ്രധാന ഗുണഭോക്താക്കൾ ഭൂപ്രഭു ക്കർ, പണം ഇടപാടുകാർ, കച്ചവടക്കാർ എന്നിവരായിരുന്നു. ഈ ത്രയ ങ്ങൾ പലപ്പോഴും ഒന്നായി പ്രവർത്തിച്ചു. ചരക്കുൽപ്പാദന പ്രക്രിയ ഇവ രുടെ സ്ഥിതി മെച്ചപ്പെടുത്തി. അതേസമയം, കൃഷിക്കാരുടെ സ്ഥിതി കൂടു തൽ പരിതാപകരമായി. വിലത്തകർച്ചയുടെ കെടുതി കർഷകരിലേക്ക് തള്ളിവിട്ടപ്പോൾ വിലവർധനവിന്റെ നേട്ടങ്ങളൊന്നും അവർക്ക് ലഭിച്ചില്ല.

ഈ അവസ്ഥ കർഷകരുടെ കടഭാരം വർധിക്കാനിടയായി.

കാർഷിക കയറ്റുമതി ഉന്മുഖമായ ഈ പ്രതിഭാസം ഇന്ത്യയിലെ മാത്രം പ്രശ്നമായിരുന്നില്ല. ഉഷ്ണമേഖലയിലെ കോളനിരാജ്യങ്ങളി ലെല്ലാം ഇത് ബാധകമായിരുന്നു.

പത്തൊമ്പതാം നൂറ്റാണ്ടിന്റെ മുഖമുദ്രയായി മറ്റൊരു പ്രതിഭാസം കൂടി ഉണ്ടായിരുന്നു. ഇത് യൂറോപ്യന്മാരുടെ ലോകവ്യാപകമായ കുടി യേറ്റമാണ്. ഇക്കൂട്ടർ കുടിയേറിയേടത്തെല്ലാം തദ്ദേശിയരെ ആട്ടിയോട്ടി ക്കുകയും ഭൂമി കരസ്ഥമാക്കുകയും സമ്പന്ന രാജ്യങ്ങൾക്കു വേണ്ട ഉൽപ്പ ന്നങ്ങളുടെ കൃഷിയിൽ വ്യാപൃതരാവുകയും ചെയ്തു. ഈ പ്രതിഭാസം നഗരങ്ങളിലെ തൊഴിലില്ലായ്മ കുറയാൻ ഇടയാക്കി. അവിടങ്ങളിലെ അവ്യവസായീകരണത്തിന്റെ പ്രത്യാഘാതത്തെ കുറച്ചൊക്കെ ശമിപ്പി ക്കാനും സാധിച്ചു. മുതലാളിത്തം വരുത്തിവെച്ച അവ്യവസായീകരണ ത്തിന്റെ പ്രശ്നങ്ങൾ സ്വയം പരിഹരിക്കാനുള്ള കഴിവ് ആ വ്യവസ്ഥ യ്ക്കുതന്നെയുണ്ടെന്ന തോന്നൽ വരുത്താനും കഴിഞ്ഞു.

എന്നാൽ ഇത് തികച്ചും തെറ്റായ ഒരു ധാരണയായിരുന്നു. പ്രാന്ത പ്രദേശങ്ങളിൽ അവ്യവസായീകരണത്തിന്റെ പ്രശ്നങ്ങളും തൊഴിലില്ലാ യ്മയും പരിഹരിക്കപ്പെടുന്നില്ല. അപ്രതീക്ഷിതമല്ലെങ്കിലും പ്രാന്തപ്രദേ ശങ്ങളിലെ ഈ പ്രതിഭാസം ബൂർഷ്വാ എഴുത്തുകളിൽ പ്രതിഫലിച്ചി ട്ടില്ല. ആ അവഗണന ഇന്നും തുടരുകയാണ്.

കോളനി ഭരണകാലത്തെ ഉഷ്ണമേഖലാപ്രദേശങ്ങളിലെ അനുഭവം മുതലാളിത്തത്തിന്റെ അടിസ്ഥാന സ്വഭാവത്തിലേക്കാണ് വിരൽചൂണ്ടുന്നത്. ഇത് ഈ വിധമാണ്. മുതലാളിത്തം അതിനുവേണ്ട പ്രാഥമിക ഉൽപ്പന്നങ്ങ ളെല്ലാം ചുറ്റുപാടുള്ള കാർഷികമേഖലയിൽനിന്ന് സംഘടിപ്പിച്ചു. എന്നാൽ ഗ്രാമീണമേഖലയിലെ കാർഷിക വളർച്ചയ്ക്കായി തിരിച്ച് ഒന്നും നൽകിയില്ല. ഇതാകട്ടെ പ്രത്യക്ഷമോ പരോക്ഷമോ ആയ ബലപ്രയോഗത്തിലൂടെ യാണ് നടന്നത്. മാർക്സിന്റെ ഭാഷയിൽ മുതലാളിത്തം പ്രകൃതമായ മൂലധനസമ്പുരണ പ്രക്രിയയിൽ ഇടപെട്ടുകൊണ്ടിരിക്കുകയായിരുന്നു. സ്വാഭാവികമായും ഇവിടെ ഒരു ചോദ്യം ഉയർന്നുവരാം. എന്തുകൊണ്ട് മുതലാളിത്തത്തിൽ പ്രാന്തപ്രദേശങ്ങളിൽ കാർഷികാഭിവൃദ്ധി ഉണ്ടായില്ല?

കാർഷികോൽപ്പാദനം വർധിക്കണമെങ്കിൽ ഒന്നുകിൽ നിലവിലുള്ള കൃഷിരീതി തന്നെ തുടർന്നാൽ കൃഷ്ഭൂമിയുടെ വിസ്തീർണം വർധിക്ക ണം. ഇതിനായി വിളചേരുവയിൽ മാറ്റംവരുത്തി ഒരു ഹെക്ടറിൽ നിന്നുള്ള ഉൽപ്പാദനം വർധിപ്പിക്കാവുന്നതാണ്. ഉഷ്ണമേഖലാ രാജ്യങ്ങളിൽ കൃഷിഭൂമി ഇനിയും വിപുലപ്പെടുത്തുന്നതിന് പരിമിതികളുണ്ട്. ബഹു വിളകളിലൂടെ മൊത്തം വിളവിസ്തൃതി വർധിപ്പിക്കാനാണ് സാധ്യത കൂടു തൽ. ഇതിനാകട്ടെ, ജലസേചന സൗകര്യം മെച്ചപ്പെടുത്തണം. കാർഷി കോൽപ്പാദനവ്യവസ്ഥയിലെ ഉൽപ്പാദന സ്ഥിതി വെച്ചുനോക്കുമ്പോൾ ജലസേചന സൗകര്യം വികസിപ്പിക്കണമെങ്കിൽ സർക്കാരിന്റെ സഹായം ആവശ്യമാണെന്ന് കാണാം. പിന്നീട് സ്വകാര്യനിക്ഷേപം ഉണ്ടാകണമെ

ങ്കിലും ആദ്യം പൊതുനിക്ഷേപം ഉണ്ടാകണം. അതേപോലെ വിളചേരു വയിലും കൃഷിരീതിയിലും മാറ്റം വരുത്തണമെങ്കിൽ അതിനുവേണ്ട ഗവേ ഷണ–വികസന പ്രവർത്തനങ്ങളും നടക്കണം. ഇതാകട്ടെ, സർക്കാരിന്റെ മേൽനോട്ടത്തിൽ മാത്രം ചെയ്യാവുന്ന കാര്യമാണ്. പുതിയ കൃഷിരീതികൾ രൂപപ്പെട്ടുവന്നാൽ തന്നെ അവ ഉൾക്കൊണ്ട് നടപ്പാക്കണമെങ്കിൽ കൃഷി ക്കാർക്ക് അനുയോജ്യവും ചെലവുകുറഞ്ഞതുമായ വായ്പാസൗകര്യങ്ങൾ ഉണ്ടാക്കണം. ഇതിനുണ്ടാകുന്ന നടപടികൾ സർക്കാരാണ് സ്വീകരിക്കേണ്ടത്. കമ്പോളത്തിലുണ്ടാകുന്ന തിരിച്ചടികളിൽ നിന്ന് കൃഷിക്കാരനെ സംര ക്ഷിക്കാനും നടപടികൾ ഉണ്ടാകണം. ഇതും വലിയൊരു പരിധിവരെ സർക്കാരിന്റെ ഉത്തരവാദിത്വമാണ്. വിളചേരുവയിൽ മാറ്റം വരുത്തുമ്പോൾ സർക്കാരിന്റെ സംരക്ഷണം വേണ്ടതുണ്ട്. കാരണം ഇന്ന് വിലയ വില പ്രതീക്ഷിക്കുന്ന ഉൽപ്പന്നങ്ങൾക്ക് നാളെ കാര്യമായ വിലത്തകർച്ച തന്നെ യുണ്ടാവാം. ചുരുക്കത്തിൽ കാർഷികോൽപ്പാദനവ്യവസ്ഥയിൽ ഉൽപ്പാ ദനം വർധിക്കണമെങ്കിൽ സർക്കാരിന്റെ സഹായം കൂടിയേ തീരൂ.

എന്നാൽ കാർഷികോൽപ്പാദന വ്യവസ്ഥ ബൂർഷ്വാ ഭരണകൂട ത്തിന്റെ നിയന്ത്രണത്തിലാവുമ്പോൾ സ്വാഭാവികമായും അത് സ്വതന്ത്ര കച്ചവടത്തിന്റെയോ നവലിബറൽ നയങ്ങളുടെയോ ഭാഗമായാണ് പ്രവർത്തിക്കുക. അപ്പോൾ സർക്കാർ സഹായം അസാധ്യമാകും. അതു കൊണ്ടു തന്നെ സ്വതന്ത്രകച്ചവടത്തിനും നവലിബറൽ ഇടപാടുകൾക്കും കീഴിൽ കാർഷികോൽപ്പാദനവ്യവസ്ഥ മുരടിക്കാനാണ് സാധ്യത. കൊളോണിയൽ കാലഘട്ടത്തിൽ ഇതാണ് കൃത്യമായി സംഭവിച്ചത്. അതുകൊണ്ടുതന്നെയാണ് സമകാലീന മുതലാളിത്തത്തിന് കീഴിൽ ആവർത്തിക്കുന്നത്. ഇതിന് വിപരീതമായി ഇന്ത്യയിലെ ബൂർഷ്വാസി നേതൃത്വം നൽകിയ നിയന്ത്രിതകമ്പോളവ്യവസ്ഥയുടെ കാലത്ത് ഭരണ കൂട ഇടപെടൽ ഗണ്യമായി വർധിക്കുകയും ചെയ്തിട്ടുണ്ട്. നിയന്ത്രിത കമ്പോളമയം മുകളിൽനിന്നുള്ള ഭൂപ്രഭു മുതലാളിത്തത്തെയും താഴെ നിന്നുള്ള കാർഷിക മുതലാളിത്തത്തെയും പ്രോത്സാഹിപ്പിച്ചിരുന്നു. മുത ലാളിത്തവൽക്കരണ പ്രക്രിയ നാട്ടിൻപുറങ്ങളിലും വ്യാപിപ്പിക്കുക എന്ന തന്ത്രത്തിന്റെ ഭാഗമായിരുന്നു ഇത്. എങ്കിലും കൊളോണിയൽ കാലഘ ട്ടത്തിലെ കാർഷിക മുരടിപ്പ് ഇല്ലാതാക്കാൻ നിയന്ത്രിത കമ്പോള കാലത്ത് കഴിഞ്ഞിരുന്നു. എന്നാൽ, പഴയ കൊളോണിയൽ സ്ഥിതിയിലേക്കാണ് ഇന്നത്തെ നവലിബറൽ നടപടികൾ കാര്യങ്ങളെ എത്തിച്ചിരിക്കുന്നത്.

മുകളിൽ പറഞ്ഞ മൂന്ന് ഘട്ടങ്ങളെയും പ്രത്യേകം പരിശോധിക്കു ന്നതിന് മുമ്പ് ഒരുകാര്യംകൂടി വ്യക്തമാക്കേണ്ടതുണ്ട്. സ്വതന്ത്രകച്ചവടം, നവലിബറലിസം, നിയന്ത്രിത വിപണിവ്യവസ്ഥ എന്നിവയൊക്കെ വിവ രണാത്മകമായ വർഗീകരണം മാത്രമാണ്. ഈ വിഭജനം ഭരണകൂട ത്തിന്റെ വർഗസ്വഭാവത്തെക്കുറിച്ച് ഒന്നും വെളിപ്പെടുത്തുന്നില്ല. അതു കൊണ്ട് അവയെ വാക്യാർഥത്തിൽ പരിഗണിച്ചാൽ മറ്റൊട്ടേറെ തെറ്റി ദ്ധാരണകൾക്ക് ഇടയാക്കിയേക്കാം. ഉദാഹരണത്തിന് കൊളോണിയൽ

ഭരണകൂടം നടപ്പാക്കിയ സ്വതന്ത്ര കച്ചവടനയം എന്നു പറയുമ്പോൾ ഭരണ കൂടവും ബ്രിട്ടീഷ് മൂലധനവും പ്രത്യേകിച്ച് ബ്രിട്ടീഷ് മൂലധനവും തമ്മിൽ നല്ല തോതിൽ ഉദ്ഗ്രഥനം നടന്നിരുന്നു. അതേപോലെ സമകാലീന നവ ലിബറൽ നയങ്ങൾക്കും കൃത്യമായ വർഗ അടിത്തറ ഉണ്ട്. അത് അന്താ രാഷ്ട്ര ധനമൂലധനത്തിന്റെ മേൽക്കോയ്മയുമായി ബന്ധപ്പെട്ടതാണ്. ഈ മേൽക്കോയ്മയോടാണ് ഇന്ത്യൻ മൂലധനത്തിന്റെ അധിപന്മാരെല്ലാം ബന്ധപ്പെട്ടിരിക്കുന്നത്. മൂലധനത്തിന്റെ താൽപ്പര്യാർഥമാണ് ഭരണകൂ ടം 'നവലിബറൽ' നയങ്ങൾ നടപ്പിലാക്കിക്കൊണ്ടിരിക്കുന്നത്. ഇത്തരം നയങ്ങളെ അതുകൊണ്ടുതന്നെയാണ് 'ഭരണകൂടം പിൻവലിയുന്നു' എന്ന രീതിയിൽ കാണരുത്. അത്തരം ഒരു പ്രചരണം ബൂർഷ്വാ എഴുത്തുകാ രിൽ സാധാരണ കണ്ടുവരുന്നുണ്ട്. അവയൊക്കെ വർഗതാൽപ്പര്യങ്ങൾ സംരക്ഷിക്കാനുള്ള നടപടികളാണ്. ബൂർഷ്വാ എഴുത്തുകാർ സർക്കാ രിന്റെ നവലിബറൽ നയങ്ങളിലുള്ള ഇത്തരം വർഗപരമായ ഉള്ളടക്കത്തെ മറച്ച് പിടിക്കുകയും 'ഭരണകൂടമോ കമ്പോളമേ' (State Vs Market) എന്നിങ്ങനെയുള്ള അമൂർത്തമായ പ്രസ്താവനകൾ നടത്തുകയുമാണ്.

ഭരണകൂട ഇടപെടലിനെ ധനമൂലധനം അനുകൂലിക്കുന്നത് സ്വന്തം താൽപ്പര്യങ്ങൾക്ക് സംരക്ഷിക്കാൻ മാത്രമാണ്. അതാകട്ടെ 'സമൂഹ ത്തിന്റെ താൽപ്പര്യാർഥ'മെന്ന് വരുത്തിത്തീർക്കാനുള്ള ശ്രമമാണ്. നിക്ഷേപം, പൊതുചെലവ്, ഉൽപ്പാദനം, വലിയതോതിലുള്ള തൊഴിൽ പ്രതിരോധം, കർഷകരുടെയും നാമമാത്ര കൃഷിക്കാരുടെയും സംര ക്ഷണം എന്നീ കാര്യങ്ങളിലൊന്നും ഭരണകൂടം ഇടപെടുന്നത് ധനമൂല ധനത്തിന് ഇഷ്ടമല്ല. അത് എപ്പോഴും 'മെച്ചപ്പെട്ട ധനസ്ഥിതി' (ദേശീയ വരുമാനവും ധനകമ്മിയും തമ്മിലുള്ള അനുപാതം കുറച്ചുകൊണ്ടുവ രുന്ന അവസ്ഥ)ക്കായി നിലകൊള്ളുന്നു. സ്വകാര്യനിക്ഷേപത്തിന് കൃത്യ മായ ലാഭം ഉറപ്പാക്കുന്ന തരത്തിൽ സ്റ്റേറ്റ് ഗ്യാരണ്ടി ചെയ്യുന്നതിനുവേണ്ടി നിലകൊള്ളുന്നു. അതേസമയം പൊതുനിക്ഷേപമാണെങ്കിൽ നിശ്ചിത ശതമാനം ലാഭമുണ്ടാകണമെന്ന് നിഷ്കർഷിക്കുന്നു. അനുയോജ്യമായ രാജ്യാതിർത്തി വിട്ടുകൊണ്ടുള്ള(രാഷ്ട്രാന്തരീയമായോ, സാമ്രാജ്യത്വ രാജ്യങ്ങൾ ലോക വിപണിയെ പകുത്തെടുക്കുന്നതിന്റ അടിസ്ഥാനത്തി ലോ) മൂലധന ഒഴുക്കിനായി നിലകൊള്ളുന്നു. ഇതിൽത്തന്നെ സ്വതന്ത്ര വ്യാപാര രൂപത്തിലുള്ളവയെ പ്രത്യേകിച്ചും. പൊതുതാൽപ്പര്യാർഥം ഭരണകൂടം കമ്പോളത്തിൽ ഇടപെടുന്നതിനെയും ധനമൂലധനം എതിർക്കുന്നു. ഈ കാര്യങ്ങളിലെല്ലാം കൊളോണിയൽ ഇന്ത്യയിൽ നട പ്പാക്കിയിരുന്ന നവലിബറൽ എന്നുവിളിക്കുന്ന സമകാലീന മുതലാളി ത്തത്തിലെ നയങ്ങളും തമ്മിൽ ഒട്ടേറെ സാദൃശ്യം പ്രകടമാണ്. ഇവിടെ ഊന്നിപ്പറയാൻ ഉദ്ദേശിക്കുന്നത് ധനമൂലധനത്തിന്റെ മേൽക്കോയ്മ കാർഷികോൽപ്പാദന വ്യവസ്ഥയിലെ മുരടിപ്പ് ശക്തിപ്പെടുത്തുന്ന നയ ങ്ങളുമായി കെട്ടുപിണഞ്ഞുകിടക്കുന്നു എന്ന കാര്യമാണ്. ഇങ്ങനെ പറ യുമ്പോൾ ധനമൂലധനത്തിന്റെ ആവിർഭാവത്തിനുശേഷം മാത്രമാണ്.

കാർഷികോൽപ്പാദനവ്യവസ്ഥയിലെ മുരടിപ്പ് കൊളോണിയൽ കാലഘ ട്ടത്തിന്റെ ആദ്യ ഘട്ടത്തിൽത്തന്നെ ആരംഭിച്ചിരുന്നു. എന്നാൽ അടുത്ത കാലത്ത് ധനമൂലധനത്തിന്റെ സ്വാധീനത്താൽ കാർഷികോൽപ്പാദന വ്യവ സ്ഥയിലെ മുരടിപ്പ് ശക്തിപ്പെടുത്തുന്ന നയങ്ങൾ ഏകോപിപ്പിക്കാനും സ്ഥാപനവൽക്കരിക്കുന്നതിനും സഹായിച്ചിട്ടുണ്ട്. ചുരുക്കത്തിൽ, ധന മൂലധനത്തിന്റെ അധീശത്വം കാർഷികോൽപ്പാദന വ്യവസ്ഥയിലെ മുരടിപ്പ് വർധിപ്പിക്കാനുള്ള ഒരു മതിയായ ഘടകമാണ്.

ഇവിടെ ഉദാരീകരണത്തിന്റെ രണ്ടു ഘട്ടങ്ങൾക്കുമേൽ (കൊളോണി യൽ കാലവും നവലിബറൽ കാലവും) ഉണ്ടായിരുന്ന നിയന്ത്രിത കമ്പോള വ്യവസ്ഥയിലെ സാമ്പത്തികനയങ്ങളും പരിശോധിക്കേണ്ടതുണ്ട്. മൂന്നാം ലോകരാജ്യങ്ങളിൽ നടപ്പാക്കിയ നിയന്ത്രിത കമ്പോളവ്യവസ്ഥയും വിക സിത രാജ്യങ്ങളിൽ നടപ്പാക്കിയ കെയിനീഷ്യൻ ചോദന പരിപാലനന യങ്ങളും യുദ്ധാനന്തര ഘട്ടത്തിന്റെ ഭാഗമായിരുന്നു. ധനമൂലധനത്തിന്റെ സ്വാധീനം കുറയുകയും തൊഴിലാളിവർഗത്തിന്റെ നിലപാടുകൾ ശക്തി പ്പെടുകയും ചെയ്ത കാലമായിരുന്നു അത്. വികസിത രാജ്യങ്ങളിലെ ധനമൂലധനം ഇക്കാലത്ത് ഒട്ടേറെ ഇളവുകൾ അനുവദിക്കാൻ നിർബന്ധി ക്കപ്പെട്ടിരുന്നു. അപകോളനീകരണം തന്നെ നല്ലൊരു ഉദാഹരണമാണ്.

സോഷ്യലിസ്റ്റ് ക്യാമ്പിന്റെ ഗണ്യമായ വളർച്ച, മാറ്റത്തിനുവേണ്ടിയുള്ള ജനാഭിലാഷം എന്നിവയൊക്കെ പ്രധാനമായിരുന്നു. വികസിത രാജ്യങ്ങ ളിലെ തൊഴിലാളികൾക്കിടയിലെ സോഷ്യൽ ഡെമോക്രാറ്റിക് രാഷ്ട്രീ യത്തിലൂടെ ഇത് ഏറെ പ്രകടവുമായിരുന്നു. അപകോളനീകരണത്തി നുശേഷം നിലവിൽവന്ന നിയന്ത്രിത വിപണി വ്യവസ്ഥ സാമ്രാജ്യത്വ ത്തിൽനിന്ന് താരതമ്യേന സ്വതന്ത്രവും സോവിയറ്റ് യൂണിയനുമായി സഹ കരിക്കുന്നതുമായ ബൂർഷ്വാ വികസന നയങ്ങൾ തുടരാനാണ് ശ്രമിച്ചത്. താര തമ്യേന സ്വതന്ത്രമായ ഈ ദേശീയ ബൂർഷ്വാ വികസന പാതയ്ക്ക് നഗ രമുതലാളിത്തത്തിന്റെ കടന്നാക്രമണത്തിൽനിന്ന് കാർഷികോൽപ്പാദന വ്യവസ്ഥയെ സംരക്ഷിക്കേണ്ടിയിരുന്നു. ദേശീയ ബൂർഷ്വാസിയുടെ സാമൂ ഹികാടിത്തറ വിപുലപ്പെടുത്താനും ഒരു സന്തുലനം നിലനിർത്തുന്നതിനും ഇത് ആവശ്യമായിരുന്നു. അതിനാൽ കാർഷിക വ്യാപാരത്തിൽ അളവു പരമായ നിയന്ത്രണമേർപ്പെടുത്തിയിരുന്നു. ധാരാളം വിളകൾക്ക് മെച്ച പ്പെട്ട വില നൽകിയുള്ള സംഭരണനയങ്ങളുണ്ടായിരുന്നു. കാർഷിക കടം അനുവദിക്കാൻ ബാങ്കുകൾക്ക് നിർദേശമുണ്ടായിരുന്നു. നല്ലൊരുഭാഗം കാര്യങ്ങൾ സർക്കാർ നിയന്ത്രണത്തിലായിരുന്നു. ഗവേഷണ–വിപുലീ കരണ പ്രവർത്തനങ്ങളിൽ മുന്നേറ്റമുണ്ടായിരുന്നു. പലതരം അത്യുൽപ്പാ ദന വിത്തിനങ്ങൾ വികസിപ്പിക്കാനും പ്രചരിപ്പിക്കാനും കഴിഞ്ഞിരുന്നു.

ഈ നടപടികൾ കാർഷിക സമ്പദ്‌വ്യവസ്ഥയിൽ തന്നെ വ്യത്യസ്ത വർഗങ്ങളിൽ വ്യത്യസ്ത പ്രതിഫലനമാണ് ഉണ്ടാക്കിയത്. മുതലാളിത്ത ലോകത്തുനിന്ന് ഉയർന്നുവന്ന പ്രവണതകളെ പ്രതിരോധിക്കുമ്പോൾ തന്നെ നിയന്ത്രിത വിപണിവ്യവസ്ഥയ്ക്ക് ഗ്രാമപ്രദേശങ്ങളിൽ മുതലാ

ളിത്തം പ്രചരിപ്പിക്കുക എന്ന ലക്ഷ്യവുമുണ്ടായിരുന്നു. കാർഷിക മുതലാളി ത്തത്തെയും ഭൂപ്രഭു മുതലാളിത്തത്തെയും കൂട്ടിച്ചേർത്ത് ഇത് നടപ്പാക്കാ നാണ് ശ്രമിച്ചത്. കാർഷികമേഖലയിൽ വിവിധ രീതിയിൽ പ്രതിഫലനമുണ്ടാ ക്കിയപ്പോൾത്തന്നെ ഇക്കാലത്ത് കാർഷികോൽപ്പാദനം അതിൽതന്നെ ഭക്ഷ്യധാന്യങ്ങളുടെ ഉൽപ്പാദനം ഗണ്യമായി വർധിച്ചു എന്നത് വസ്തു തയാണ്. ബ്രിട്ടീഷ് ഭരണത്തിൻകീഴിൽ സ്വാതന്ത്ര്യ ലബ്ധിയുടെ കാലത്ത് 250 കിലോഗ്രാമായിരുന്ന പ്രതിശീർഷ ഭക്ഷ്യ ലഭ്യത 1980 കളുടെ അവ സാനമാകുമ്പോഴേക്കും 180 കിലോഗ്രാമായി വർധിച്ചിരുന്നു. ഇതുവഴി ഈ നൂറ്റാണ്ടിന്റെ തുടക്കത്തിലെ അവസ്ഥയിലേക്ക് ഭക്ഷ്യധാന്യലഭ്യത എത്തിയില്ലെങ്കിൽപോലും കോളനിഭരണകാലത്തെ പ്രവണതയിൽനിന്നു മുള്ള നിശ്ചിതമായ തിരിച്ചുപോക്ക് ഇക്കാലത്തുണ്ടായി.

നവലിബറൽ കാലത്ത് കാർഷികോൽപ്പാദന വ്യവസ്ഥയിൽ ഭരണ കൂടത്തിന്റെ പങ്കിൽ പൂർണമായ തിരിച്ചുപോക്കാണുണ്ടായതെന്നതിൽ സംശയമില്ല. ഭരണകൂടം അന്താരാഷ്ട്ര ധനമൂലധനത്തിന്റെ താൽപ്പര്യ ങ്ങൾക്ക് കൂടുതൽ വിധേയമായി. അതിന്റെ ഭാഗമായി താരതമ്യേന സ്വത ന്ത്രമായ വികസനപാത ഇന്ത്യയിലെ വൻകിട ബൂർഷ്വാസി അവസാനി പ്പിച്ചു. അത് ധനമൂലധനവുമായി കൂടുതൽ ഉദ്ഗ്രഥിക്കപ്പെട്ടു. ഇത് കാർഷിക വളർച്ചയിൽ മാറ്റങ്ങളുണ്ടാക്കി. കാർഷികോൽപ്പാദനവ്യവസ്ഥ ഒരിക്കൽക്കൂടി കുഴപ്പത്തിലേക്ക് നീങ്ങി. കൃഷിക്കുള്ള സ്ഥാപന വായ്പ ഏതാണ്ട് അവസാനിച്ചു. അളവുപരമായ വ്യാപാര നിയന്ത്രണങ്ങൾ വേണ്ടെന്നുവെച്ചു. സർക്കാർ മേൽനോട്ടത്തിൽ നടന്ന വിപുലീകരണ പ്രവർത്തനങ്ങൾ അക്ഷരാർഥത്തിൽ അടച്ചുപൂട്ടി. വിള ബോർഡുകളുടെ (റബർ ബോർഡ് മുതലായവ) നേതൃത്വത്തിലുള്ള വിപണന പ്രവർത്ത നങ്ങൾ ഒഴിവാക്കി. കൃഷിക്കാർക്ക് ഭേദപ്പെട്ട വിലനൽകി ഉൽപ്പന്നങ്ങൾ സംഭരിക്കുന്ന പ്രവർത്തനങ്ങൾപോലും ക്രമത്തിൽ നിലച്ചുപോയി. ഭക്ഷ്യ ധാന്യങ്ങളുടെ കാര്യത്തിലാണെങ്കിൽ പൊതുവിതരണ സംവിധാനം പിറ കോട്ടടിച്ചു. കാർഷികോൽപ്പാദന വ്യവസ്ഥയ്ക്കുള്ള സർക്കാർ സംര ക്ഷണം അവസാനിപ്പിച്ചു. അതിനുള്ള സർക്കാർവക പ്രചോദനങ്ങൾ വേണ്ടെന്നുവെച്ചു. ആഗോളവിപണിയിൽ ഉണ്ടാകുന്ന മാറ്റങ്ങളിൽനിന്ന് കാർഷികോൽപ്പാദന വ്യവസ്ഥയെ പ്രതിരോധിക്കാനുള്ള നടപടി കൾപോലും പിൻവലിച്ചു.

തുടർന്നുണ്ടായ കാർഷിക മുരടിപ്പ് കൊളോണിയൽ കാലത്തേതു പോലെ തന്നെ പ്രതിശീർഷ ഭക്ഷ്യലഭ്യതയിൽ കുറവുവരുത്തി. അതു കൊണ്ട് നടപ്പ് നൂറ്റാണ്ട് ആരംഭിച്ചപ്പോൾതന്നെ അത് രണ്ടാം ലോകയുദ്ധ കാലത്തേതിന് തുല്യമായി. ഇവിടെ ഒരു പ്രസക്ത ചോദ്യം ഉയർന്നുവ രുന്നു. കോളനി ഭരണകാലത്തെ 'ചോർച്ച' കാലത്തുണ്ടായ മൂലധന ചോർച്ചയാണ് കാർഷികോൽപ്പാദനം മുരടിച്ചപ്പോൾ കാർഷിക കയറ്റുമ തിയിലൂടെ നടന്ന പിഴിച്ചിലിന്റെ രൂപത്തിൽ സംഭവിച്ചത്. ഇതിന്റെ പരി ണതഫലം ഭക്ഷ്യലഭ്യതയിൽ ഉണ്ടായ കുറവുതന്നെ. അതല്ലെങ്കിൽ

കൊളോണിയൽ ഭരണത്തിന്റെ രാഷ്ട്രീയ നിയന്ത്രണ സാധ്യതകൾ ഉപ യോഗിച്ച് വൻകിടക്കാർ സാമ്പത്തിക മിച്ചം ഊറ്റിയെടുക്കുകയായിരുന്നു. എന്നാൽ കൊളോണിയൽ കാലത്തിനുശേഷം അത്തരം രാഷ്ട്രീയ നിയ ന്ത്രണം നിലനിൽക്കുന്നില്ല. എന്നിട്ടും കാർഷിക കയറ്റുമതിയിലൂടെയുള്ള പിഴിയലും പ്രതിശീർഷ ഭക്ഷ്യലഭ്യതക്കുറവും ഉണ്ടാവുന്നതെങ്ങനെ യാവാം? ഇക്കാര്യം വിശദമായി ചർച്ച ചെയ്യേണ്ടതുണ്ട്.

നവലിബറൽ നയങ്ങൾ കാർഷികമേഖലയുടെ പിന്നോട്ടടിക് ആക്കം കൂട്ടിയപ്പോൾത്തന്നെ ജനസംഖ്യയിൽ വലിയൊരു ഭാഗത്തിന്റെ വരുമാനം ചുരുക്കുന്ന നടപടിയും നടപ്പാക്കിയിരുന്നു. ഇത് വലിയൊരു ഭാഗം ജന ങ്ങളുടെ വാങ്ങൽ ശേഷി ചോർത്തിക്കളയുന്നതിനും വാങ്ങൽ കഴിവ് കുറ യുന്നതിനും ഇടയാക്കി. കൊളോണിയൽ കാലത്തെ 'ചോർച്ച' ഉണ്ടാക്കിയ അതേ കാര്യം തന്നെയാണ് ഇവിടെയും നടന്നത്. ഇങ്ങനെ പറയുമ്പോൾ ഈ രണ്ടു പ്രക്രിയയും ഒരുപോലെയായിരുന്നില്ല നടപ്പാക്കിയത്. അവ വ്യത്യ സ്തമായിരുന്നു. ഒന്ന് കാർഷികോൽപ്പന്ന കയറ്റുമതിക്കുള്ള സൗജന്യം എടുത്തു കളഞ്ഞതാണെങ്കിൽ മറ്റേത് അതേ രീതിയിൽ ആയിരുന്നില്ല. എങ്കിലും ഉൽപ്പാദന മുരടിപ്പ് അനുഭവപ്പെടുമ്പോൾ കാർഷികോൽപ്പന്നങ്ങളുടെ പ്രാദേശികമായ ലഭ്യത പരിമിതപ്പെടുത്തുന്നതിൽ 'ചോർച്ച' കാലവും ഇന്നത്തെ നവലിബറൽ കാലവും ഒരേ രീതിയിലാണ് പ്രവർത്തിച്ചത്.

നവലിബറൽ നയങ്ങൾ വിവിധങ്ങളായ നടപടികളാണ് പണച്ചുരു ക്കലിനായി നടപ്പാക്കിയത്. ഇതിൽ ഏറ്റവും പ്രധാനം ഗ്രാമങ്ങളിലേക്കുള്ള പൊതുചെലവ് വെട്ടിക്കുറച്ചതാണ്. ഇതിന്റെ ഫലമായി ഗ്രാമീണരുടെ ക്രയശേഷി ഗണ്യമായി കുറഞ്ഞു. ഭരണകൂടം പൊതുചെലവുകൾ നട ത്തുന്നതിനെ ധനമൂലധനം എതിർത്തിരുന്ന കാര്യം നേരത്തെ സൂചിപ്പി ച്ചല്ലോ. രണ്ടുതരം നടപടികളിലൂടെയാണ് ഇത് നടപ്പാക്കാൻ ശ്രമിച്ചത്. ഒന്നാമത്തേത്, ദേശീയ വരുമാനത്തിൽനിന്നുള്ള നികുതിയുടെ അനു പാതം കുറച്ചുകൊണ്ടായിരുന്നു. മുതലാളിമാർക്ക് അനുവദിച്ച നികുതി യിളവിലൂടെയായിരുന്നു കുറവ് വരുത്തിയത്. 'നിക്ഷേപസൗഹൃദ' അന്ത രീക്ഷം സൃഷ്ടിക്കുന്നതിന്റെ പേരിലായിരുന്നു ഈ നടപടി. ഒപ്പം തന്നെ ഇറക്കുമതി ചുങ്കം ഗണ്യമായി കുറയ്ക്കുകയോ വേണ്ടെന്ന് വെക്കുകയോ ചെയ്തു. എക്സൈസ് ഡ്യൂട്ടി വർധിപ്പിക്കാനുള്ള സർക്കാരിന്റെ അധി കാരം വ്യാപാര ഉദാരീകരണത്തിന്റെ ഭാഗമായി നിയന്ത്രിച്ചു.

രണ്ടാമതായി, ധനലത്തവാദിതനിയമം വഴി നടപ്പാക്കാൻ ശ്രമിച്ച 'മെച്ചപ്പെട്ട ധനകാര്യസ്ഥിതി'യാണ്. നികുതിവരുമാനം കുറയ്ക്കുക വഴി സർക്കാരിന്റെ പൊതുചെലവുകളും കുറയ്ക്കുന്നുണ്ടെന്ന് ഉറപ്പുവരുത്തു കയായിരുന്നു ഈ നിയമം വഴി ചെയ്തത്. എന്നാൽ ധനമൂലധനത്തിനോ ബൂർഷ്വാസിക്ക് പൊതുവിലോ ഗുണകരമായ സർക്കാർ ചെലവുകൾ വെട്ടിക്കുറച്ചിരുന്നില്ല. അധ്വാനിക്കുന്നവരെ, അതിൽ തന്നെ അധ്വാനിക്കുന്ന ഗ്രാമീണരെ ലക്ഷ്യമാക്കിയുള്ള ചെലവുകളാണ് കുറച്ചത്. ദേശീയ വരു മാനത്തിന്റെ അനുപാതത്തിൽ കണക്കാക്കിയാൽ ഇന്ത്യയിലെ ഗ്രാമവി

കസന ചെലവുകൾ നവലിബറൽ കാലത്ത് പൊതുവിൽ കുറയുകയാ
യിരുന്നു; ഈയിടെയായി അൽപ്പം വർധനയുണ്ടായിട്ടുണ്ടെങ്കിലും.

പണച്ചുരുക്കത്തിനുള്ള രണ്ടാമത്തെ നടപടി അവ്യവസായീകരണ
ത്തിന്റെതായിരുന്നു. ഇക്കാലത്തെ എല്ലാ രംഗങ്ങളിൽനിന്നും (വ്യവസാ
യത്തിൽനിന്നടക്കം) ചെറുകിടക്കാരെ ഒഴിവാക്കുന്നതിന്റെ പൊതുമാന
ത്തിൽ കാണേണ്ടതുണ്ട്. സ്വയംതൊഴിൽ ചെയ്തിരുന്ന ചെറുകിട, നാമ
മാത്ര വിഭാഗത്തിൽപ്പെട്ടവരെ പുറംതള്ളിക്കൊണ്ടുള്ള വൻകിട ഷോപ്പിങ്
മാളികകൾ ഇന്നത്തെ നാട്ടുനടപ്പായി കഴിഞ്ഞു. ഇതിന്റെ പരിണതഫല
മാകട്ടെ, ജനങ്ങൾക്കിടയിലെ പണച്ചുരുക്കവും വാങ്ങൽശേഷിയിലെ
തകർച്ചയുമാണ്.

മൂന്നാമത്തെ ഘടകം (ഇത് രണ്ടാമത്തേതുമായി ബന്ധപ്പെട്ടതാണ്)
കാർഷികോൽപ്പന്നങ്ങളുടെയും ചെറുകിട ഉൽപ്പാദനരംഗത്തെ ഉൽപ്പന്ന
ങ്ങളുടെയും വിപണനം ബഹുരാഷ്ട്ര കമ്പനികളും ഇന്ത്യയിലെ തന്നെ
വൻകിട കുത്തകകളും ഏറ്റെടുക്കുന്നു എന്നതാണ്. ഇതിന്റെ ഫലമായി
ഒരു ഭാഗത്ത് ധാരാളം ചെറുകിട–ഇടത്തരം കച്ചവടക്കാർ ഏതാനും
വൻകിടക്കാരാൽ പുറംതള്ളപ്പെടുന്നു. ഇതിന്റെ ഫലമായി കച്ചവട
രംഗത്തെ ലാഭം ഏതാനും പേരിലേക്ക് മാത്രം കേന്ദ്രീകരിക്കുന്നു. ഒപ്പം
ലാഭനിരക്കും വർധിക്കുന്നു. അതായത്; ഉൽപ്പാദകരിൽനിന്ന് വൻകിടക്കാ
രിലേക്ക് വരുമാനം പുനർവിതരണം ചെയ്യപ്പെടുകയാണ്. രണ്ടായാലും
ചെറുകിടക്കാരിലും കൃഷിക്കാരിലും എത്തുന്ന കൈമാറ്റ വരുമാനം കുറ
യുകയും അവരുടെ ക്രയശേഷി ദുർബലപ്പെടുകയുമാണ്.

നാലാമത്തേത്, സമൂഹത്തിലെ വരുമാന വിതരണത്തിൽ വന്നുകൊ
ണ്ടിരിക്കുന്ന തകർച്ചയാണ്. മുതലാളിത്ത ഉൽപ്പാദന പ്രക്രിയയിൽ ലാഭ
ത്തിന്റെ നിരക്ക് ഉയരുകയാണ്. ഇതിനുവേണ്ടി മറുഭാഗത്ത് കൂലി കുറച്ചു
കൊണ്ടിരിക്കയാണ്. ഇന്ത്യയിലെ സംഘടിത മേഖലയിൽ പുതുതായി
സൃഷ്ടിച്ച വരുമാനത്തിൽ കൂലി അനുപാതം നവലിബറൽ കാലത്ത്
ഗണ്യമായി കുറയുകയായിരുന്നു എന്ന കാര്യം ശ്രദ്ധേയമാണ്. അത്
മൊത്തം മൂല്യവർധനവിന്റെ പതിനഞ്ച് ശതമാനം എന്ന ഏറ്റവും താഴ്ന്ന
നിരക്കിലേക്ക് എത്തിയിരിക്കുന്നു. അമേരിക്കയടക്കമുള്ള വൻകിട രാജ്യ
ങ്ങളിൽ ഏതാണ്ട് എല്ലായിടത്തും നവലിബറൽ കാലത്ത് ഇതേ സ്ഥിതി
യായിരുന്നു. ലാഭവിഹിതത്തിലുണ്ടാകുന്ന വർധനവിനൊപ്പം യാദൃച്ഛിക
മായിട്ടെങ്കിലും തൊഴിലവസരങ്ങൾ വർധിച്ചിരുന്നെങ്കിൽ (റിക്കാർഡിയൻ
ധനശാസ്ത്രം പറയുന്നതുപോലെ) തൊഴിലാളികൾക്കിടയിലുണ്ടായിരുന്ന
വരുമാന ചോർച്ച ഒഴിവാക്കാമായിരുന്നു. എന്നാൽ തൊഴിലാളികളുടെ
ഉൽപ്പാദനക്ഷമതയിൽ വൻവർധനവുണ്ടാകുന്ന അവസരത്തിൽ (അ
താണ് ലാഭവിഹിതം വർധിച്ചതിന്റെ കാരണം) തന്നെ തൊഴിലില്ലാപ്പട
യിൽ കുറവൊന്നുമുണ്ടാകുന്നില്ല. ഇതിന്റെ ഫലം അധ്വാനിക്കുന്ന ജന
വിഭാഗത്തിന്റെ കേവലമായ പാപ്പരീകരണം തന്നെയാണ്. ഒരു ഭാഗത്ത്
തൊഴിലാളികളുടെ യഥാർഥ വരുമാനം വർധിക്കുന്നില്ല. മറുഭാഗത്താകട്ടെ,

തൊഴിലില്ലായ്മ വർധിക്കുകയും ചെയ്യുന്നു. ഇത് പ്രതിശീർഷ വരുമാ
നവും വാങ്ങൽശേഷിയും കേവലമായിത്തന്നെ തകർക്കുന്നു. ഇതിന്റെ
ഫലമായി സ്വദേശിയും വിദേശിയുമായ മുതലാളിത്തത്തിന് അവിടങ്ങ
ളിലെ മുരടിച്ച കാർഷികോൽപ്പാദനവ്യവസ്ഥയ്ക്ക് വലിയൊരു കയറ്റു
മതി സാധ്യമാക്കുന്നു.

വാങ്ങൽശേഷി കുറയുന്നതുമായി ബന്ധപ്പെട്ട് ഇതിനകം വിശദീക
രിച്ച ഘടകങ്ങളിൽ നാലാമത്തേത് 'മൂലധന'ത്തിന്റെ സാധാരണമായ
ഒരു സ്വരൂപണ രീതിയാണെങ്കിൽ രണ്ടും മൂന്നും പ്രാകൃതമായ സ്വരൂപ
ണവുമായി ബന്ധപ്പെട്ടതാണ്. ഒന്നാമത്തേതിൽ രണ്ടിന്റെയും അംശങ്ങ
ളുണ്ട്. പൊതുചെലവിലെ വെട്ടിക്കുറവ് മുതലാളിത്ത ഉൽപ്പാദനപ്രക്രി
യയിൽ നിയോഗിക്കപ്പെട്ട തൊഴിലാളികളുടെ ക്രയശേഷി വെട്ടിക്കുറ
യ്ക്കുന്നു. അത് സാമ്പത്തിക മിച്ചത്തിന്റെ അനുപാതം വർധിപ്പിക്കുന്നു
– ഈ നിലയ്ക്ക് സാധാരണ രീതിയിലുള്ള മൂലധന സ്വരൂപണമാണെന്ന്
പറയാം. എന്നാൽ, ഈ പ്രക്രിയവഴി മുതലാളിത്ത ഉൽപ്പാദന പ്രക്രിയ
യിൽ നേരിട്ട് ഇടപെടാത്തവരുടെകൂടി ക്രയശേഷി കുറയ്ക്കാനിടയാക്കു
മ്പോൾ അതൊരു പ്രാകൃത മൂലധനസ്വരൂപണ പ്രക്രിയയായി മാറുന്നു.
ബൂർഷ്വാ ഭരണകൂടം മുതലാളിത്ത ഉൽപ്പാദനവ്യവസ്ഥയിൽ പങ്കെടുക്കാ
ത്തവരിൽനിന്ന് അവർക്കുവേണ്ടി ചെലവാക്കുന്നതിനേക്കാൾ കൂടുതൽ
തുക പിരിച്ചെടുക്കുന്നു. ഇവിടെ ധനനയം തന്നെ ഒരു തരത്തിൽ പ്രാകൃത
മൂലധന സ്വരൂപണ ഉപാധിയായി മാറുകയാണ്. നവലിബറൽ നയങ്ങ
ളുടെ ഭാഗമായി ഭരണകൂടത്തിന്റെ പൊതുചെലവ് കുറയ്ക്കുകയും അതേ
സമയം നികുതിഭാരം കുറയ്ക്കാതിരിക്കുകയും ചെയ്യുന്നത് പ്രാകൃതമൂല
ധന സ്വരൂപണത്തിന്റെ അനുഭവം തന്നെയാണ് ഉളവാക്കുന്നത്. അതാ
യത്, ധനമൂലധനത്തിന്റെ സ്വാധീനം പ്രാകൃത മൂലധന സ്വരൂപണത്തെ
ശക്തിപ്പെടുത്തുന്നു എന്ന നിഗമനത്തിലെത്താവുന്നതാണ്. അതാകട്ടെ,
മുതലാളിത്ത ബാഹ്യമേഖലയിൽ; അതിൽത്തന്നെ പ്രത്യേകിച്ചും
കാർഷികമേഖലയിൽ.

നിയന്ത്രിത കമ്പോളവ്യവസ്ഥയിൽനിന്ന് നവലിബറലിസത്തിലേ
ക്കുള്ള മാറ്റത്തിന് സമാന്തരമായി വൻകിട ബൂർഷ്വാസിയുടെയും അതു
വഴി സാമ്രാജ്യത്വത്തിന്റെയും നിലപാടുകളിലും മാറ്റം വരുന്നുണ്ട്. സാമ്രാ
ജ്യത്വ നിലപാടിൽനിന്നു കുറെയൊക്കെ നയതന്ത്രമായ വികസനപാത
യിൽ ഊന്നിയിരുന്ന നിയന്ത്രിത കമ്പോളവ്യവസ്ഥ ഇപ്പോൾ അന്താ
രാഷ്ട്ര ധനമൂലധനവും അതുവഴി അതിനെ അടിസ്ഥാനമാക്കിയുള്ള
സാമ്രാജ്യത്വവുമായി കൂടുതൽ ഉദ്ഗ്രഥിക്കാനുള്ള ശ്രമത്തിലാണ്. ഇതോ
ടൊപ്പം തന്നെ വൻകിട ബൂർഷ്വാസികൾക്കിടയിൽ കർഷകരുടെയും
ചെറുകിട ഉൽപ്പാദകരുടെയും നിലപാടുകൾക്കെതിരായ മാറ്റം വരുന്നുണ്ട്.
നിയന്ത്രിത കമ്പോളകാലത്ത് ചെറുകിടക്കാരെ വളർത്തുകയും സംര
ക്ഷിക്കുകയും ചെയ്തിരുന്നെങ്കിൽ; ഇപ്പോൾ ഇവരെ ഉന്മൂലനം ചെയ്യാ
നായി നവലിബറലിസം കൈക്കൊള്ളുന്ന നടപടികൾക്കെതിരെ വൻകിട

ബൂർഷ്വാസി കണ്ണടയ്ക്കുകയാണ്.

ഇതിൽനിന്ന് മനസിലാകുന്നത് കൃഷിക്കാരെയും ചെറുകിട ഉൽപ്പാ
ദകരെയും വളർത്താനും സംരക്ഷിക്കാനുമുള്ള ബാധ്യത തൊഴിലാളി
വർഗം ഏറ്റെടുക്കണമെന്നാണ്. എല്ലാ വിഭാഗത്തിന്റെയും മോചനത്തി
നായി പൊരുതുക എന്ന ചരിത്രപരമായ കടമ നിർവഹിക്കണമെങ്കിൽ
തൊഴിലാളിവർഗം ഈ കടമ ഏറ്റെടുത്തേപറ്റൂ. ഇത് പറയുമ്പോൾ കർഷ
കരും ചെറുകിട ഉൽപ്പാദകരും ഇന്ന് തുടരുന്ന അതേ അവസ്ഥ തുടരണ
മെന്നല്ല വിവക്ഷിക്കുന്നത്. തൊഴിലാളിവർഗം കർഷകരെയും ചെറുകിട
ഉൽപ്പാദകരെയും സംരക്ഷിക്കുന്നതിനായി നടത്തുന്ന സമരത്തിലൂടെ
ഇവർക്കിടയിലുള്ള പരസ്പര ഐക്യം ശക്തിപ്പെടുത്തേണ്ടതുണ്ട്. അതു
വഴി ജനാധിപത്യ വിപ്ലവത്തെ മുന്നോട്ടു നയിക്കുകയെന്ന തൊഴിലാളി
വർഗ പരിപാടിയും ശക്തിപ്പെടുത്തേണ്ടതുണ്ട്. ഈ അജണ്ട നടപ്പാക്കു
കയും തൊഴിലാളി വർഗത്തിന്റെ നേതൃത്വത്തിൽ സോഷ്യലിസ്റ്റ് വിപ്ല
വത്തെ ലക്ഷ്യമാക്കി ജനാധിപത്യ വിപ്ലവം മുന്നേറുമ്പോൾ ചെറുകിട
നാമമാത്ര ഉൽപ്പാദന സംരംഭങ്ങൾ ഒരു കൂട്ടുസ്വത്തിന്റെ രൂപത്തിലുള്ള
വൻകിട ഉൽപ്പാദനസംരംഭമായി മാറും. ഇതാകട്ടെ മുതലാളിത്തം നട
പ്പാക്കുന്ന രീതിയിൽ ചെറുകിട ഉൽപ്പാദകരെ ഉന്മൂലനം ചെയ്യുന്ന പ്രക്രി
യയുടെ പുനരാവർത്തനമല്ല. മറിച്ച് വൻകിട കൂട്ടുസംരംഭ ഉൽപ്പാദന രീതി
യുടെ പ്രായോഗികതയുടെ ഔന്നത്യംകൊണ്ടുമാത്രം ചെറുകിടക്കാരുടെ
ജീവിതനിലവാരവും അവരെ തന്നെയും ഉണർത്തിക്കൊണ്ടുവരാൻ പര്യാ
പ്തമായിരിക്കും.

സമൂലമായ ജനാധിപത്യ വിപ്ലവപ്രക്രിയയിൽ ഭൂമിയുടെ പുനർവി
തരണവുമായി ബന്ധപ്പെട്ട ഭൂപരിഷ്കരണത്തിന്റെ കേന്ദ്രസ്ഥാനീയ
തയ്ക്ക് അമിതപ്രാധാന്യം നൽകേണ്ടതില്ല. ഇവിടെ ഒരു ചോദ്യം സ്വാഭാ
വികമായും ഉയർന്നുവരുന്നു. ഭൂമിയുടെ സമഗ്രമായ പുനർവിതരണം നട
പ്പാക്കുന്ന ഭൂപരിഷ്കരണ അജണ്ട തൊഴിലാളി-കർഷക ഐക്യത്തിന്
തടസമായിത്തീരില്ലേ എന്നതാണ്. ഇവിടെ പ്രശ്നം ഭൂപരിഷ്കരണം ഒരടി
യന്തര മുദ്രാവാക്യമാണോ അല്ലയോ എന്നതല്ല. പ്രധാന കാര്യം ഭൂപരി
ഷ്കരണത്തിനുള്ള ആവശ്യം അതെപ്പോഴായാലും കൃഷിക്കാരിൽ വലി
യൊരു ഭാഗത്തെ പേടിപ്പെടുത്തുക വഴി അത് ജനാധിപത്യ വിപ്ലവത്തെ
മുന്നോട്ട് നയിക്കേണ്ട തൊഴിലാളി വർഗവുമായുള്ള കർഷക ഐക്യ
ത്തിന് തടസ്സമാകുമോ എന്നതാണ്.

ഇവിടെ ചില പ്രാഥമിക കാര്യങ്ങൾ വ്യക്തമാക്കേണ്ടതുണ്ട്. ഇത്
ചില പദങ്ങളുടെ അർഥവ്യാപ്തിയാണ് പ്രധാനം. 'Peasant' എന്നും
'Farmer' എന്നും ഉള്ള പ്രയോഗങ്ങളിലെ അർഥവ്യത്യാസമാണ്. മാർ
ക്സിസ്റ്റിതര എഴുത്തുകാർ രണ്ടും ഒരുപോലെ കണക്കാക്കുന്നുണ്ട്. ശാരീ
രികമായി കൃഷിയിടങ്ങളിൽ ഇടപെടുന്നവരാണ് "Peasant'. ഇവർ കൃഷി
പ്പണിയിൽ നേരിട്ട് ഇടപെടാതെ ഭൂപ്രഭുക്കളിൽനിന്ന് വ്യത്യസ്തരാണ്.
ഭൂപരിഷ്കരണത്തിന്റെ അടിസ്ഥാന ലക്ഷ്യം ഭൂപ്രഭുവർഗത്തിന്റെ

സാമൂഹ്യ പദവി തകർക്കുകയാണ്. അതാവട്ടെ ഭൂപ്രഭുക്കളിൽ വൻതോ തിൽ കേന്ദ്രീകരിക്കുന്ന ഭൂമി പുനർവിതരണത്തിലൂടെ സാധാരണക്കാ രായ മണ്ണിലധ്വാനിക്കുന്ന കൃഷിക്കാരിലെത്തിച്ചുകൊണ്ടായിരിക്കും. എന്നാൽ കാർഷിക രംഗത്ത് കുറെയേറെ മുതലാളിത്തവൽക്കരണം നടന്നുകഴിഞ്ഞാൽ അതിനായി ഭൂപരിഷ്ക്കരണ നടപടികളും കുറെ യൊക്കെ നടപ്പാക്കി കഴിഞ്ഞാൽ ഫ്യൂഡൽ ഭൂഉടമസ്ഥത അതിന്റെ ആദിമ രൂപത്തിൽ നിന്ന് മുതലാളിത്ത ഭൂഉടമസ്ഥയിലേക്ക് മാറും. ഈ അവ സ്ഥയിൽ മുതലാളിത്ത സമ്പന്ന കൃഷിക്കാർക്കിടയിലാണ് ഇത് വളർന്നു വികസിക്കുക. ഇവിടെ സാമൂഹ്യ ഘടകങ്ങളെ ആധാരമാക്കിയുള്ള ഭൂമി യുടെ പുനർവിതരണത്തിനു പകരം ഭൂപരിധി നിർണയിക്കുന്നതുപോ ലുള്ള അളവുപരമായ ഘടകങ്ങളിലേക്ക് മാറേണ്ടിവരും. നിശ്ചിത പരി ധിക്കപ്പുറം ഭൂമി ഉള്ളവർക്കും അവരിൽനിന്ന് ഉയർന്നുവരുന്ന മുതലാളി മാർക്കും അവർ അന്താരാഷ്ട്ര ധനമൂലധനത്തിനെതിരെ പ്രക്ഷോഭം നട ത്തുമ്പോഴും തൊഴിലാളി വർഗവുമായി കുടിച്ചേർന്ന് പ്രവർത്തിക്കുന്ന തിൽ സംശയാലുക്കളായിരിക്കും. എന്നാൽ ഭൂരിപക്ഷം വരുന്ന കർഷക ജനസാമാന്യത്തിന് പൊതുപ്രശ്നങ്ങളുമായി ബന്ധപ്പെട്ട സമരങ്ങളിൽ തൊഴിലാളി വർഗവുമായി കൂട്ടുകൂടുന്നതിൽ പ്രയാസമുണ്ടാവില്ല. ഭൂമി യുടെ പുനർവിതരണ പ്രക്രിയ ഭൂരഹിതർക്ക് സ്വാഭാവികമായും നേട്ടമു ണ്ടാക്കും. ഒപ്പം ഭൂപ്രഭുക്കളുടെ സാമൂഹ്യ പദവി തകർക്കുന്നതിനും സഹായകമാകും. ഇതിനുപുറമെ ദീർഘകാലാടിസ്ഥാനത്തിൽ പരിശോ ധിക്കുമ്പോൾ അത് മറ്റു ചില കാര്യങ്ങളെകൂടി സഹായിക്കും. ഇത് ചെറു കിട നാമമാത്ര കൃഷിയെ കൂട്ടായ കൃഷിയിലേക്ക് നയിക്കാൻ പര്യാപ്ത മാണ്. സ്വാഭാവികമായും ഭൂപരിഷ്കരണം നടപ്പിലാക്കുന്നതിന്റെ സമയ കൃത്യത മുൻകൂട്ടി നിർണയിക്കണം. അതായത് സാമ്രാജ്യത്വ വിരുദ്ധ സമരങ്ങൾ, അല്ലെങ്കിൽ അന്താരാഷ്ട്ര ധനമൂലധനത്തിനെതിരായ സമ രങ്ങൾ എന്നിവയോടൊപ്പം കൃത്യമായും ഫലപ്രദമായും മുന്നേറാൻ കഴി യുന്ന രീതിയിലാവണം അത്.

ചുരുക്കത്തിൽ, നിയന്ത്രിത വിപണി വ്യവസ്ഥയിൽ ബൂർഷ്വാസി അതിന്റേതായ രീതിയിൽ മണ്ണിലധ്വാനിക്കുന്ന കൃഷിക്കാരെ സംരക്ഷിച്ചും പ്രോത്സാഹിപ്പിച്ചും എങ്ങനെയാണോ അവർക്കിടയിൽതന്നെ മുതലാ ളിത്ത വികസനത്തെ സഹായിച്ചത്, അതേപോലെതന്നെ തൊഴിലാളി വർഗം അതിന്റേതായ രീതിയിൽ സമഗ്ര ഭൂപരിഷ്കരണം നടപ്പിലാ ക്കിക്കൊണ്ടായിരിക്കണം കാർഷിക ഉൽപ്പാദന വ്യവസ്ഥയെ സംരക്ഷി ക്കുന്നതും ശക്തിപ്പെടുത്തുന്നതും.

ഇത്തരത്തിലുള്ള വാദഗതികൾ സ്വാഭാവികമായും ഒരു ചോദ്യത്തി ലേക്ക് നയിക്കുന്നു. മൂലധനത്തിന്റെ കടന്നാക്രമണത്തിനെതിരെ ചെറു കിട ഉൽപ്പാദന സംരംഭങ്ങളെ പ്രതിരോധിക്കുന്നതും സംരക്ഷിക്കുന്നതും ഉൽപ്പാദന ശക്തികളുടെ വികസനത്തിന് തടസമായിത്തീരില്ലേ? അതു കൊണ്ട് തൊഴിലാളി വർഗം അത്തരം നടപടികൾ സ്വീകരിക്കാമോ?

ഇവിടെ പരസ്പരം വ്യവഛേദിച്ച് പരിശോധിക്കേണ്ട ധാരാളം പ്രശ്നങ്ങ ളുണ്ട്. ഒന്നാമത്തെ കാര്യം Peasant Agriculture നെതിരെയുള്ള കടന്നാ ക്രമണം ധനമൂലധനം നേരിട്ട് നടത്തുന്നതിനാൽ അത് ഉല്പ്പാദശക്തി കളുടെ വികാസപ്രക്രിയയായല്ല, മറിച്ച് മുരടിച്ച കാർഷികമേഖലയിൽ അകപ്പെട്ട കൃഷിക്കാരനെയും കർഷകത്തൊഴിലാളികളെയും ഒന്നിച്ച് പിഴി യുന്ന പ്രക്രിയയാണ്. അതായത്, ഉല്പ്പാദന ശക്തികളുടെ വികാസം നടപ്പാക്കാൻ അനുവദിക്കാത്ത ഒരു സംവിധാനത്തിലാണ് ഇങ്ങനെ നട ക്കുന്നത്. ഇത്തരം ഒരു ചൂഷണരീതി സരളമായ പുനരുല്പ്പാദനത്തെ പ്പോലും അസാധ്യമാക്കിത്തീർക്കുന്നു. (കർഷക ആത്മഹത്യയുടെ പശ്ചാ ത്തലം അതാണ്.) ഇതാകട്ടെ ഉല്പ്പാദന ശക്തികളുടെ അധോമുഖ വളർച്ചയെമാത്രം സഹായിക്കാനേ ഇടയാക്കൂ.

രണ്ടാമതായി, നൈമിഷികമായെങ്കിലും നാം ചില അനുമാനങ്ങളി ലെത്തുന്നു എന്നു കരുതുക. Peasant Agriculture ന് നേരെയുള്ള കടന്നാക്രമണം വൻകിട മുതലാളിത്ത കൃഷി പകരം വെക്കാനാണെന്ന് കരുതുക. മാത്രമല്ല, ഈ പകരംവെക്കൽ വഴി തൊഴിലാളികളുടെയും ഭൂമിയുടെയും ഉല്പ്പാദന ക്ഷമത വർധിപ്പിക്കുകയും ഇതുവഴി ഉല്പ്പാ ദന ശക്തിയെ വികസിപ്പിക്കുമെന്നും കരുതുക. എങ്കിലും കൃഷിക്കാരനെ സ്വന്തം ഭൂമിയിൽനിന്ന് പുറംതള്ളുന്നു എന്നതുകൊണ്ടുതന്നെ ഈ പ്രക്രി യക്കെതിരെ തൊഴിലാളിവർഗം നിലകൊള്ളേണ്ടതാണ്. കാരണം മറ്റൊ രർഥത്തിൽ ജനാധിപത്യ വിപ്ലവം എന്ന പ്രക്രിയയിൽ തൊഴിലാളിവർഗ ത്തിന്റെ ലക്ഷ്യം ജനാധിപത്യ വിപ്ലവത്തിനുവേണ്ടിയുള്ള തൊഴിലാഴി കർഷക ഐക്യം ശക്തിപ്പെടുത്തുക എന്നതാണ്. മൂർത്തമായ ഇക്കാര്യ ത്തിന് ഉല്പ്പാദന ശക്തികളുടെ വികാസം എന്ന അമൂർത്തമായ ഉൽക്ക ണ്ടകളേക്കാൾ പ്രാധാന്യമുണ്ട്. ഇതിനേക്കാളുപരിയായി വാണിജ്യകൃഷി വഴി കൃഷിക്കാർ പുറംതള്ളപ്പെട്ടാൽ അതേത്തുടർന്ന് കാർഷികോൽപ്പാ ദനങ്ങൾക്കുണ്ടാകുന്ന ചോദനത്തകർച്ചമൂലം നാം അനുമാനിച്ചതുപോലെ ഉല്പ്പാദനക്ഷമതയിൽ വർധനവുണ്ടായാലും അത് കാർഷികോൽപ്പന്ന ങ്ങളിലുള്ള ക്രയശേഷിയെ ചോർത്തിക്കളയും. അതുകൊണ്ടു തന്നെ Peasant Agriculture ന് പകരം വാണിജ്യകൃഷി വിപുലപ്പെട്ടാലും ഉല്പ്പാ ദന ശക്തികൾ ഏതെങ്കിലും രീതിയിൽശക്തിപ്പെടണമെന്നില്ല.

മൂന്നാമത്തേത്, Peasant Agriculture ന് മേൽ വാണിജ്യ കൃഷി നട പ്പാക്കുന്നതല്ല, മറിച്ച് മുതലാളിത്ത വ്യവസായം, മുതലാളിത്ത വികസന ത്തിനുവേണ്ട അടിസ്ഥാന സൗകര്യങ്ങൾക്കായുള്ള പ്രോജക്ടുകൾ പൊതുവെ ഉപകാരപ്രദമാണെങ്കിലും അവയെ വർഗവീക്ഷണത്താൽ ഏകീകരിക്കുകയും പ്രത്യേക വർഗവികാസഘട്ടവുമായി കണ്ണിചേരു കയും ചെയ്യരുത് എന്ന് ചിന്തിക്കാം. ഇത് ഒരു മാർക്സിസ്റ്റ് വീക്ഷണ മല്ല. ഇന്ത്യയിൽ റെയിൽവെ വന്നതിനെക്കുറിച്ച് ഉല്പ്പാദന ശക്തികളുടെ വികാസത്തിൽ അതിനുള്ള പങ്ക് മനസിലാകുമ്പോൾത്തന്നെ, 'ഇന്ത്യ ക്കാർക്ക് പ്രയോജനപ്പെടാത്ത റെയിൽവെയെക്കുറിച്ചും ഇന്ത്യക്കാരുടെ

മേൽ പ്രാകൃത മൂലധന സ്വരൂപണത്തിന്റെ ഭാഗമായ 'ചോർച്ച'യെക്കു റിച്ചും മാർക്സ് പറയുന്നുണ്ട്. ഇത്തരം പുറംതള്ളപ്പെടുന്ന കാര്യത്തിൽ തൊഴിലാളി വർഗത്തിന്റെ നിലപാട് തുടക്കത്തിൽത്തന്നെ വളരെ വ്യക്ത മായിരിക്കണം. എങ്ങനെയാണോ മുതലാളിത്ത ഉൽപ്പാദന പ്രക്രിയയി ലേക്ക് സംഭാവന ചെയ്യുന്ന തൊഴിലാളി പരമാവധി നേട്ടങ്ങൾക്കായി സമരം ചെയ്യുന്നത് അതേപോലെ മണ്ണിലധ്വാനിക്കുന്ന കർഷകരുടെ പ്രക്ഷോഭങ്ങളിൽ തൊഴിലാളിവർഗം പിന്തുണക്കണം. അതുകൊണ്ടു തന്നെ ഇത്തരം വികസന പ്രോജക്ടുകളിൽ ഏർപ്പെടുന്ന മുതലാളിമാ രിൽനിന്ന് പരമാവധി നേട്ടങ്ങൾ നേടാനായി കൃഷിക്കാർ നടത്തുന്ന സമ രത്തെ തൊഴിലാളിവർഗം പിന്തുണയ്ക്കണം.

എങ്കിലും ഈ രണ്ടും തമ്മിൽ ചില വ്യത്യാസങ്ങളുണ്ട്. വ്യവ സായത്തൊഴിലാളിക്ക് അതിന്റെ സ്വഭാവംകൊണ്ടുതന്നെ Reservation option ഇല്ല. പ്രസിദ്ധ ധനശാസ്ത്രജ്ഞനായ ജൂവാൻ റോബിൻസൺ ഒരിക്കൽ ഈ വിധം അഭിപ്രായപ്പെടുകയുണ്ടായി. "മുതലാളിത്തത്തിൽ ഒരു തൊഴിലാളിയുടെ കാഴ്ചപ്പാടിൽ നോക്കുമ്പോൾ മൂലധനത്താൽ ചൂഷണം ചെയ്യപ്പെടുന്നതിനേക്കാൾ മോശപ്പെട്ട അവസ്ഥ മൂലധനത്താൽ അവൻ ചൂഷണം ചെയ്യപ്പെടാത്ത അവസ്ഥയാണ്." മൂലധനത്താൽ തൊഴി ലാളി ചൂഷണം ചെയ്യപ്പെടാതാകുമ്പോൾ അവൻ/അവൾ തൊഴിലില്ലാ പ്പടയുടെ കരുതൽസൈന്യത്തിലേക്ക് ഒരംഗമായിപ്പോകും. എന്നാൽ, കൃഷിക്കാരുടെ കാര്യം അങ്ങനെയല്ല. അവർക്ക് തെരഞ്ഞെടുക്കാനുള്ള ഒരവസരമുണ്ട്. അവർക്ക് മുതലാളിമാർക്കുവേണ്ടി തങ്ങളുടെ ഭൂമി വിൽക്ക ണമെന്ന് നിർബന്ധമില്ല. അതിനാൽ കൃഷിക്കാരുടെ താൽപ്പര്യങ്ങൾ പരി ഗണിക്കാതെ ഏറ്റെടുത്താൽ; അതായത് കൈവശഭൂമി മൂലധനത്തിനു കൊടുക്കുന്നതുവഴി കിട്ടുന്ന പ്രതിഫലം കൃഷിക്കാരുടെ കാഴ്ചപ്പാടിൽ ത്തന്നെ പര്യാപ്തമല്ലെങ്കിൽ ഭൂമി കൈവിടേണ്ടിവരുന്നത് ഒരു തരം നിർബ ന്ധത്തിന് വഴങ്ങിയായിരിക്കും. അതുകൊണ്ടുതന്നെ അത് മൂലധന ത്തിന്റെ പ്രാകൃത സ്വരൂപണത്തിന്റെ ഭാഗമായിത്തീരുന്നു. ഇത്തരത്തിൽ കൃഷിക്കാരുടെ ചെലവിൽ നടക്കുന്ന ഏതൊരു പ്രാകൃത മൂലധന സ്വരൂ പണ രീതിയോടും തൊഴിലാളി വർഗത്തിന് ഏതവസരത്തിലും ഏറ്റുമു ട്ടേണ്ടിവരും(കൃഷിക്കാരുടെ ഭാഗത്തുനിന്ന് ഭൂമി വിൽക്കൻ തയാറാ യാൽപ്പോലും അത് മൂലധന സ്വരൂപണത്തിന് എതിരാണെന്ന് കരുതേ ണ്ടതില്ലെന്നും ഓർക്കേണ്ടതാണ്). ഇതിനെല്ലാം പുറമേ കൃഷിക്കാർക്ക് Reservation Price നേക്കാൾ കൂടുതൽ നേട്ടങ്ങൾ ഉറപ്പാക്കാനുള്ള പ്രക്ഷോഭം തുടരേണ്ടതാണ്.

എന്നാൽ ഇതും എതിർക്കപ്പെടാം. കൃഷിക്കാരുടെ ഭാഗത്തുനിന്നു ള്ളതും തൊഴിലാളിവർഗം പിന്തുണയ്ക്കുന്നതുമായ ഇത്തരം വിട്ടുവീഴ്ച യില്ലാത്ത നിലപാടുകൾ പശ്ചാത്തല സൗകര്യം പ്രോജക്ടുകൾ നേരത്തെ നിശ്ചയിച്ചിരുന്ന സ്ഥലത്തുനിന്നും മറ്റെവിടെക്കെങ്കിലും മാറ്റി സ്ഥാപിച്ചേക്കാം. മൂലധനം മറ്റൊരിടത്തേക്ക് മാറിപ്പോകുന്നുവെന്ന് കരുതി

കൃഷിക്കാരുടെ കാഴ്ചപ്പാടിൽ അവർക്ക് അനുകൂലമല്ലാത്ത രീതിയിൽ അവരെ പുറംതള്ളുന്ന സമരങ്ങളെ അടിച്ചമർത്തുമ്പോൾ തൊഴിലാളി വർഗം അതിനുനേരെ കണ്ണടയ്ക്കുകയാണോ വേണ്ടത്?

ഈ ന്യായം പൂർണമായിത്തന്നെ മാർക്സിസത്തിന് നിരക്കാത്ത താണ്. കാരണം ഈ വാദം ഒരു സ്വതന്ത്ര സമ്പദ്ഘടനയിൽ കൂലിനി രക്ക് വെട്ടിക്കുറയ്ക്കുന്നതിനെ അങ്ങനെ ചെയ്തില്ലെങ്കിൽ തൊഴിലില്ലായ്മ വർധിക്കാനിടയുണ്ടെന്ന രീതിയിൽ പ്രചരിപ്പിക്കുന്നതിനെ ന്യായീകരി ക്കാൻ ഉപയോഗിക്കാം. ഈ നിലപാടിനെതിരെ മാർക്സ് വിട്ടുവീഴ്ചയി ല്ലാതെ പോരാടിയിട്ടുണ്ട്. അദ്ദേഹത്തിന്റെ വാദം കൂലിയിലെ വർധന കൊണ്ട്, വില വർധിക്കുന്നത്, ലാഭത്തിൽ കുറവ് വരാതിരിക്കണമെന്ന മുതലാളിത്ത താൽപ്പര്യംകൊണ്ടുമാത്രമാണ്. കൂലികൂടുകയും അതിന നുസൃതമായി ലാഭം കുറയുകയും ചെയ്താൽ ഒരു സ്വതന്ത്ര സമ്പദ്ഘ ടനയ്ക്ക് മത്സരാത്മകമായി നിലനിൽക്കാൻ കഴിയില്ലെന്ന് പറയുന്നതിൽ യാതൊരു കഴമ്പും ഇല്ല. മറിച്ച് വാദിക്കുന്നവർ ലാഭനിരക്കിനെ പരമപ വിത്രമായി കണക്കാക്കുകയാണ് ചെയ്യുന്നത്.

ഒരു സമ്പദ്ഘടനയിൽ ലാഭനിരക്ക് കുറഞ്ഞാൽ മൂലധനം ലാഭം കൂടിയ സ്ഥലത്തേക്ക് ചേക്കേറുന്നത് സ്വാഭാവികമാണ്. എന്നാൽ, ഈ സ്ഥിതി മറ്റെല്ലാറ്റിലുമുപരിയായി തൊഴിലാളി പ്രസ്ഥാനങ്ങളുടെ അടിത്തറ വികസിക്കുന്നതിന് സഹായകമാക്കണം. എവിടേക്കെല്ലാം മൂലധനം ചേക്കേറുന്നുവോ അവിടെയൊക്കെ തൊഴിലാളിവർഗത്തിന്റെ അടിത്തറ വികസിക്കണം. ഇതിൽ പരാജയപ്പെട്ടാൽ അനുയോജ്യമായ നിയമന നിർമാണംമൂലം മൂലധനത്തിന്റെ ഒഴുക്കിനെ തടയാൻ ശ്രമിക്കണം. ഇതും സാധ്യമല്ലാതെ വരികയും അത്തരം ഒഴുക്ക് ഒഴിവാക്കാൻ കഴിയാതാവു കയും ചെയ്യുമ്പോൾ ഊന്നേണ്ടത് തൊഴിലവസരങ്ങൾ സൃഷ്ടിക്കാനായി മറ്റ് രീതിയിൽ വികസന പ്രോജക്ടുകൾ രൂപപ്പെടുത്തിയെടുക്കുകയാണ്. ഉദാത്ത പൊതുനിക്ഷേപം, സഹകരണ നിക്ഷേപം എന്നിവ വഴി മൂല ധനം പുറത്തേക്ക് ഒഴുകുന്നുവെന്ന മുതലാളിമാരുടെ അവകാശവാദത്തെ തളയ്ക്കാൻ കഴിയും. തൊഴിലാളി വർഗത്തിന് ഒരിക്കൽപോലും മൂലധ നത്തിന്റെ വാദം ഉൾക്കൊള്ളുവാനോ അത്തരം വാദങ്ങൾക്കനുസൃതമായി സ്വന്തം നിലപാടിനെ മാറ്റുവാനോ കഴിയില്ല.

മൂലധനത്തിന്റെ വാദങ്ങളെ പിന്തുണച്ചില്ലെങ്കിൽ മൂലധന സ്വരൂപ ണത്തിന്റെ ഗതിയെയും അതുവഴി ഉൽപ്പാദന ശക്തികളുടെ വികാസ ത്തെയും മാത്രമല്ല തൊഴിലാളി വർഗത്തിന്റെ വളർച്ചയ്ക്കുപോലും എതി രാകുമെന്ന വാദമുണ്ട്. ഇത്തരം വാദങ്ങൾ ഉയർത്തി മുതലാളിത്ത നില പാടുകളോട് സമാന്തരപ്പെട്ടാൽ അതിന്റെ ഫലം മൂലധനത്തിന്റെ വാദ ങ്ങളെത്തന്നെ അംഗീകരിക്കലും അതിന്റെ മേൽക്കോയ്മയ്ക്ക് കീഴ്പ്പെ ടുത്തലുമായിരിക്കും. ഇത്തരം നിലപാടുകൾ മാർക്സ് ഒരിക്കലും അംഗീ കരിക്കുകയില്ല.

12

മുതലാളിത്ത പ്രതിസന്ധിയും സോഷ്യലിസ്റ്റ് ബദലും

പ്രഭാത് പട്നായിക്/പി പി സത്യൻ

ലോകമുതലാളിത്ത പ്രതിസന്ധിയെ പൊതുവിൽ സാമാന്യവൽക്കരി ച്ചുകൊണ്ടാണ് പലരും വിശദീകരിക്കുന്നത്. മുതലാളിത്ത പ്രതിസന്ധി അതിന്റെ അടിസ്ഥാന സ്വഭാവം നിലനിർത്തുമ്പോൾത്തന്നെ സവിശേ ഷതകളും രൂപപ്പെടുത്തുന്നു എന്നാണല്ലോ?

1930 കളിൽ സംഭവിച്ച പ്രതിസന്ധിയും ഇപ്പോഴത്തെ പ്രതിസ ന്ധിയും സദൃശമാണ്. ധനമേഖലയിലുണ്ടായ അപാരമായ കുത്തൊഴു ക്കിനെത്തുടർന്നുവന്ന പ്രതിസന്ധിയാണ് ഇപ്പോൾ സംഭവിച്ചിട്ടുള്ളത്.

1973 മുതൽ ഇതുവരെ സാമ്പത്തിക പ്രതിസന്ധികളുടെ ഒരു പര മ്പരതന്നെയുണ്ടായി. എന്നാൽ ഇന്നത്തേതാണ് ഏറ്റവും വലിയ പ്രതി സന്ധി. രണ്ടാംലോകമഹായുദ്ധത്തിന്റെയും 1973 ന്റെയും ഇടയിൽ ഗുരു തരമായ സാമ്പത്തിക പ്രതിസന്ധികളൊന്നുംതന്നെ മുതലാളിത്തലോ കത്തെ പിടിച്ചുകുലുക്കിയില്ല. കാരണം ഈ കാലയളവിൽ കെയ്ൻസി യൻ തത്വങ്ങളാണ് മുതലാളിത്തലോകം പിന്തുടർന്നത്. അതായത് ഭര ണകൂടം ഡിമാന്റ് സൃഷ്ടിക്കുകയും വളർത്തുകയും ചെയ്യുകയെന്ന തത്വം. ഇത് ധനനിയന്ത്രണ പദ്ധതികളിലൂടെയാണ് ഭരണകൂടം നിർവ ഹിക്കുന്നത്. അങ്ങനെ ഭരണകൂടം കൂടുതൽ ഡിമാന്റ് സൃഷ്ടിക്കുമ്പോൾ അത് സാമ്പത്തിക വളർച്ചയ്ക്ക് പ്രോത്സാഹനമാവുന്നു. എന്നാൽ ആഗോ ളീകരണ കാലഘട്ടത്തിൽ കെയ്ൻസിയൻ മാനേജുമെന്റ് എന്നത് പ്രയാ സകരമായി മാറുന്നു. കാരണം ഭരണകൂടം എന്നത് ദേശ രാഷ്ട്രമാണ്. അത് ഇന്ത്യൻ സ്റ്റേറ്റ് ആയാലും ജർമൻ സ്റ്റേറ്റ് ആയാലും ഇംഗ്ലീഷ് സ്റ്റേറ്റ് ആയാലും അതെ. ആഗോളീകരണഘട്ടത്തിൽ ദേശരാഷ്ട്രങ്ങൾക്ക് സ്വന്തം ഇഷ്ടമനുസരിച്ച് നയങ്ങൾ രൂപവൽക്കരിക്കാൻ സാധ്യമല്ലാതാ യിത്തീരുന്നു. കാരണം ഫൈനാൻസ് ഗ്ലോബൽ ആണെങ്കിലും രാഷ്ട്രം ദേശീയമാണ്.

ആഗോളീകരണ കാലഘട്ടത്തിൽ സംഭവിക്കുന്നത് ഫൈനാൻസ് മൂലധനത്തിന്റെ ആഗോളീകരണമാണ്. അതായത് നവലിബറൽ നയ ങ്ങൾ പിന്തുടരുക. അതാണ് മുതലാളിത്ത രാഷ്ട്രങ്ങൾ ചെയ്തുകൊ ണ്ടിരിക്കുന്നത്. അമേരിക്കയിൽ ഈ രീതിയിലുള്ള സാമ്പത്തികക്കുഴപ്പം മൂർച്ഛിക്കുമ്പോഴെല്ലാം ധനഭീമന്മാർക്ക് സഹായം നൽകാൻ ഭരണകൂടം തയാറാവുന്നു. ധനഭീമന്മാരെ അമേരിക്കൻ സർക്കാർ സഹായിക്കുമെ ന്നതിനാൽ അവർ നിയന്ത്രണമില്ലാതെ പ്രവർത്തിക്കുന്നു. അതായത് ഇന്ന് അമേരിക്കയിൽ രൂപംകൊണ്ട പ്രതിസന്ധി, ഊഹ വ്യാപാരത്തിന്റെ ഫല പരിണതിയാണ്. ഈ അഭൂതപൂർവമായ പ്രതിസന്ധി കുറെക്കാലം നീണ്ടു നിൽക്കുമെന്നും തന്നെയാണ് എന്റെ അഭിപ്രായം. നവലിബറൽ നയ ങ്ങൾ ഉപേക്ഷിച്ച് ദേശരാഷ്ട്രങ്ങൾ ദേശസാൽക്കരണത്തിന്റെയും ഗവൺമെന്റ് നിയന്ത്രണത്തിന്റെയും മാതൃകകൾ സൃഷ്ടിക്കുന്നില്ലെങ്കിൽ ഇന്നത്തെ പ്രതിസന്ധിയെ അതിജീവിക്കാൻ സാധ്യമല്ല. ധന ഭീകരന്മാർ രക്ഷപ്പെട്ടാലും രാഷ്ട്രങ്ങൾ അഭിമുഖീകരിക്കുന്ന പ്രതിസന്ധി ഇല്ലാതാ വുന്നില്ല. ഈ പ്രതിസന്ധിയിൽനിന്നും മുതലാളിത്തം എളുപ്പം കരകയ റുമെന്ന് എനിക്ക് വിശ്വാസമില്ല. അതേസമയം മുതലാളിത്തം തകരുമെന്ന ആശയവും എനിക്കില്ല. മുതലാളിത്തം തകരണമെങ്കിൽ പൊരുതണം. മുതലാളിത്തത്തോട് സമരം ചെയ്യണം. അതാണ് ലെനിൻ പറഞ്ഞത്. അങ്ങനെ പോരാട്ടങ്ങളിലൂടെ സോഷ്യലിസം സ്ഥാപിക്കണം. ഇന്നത്തെ സാമ്പത്തികനയങ്ങൾ പിന്തുടർന്നുകൊണ്ട് സ്വാഭാവികമായി സോഷ്യ ലിസം സ്ഥാപിക്കുക സാധ്യമല്ല.

മുതലാളിത്തപ്രതിസന്ധി യുദ്ധത്തിലേക്കു വഴിതെളിക്കുമെന്നു ലെനിൻ നിരീക്ഷിച്ചിരുന്നു?

(ചിരി) ലെനിന്റെ കാലഘട്ടത്തിൽ അത് പ്രസക്തമായിരുന്നു. ഇന്ന് യുദ്ധത്തിലേക്ക് ഈ പ്രതിസന്ധികൾ നയിക്കുമെന്ന് ഞാൻ കരുതുന്നി ല്ല. എന്തിനാണ് സാമ്രാജ്യത്വം യുദ്ധനയം പിന്തുടരുന്നത്. മുതലാളിത്ത ത്തിന് രാഷ്ട്രങ്ങളെ വിഭജിക്കാനും കൊള്ളചെയ്യാനുമാണവർ യുദ്ധം പിന്തുടർന്നത്. ഇന്നവർക്ക് സമാധാനപരമായി രാഷ്ട്രങ്ങളെ വിഭജിക്കാൻ കഴിയുന്നതുകൊണ്ട് എന്തിന് യുദ്ധം തുടരണം. ഒരു കാര്യം നിങ്ങൾ മനസിലാക്കണം. മുതലാളിത്ത വ്യവസ്ഥയെന്നു പറയുന്നത് സാമ്രാജ്യത്വ വ്യവസ്ഥയെന്നു പറയുന്നത്, എല്ലാ ബോധപൂർവം ആസൂത്രണം ചെയ്യുന്ന ഒന്നല്ല. അത് വന്നുചേരുന്നതാണ്. അതുകൊണ്ട് സാമ്രാജ്യത്വ രാഷ്ട്രങ്ങളെയും ലോകത്തെയും യുദ്ധത്തിലേക്ക് വഴിതെളിയിച്ച ആ പഴയ സാഹചര്യം ഇന്ന് ലോകത്ത് നിലനിൽക്കുന്നില്ല. എന്നാൽ ആഫ്രി ക്കയിലും ലാറ്റിനമേരിക്കയിലും വല്ല സംഘർഷങ്ങളുമുണ്ടായാൽ അമേ രിക്ക അതിൽ ഇടപെട്ടുകൊണ്ട് തങ്ങളുടെ ആധിപത്യം സ്ഥാപിക്കാൻ സാധ്യതയുണ്ട്. ഇറാഖിനെതിരായ അധിനിവേശയുദ്ധത്തിന്റെ പശ്ചാ ത്തലം പരിശോധിച്ചാൽ അത് വ്യക്തമാവും. പക്ഷേ, പഴയപോലെ സാമ്രാ

ജ്യത്വത്തിന്റെ ആഭ്യന്തരവൈരുധ്യമെന്ന നിലയിൽ യുദ്ധം നടക്കാനുള്ള സാധ്യത ഇന്നില്ല എന്നാണ് ഞാൻ കരുതുന്നത്. അതേസമയം മൂന്നാം ലോകരാഷ്ട്രങ്ങളിൽനിന്ന് അമേരിക്കക്കെതിരായ മുന്നേറ്റങ്ങൾ ഉണ്ടാ വാൻ സാധ്യതയുണ്ട്.

ഇന്നത്തെ സാർവദേശീയ പശ്ചാത്തലം അമേരിക്കയുടെ അധിനിവേശ പദവിയെ ഏതുരീതിയിലാണ് ബാധിക്കുക? അമേരിക്കയ്ക്ക് ലോകപദ വിയിൽ വല്ല മാറ്റവും ഇത് സൃഷ്ടിക്കുന്നില്ലെങ്കിൽ ഇതെങ്ങനെ മുതലാ ളിത്തത്തിന്റെ ഗുരുതരമായ പ്രതിസന്ധിയാവും. 30-കളിലെ പ്രതിസന്ധി ലോകരാഷ്ട്രങ്ങളുടെ ശാക്തികസന്തുലനത്തെ മാറ്റിമറിക്കാൻ സഹായി ച്ചിരുന്നുവല്ലോ?

ഇന്നത്തെ പ്രതിസന്ധി യു എസിന്റെ രാഷ്ട്രീയപദവിയെ ആ രീതി യിൽ മാറ്റിയെടുക്കുമെന്ന് ഞാൻ കരുതുന്നില്ല. എന്നാൽ അമേരിക്കയുടെ പ്രതിസന്ധിയെന്നത് ആഗോളമുതലാളിത്ത പ്രതിസന്ധിയാകയാൽ അത് യൂറോപ്യൻ മുതലാളിത്തവ്യവസ്ഥയെ വിശേഷിച്ചും സ്വാധീനിക്കും. മുത ലാളിത്തമെന്നത് പരസ്പരബന്ധിതമായ സമ്പദ്‌വ്യവസ്ഥയാണ്. എന്നാൽ അമേരിക്കയുടെ അധിനിവേശം ഇനിയും ലോകരാഷ്ട്രീയത്തിൽ നില നിൽക്കും. ഈ പ്രതിസന്ധി അമേരിക്കയുടെ പദവിയെ വല്ലരീതിയിലും ബാധിക്കുമെന്ന് എനിക്കു തോന്നുന്നില്ല. എന്നാൽ അമേരിക്കക്ക് ലോകത്ത് വലിയ വെല്ലുവിളികൾ രൂപംകൊള്ളുമെന്ന കാര്യത്തിൽ സംശയമില്ല. ഹ്യൂഗോ ഷാവേസ് അമേരിക്കയ്ക്ക് ഒരു വെല്ലുവിളിയാണ്. ഇറാഖ് അമേ രിക്കയ്ക്ക് വെല്ലുവിളിയായിരുന്നു.

ചൈന ഇന്ന് ലോകത്തിലെ ഒരു പ്രധാന ശക്തിയായി ഉയർന്നു വരുന്നു ണ്ടല്ലോ?

തീർച്ചയായും ചൈന ലോകരാഷ്ട്രീയത്തിൽ ഒരു പ്രധാനശക്തി തന്നെയാണ്. എന്നാൽ അമേരിക്കയുടെ രാഷ്ട്രീയപദവിയെ വെല്ലുവിളി ക്കുന്ന ഒരു ശക്തിയായി മാറാൻ ചൈനക്ക് ഭാവിയിൽ കഴിയുമെന്ന് എനിക്ക് തോന്നുന്നില്ല. അമേരിക്കയും ചൈനയും തമ്മിൽ ഒരു യുദ്ധ ത്തിന്റെ അനിവാര്യതയും ഞാൻ കാണുന്നില്ല.

'മാർക്സിസത്തിന്റെ പുനർ നിർമാണം' എന്ന ആശയം എങ്ങനെ വിശ ദീകരിക്കാം?

മാർക്സിസമെന്നത് ഒരു ശാസ്ത്രമാണെന്നാണ് ഞാൻ കരുതുന്നത്. അതൊരു മതമല്ല. മാർക്സിസം ഒരു ശാസ്ത്രമാണെന്ന് പറഞ്ഞാൽ അത് വികസിക്കുന്നതാണ് എന്നർഥം. മതമെന്നത് ഒരു അടഞ്ഞ വ്യവസ്ഥ യാണ്. എന്താണോ അനാവൃതമായിട്ടുള്ളത്, അറിയപ്പെട്ടിട്ടുള്ളത് അതാണ് മതത്തിന്റെ അടിസ്ഥാനം. അതൊരിക്കലും പുതിയകാര്യങ്ങൾ അന്വേഷിക്കുന്നില്ല. എന്നാൽ മാർക്സിസമതല്ല. അത് നവീനമായത് അന്വേഷിച്ചറിയാൻ ശ്രമിക്കുന്നു. ഇതൊരു വലിയ പ്രക്രിയയാണ്. ഈ

പ്രക്രിയക്കിടയിൽ തിരുത്തൽവാദപരമായ കാര്യങ്ങൾ പറയും. തീവ്ര ഇടതുനിലപാടുകൾ ഉയർന്നുവരും. എന്നാൽ ഈ പ്രക്രിയകളുടെയെല്ലാം അനന്തരഫലമെന്ന നിലയിൽ മാർക്സിസം നവീനമായ തലത്തിലേക്കു വികസിക്കും. പുതിയ കാര്യങ്ങൾ കണ്ടെത്തും. മാർക്സ് കണ്ട ലോകമല്ല ഇത്. നമ്മുടെ വിപണിവ്യവസ്ഥയും അതിന്റെ ബലതന്ത്രവും മാർക്സിന്റെ കാലത്തു നിലനിന്നതല്ല. ഫിനാൻസ് വ്യവസ്ഥയുടെ അഭൂതപൂർവമായ ഒരു സമുച്ചയം തന്നെ ഇന്ന് രൂപപ്പെട്ടിട്ടുണ്ട്. അതിന്റെ ആന്തരസ വിശേഷതകൾ വിശകലനം ചെയ്ത് മുന്നോട്ടുപോവാതെ മാർക്സിസത്തിന് വികസിക്കാനാവില്ല. ചുരുക്കിപ്പറഞ്ഞാൽ മാർക്സിസത്തിന്റെ അടി സ്ഥാനമെന്നത് അന്വേഷണാത്മകമായ ദർശനത്തിന്റെ ജ്ഞാനമണ്ഡല മായിരിക്കണം. മുതലാളിത്തമെന്നത് ഒരു നൈസർഗികമായ വ്യവസ്ഥ യാണ്. അതൊരു ആസൂത്രിതവ്യവസ്ഥയല്ല. മുതലാളിത്തത്തെ നിങ്ങൾക്ക് പരിഷ്കരിക്കാനൊക്കുകയില്ല. കെയിൻസ് പറഞ്ഞത് മുത ലാളിത്തത്തെ പരിഷ്കരിക്കാമെന്നായിരുന്നു. എന്നാൽ അത് സാധ്യമല്ല. മുതലാളിത്തത്തെ പരിഷ്കരിക്കാനുള്ള മുദ്രാവാക്യങ്ങൾ നമുക്കുയർത്താ വുന്നതാണ്. അത് താൽക്കാലികമാണ്. എന്നാൽ പരിഷ്കൃതമായ ഒരു മുതലാളിത്തമെന്നത് അസംബന്ധമാണ്. പുതിയ സംഭവങ്ങൾ കണ്ടെ ത്താനുള്ള നിങ്ങളുടെ പരിശ്രമം ഉപേക്ഷിക്കുകയെന്നാൽ മാർക്സി സ്റ്റുകാർ അവരുടെ കണ്ണുകൾ അടയ്ക്കുകയെന്നാണർഥം. ചരിത്രപര മായ ലക്ഷ്യങ്ങൾക്കുനേരെ കണ്ണടയ്ക്കലാണത്. മുതലാളിത്തത്തിന്റെ അയുക്തികമായ ചൂഷണവ്യവസ്ഥയെയും അരാജകത്വത്തെയും നിഷ്കാസനം ചെയ്ത് സോഷ്യലിസം സ്ഥാപിക്കുകയെന്നതാണ് മാർക്സിസ്റ്റുകാരുടെ ലക്ഷ്യം. മുതലാളിത്തം താനേ തകരുമെന്നും അത് സോഷ്യലിസത്തിന് വഴിതെളിയിക്കുമെന്നും കരുതരുത്. ലെനിൻ പറഞ്ഞ താണ്, യാതൊരുവിധ അസാധ്യതയുടെ സന്ദർഭങ്ങളും മുതലാളിത്ത ത്തിനില്ല. എന്നാൽ പുനർനിർമാണമെന്നത് ഇതെല്ലാംതന്നെ തിരിച്ച റിഞ്ഞുകൊണ്ട് മുന്നോട്ടുപോവുകയെന്നതാണ്. അതിന് നാം തുറന്ന മന സുള്ളവരാകണം. സാധ്യതകളെ തുറന്നുകാണണം.

ബാങ്കിംഗ് വ്യവസ്ഥ മുതലാളിത്തത്തെ പ്രതിസന്ധിയിലേക്ക് നയിക്കു മെന്ന് മൂലധനത്തിൽ മാർക്സ് ദീർഘദർശം ചെയ്തിട്ടുണ്ടല്ലോ?

തീർച്ചയായും നിങ്ങൾ പറഞ്ഞതു ശരിയാണ്. മുതലാളിത്തത്തിന്റെ ആന്തരികവൈരുധ്യങ്ങളെ അതിജീവിക്കുകയെന്നത് പ്രയാസമാണ്. മാർക്സിന്റെ നിരീക്ഷണങ്ങൾ ഇന്ന് പ്രസക്തമാവുന്നതവിടെയാണ്. വസ്തുനിഷ്ഠസാഹചര്യങ്ങളെ മൂർത്തമായി പഠിക്കാതെ അതിനെ അഭി സംബോധന ചെയ്യാതെ മാർക്സിസത്തിന്റെ പുനർനിർമാണമെന്നത് അസാധ്യമാണ്.

ലെനിൻ നടത്തിയത് മാർക്സിസത്തിന്റെ പുനർനിർമാണത്തിന്റെ ഏറ്റവും ശക്തമായ ഉദാഹരണമായിരുന്നു. എക്കാലവും ചരിത്രപരമായ

ലക്ഷ്യങ്ങളെക്കുറിച്ച് നാം ജാഗ്രത നിലനിർത്തണം.

മാർക്സിസത്തിന്റെ പുനർനിർമാണത്തെക്കുറിച്ച് താങ്കൾ പറഞ്ഞുവല്ലോ. ഇത് സാക്ഷാൽക്കരിക്കാൻ നാം നടത്തേണ്ട മൂർത്തമായ പ്രവർത്തനങ്ങൾ എന്തൊക്കെയായിരിക്കണം?

തീർച്ചയായും അത് വളരെ പ്രധാനപ്പെട്ട കാര്യമാണ്. സാമ്രാജ്യത്വ ഘട്ടത്തിൽ ലെനിൻ എന്താണ് ചെയ്തത്. *സാമ്രാജ്യത്വം മുതലാളിത്ത ത്തിന്റെ പരമോന്നതഘട്ടം* എന്ന ഗ്രന്ഥത്തിൽ ലെനിൻ മാർക്സിന്റെ കണ്ടെത്തലുകളെ വികസിപ്പിക്കുകയായിരുന്നു. ലെനിന്റെ കാലമാവുമ്പോ ഴേക്കും ചരിത്രമാകെ മാറിമറിയുകയായിരുന്നു. നിങ്ങൾ മാർക്സ് പറ ഞ്ഞതിൽ മാത്രം ഒതുങ്ങിനിൽക്കുകയല്ല വേണ്ടത്. ലെനിൻ മാർക്സ് പറഞ്ഞതിൽ ഒതുങ്ങിനിൽക്കുകയായിരുന്നില്ല. നിങ്ങൾ മാർക്സിസത്തെ പടുത്തുയർത്തുകയാണ് വേണ്ടത്. അങ്ങനെ നിങ്ങൾ മാർക്സിസത്തെ ഭാവിയിലേക്ക് വികസിപ്പിക്കുന്നു. മാർക്സിസത്തിന്റെ പുനർനിർമാണ മെന്ന് പറഞ്ഞാൽ അതാണ്. നമ്മുടെ ദാർശനിക പരിപ്രേക്ഷ്യത്തെ ത്തന്നെ പുനർനിർമിക്കലാണ് മാർക്സിസത്തിന്റെ പുനർനിർമാണമെന്നു പറയുന്നത്. ലോകത്തിലെ എല്ലാ കമ്യൂണിസ്റ്റുപാർട്ടികളും പുതിയ. സാഹ ചര്യങ്ങൾക്കനുസരിച്ച് തങ്ങളുടെ പരിപ്രേക്ഷ്യത്തെ നവീകരിക്കേണ്ടതു ണ്ട്. അടവും തന്ത്രവും പുനർനിർമിക്കേണ്ടതുണ്ട്. അങ്ങനെ വരുമ്പോൾ നമുക്ക് തെറ്റുകൾ സംഭവിക്കാം. എന്നാൽ തെറ്റുകൾ സംഭവിക്കുന്നുവെ ന്നതുകൊണ്ട് നാം നമ്മുടെ പുനർനിർമാണ പ്രക്രിയയിൽനിന്നും പിറ കോട്ട് പോകരുത്.

പുതിയ ആഗോള പ്രതിസന്ധിയുടെ സാഹചര്യത്തിൽ സോഷ്യലിസ്റ്റ് ബദ ലിനു കൂടുതൽ പ്രസക്തി കൈവരുന്നുവെന്നു തോന്നുന്നു. ജനങ്ങൾ സോഷ്യലിസ്റ്റ് പ്രസ്ഥാനത്തെ ഉറ്റുനോക്കുന്ന ഒരു കാലഘട്ടം. താങ്കളുടെ നിരീക്ഷണമെങ്ങനെയാണ്?

നമ്മുടെ രാജ്യത്തും മൂന്നാം ലോകരാഷ്ട്രങ്ങളിലാകെയും പുതിയ സാഹചര്യങ്ങൾ രൂപംകൊള്ളുകയാണ്. തൊഴിലാളി-കർഷകഐക്യം ഭാവിയിൽ ശക്തിപ്പെടും. മുതലാളിത്തം എക്കാലവും ഏതുരാജ്യത്തും ചെയ്തുവന്ന ഒരുകാര്യമിതാണ്. ചെറുകിട സ്വത്തുടമസ്ഥരുടെ പിന്തുണ നേടിയെടുത്തുവെന്നുള്ളതാണ്. വിപ്ലവകാലഘട്ടത്തിൽ ചൈനീസ് തൊഴി ലാളിവർഗവും കർഷകവർഗവും തമ്മിലുള്ള ഐക്യം ശക്തമായിരുന്നു. എന്നാൽ പ്രതിവിപ്ലവകാലത്ത് മുതലാളിത്തശക്തികൾ മധ്യവർഗത്തി ന്റെയും ചെറുകിട സ്വത്തുടമസ്ഥരുടെയും പിന്തുണയാർജിച്ചതോടെ, മുത ലാളിത്തം അതിന്റെ ശക്തി ദീർഘകാലം നിർത്തുന്നതിലേക്ക് നയിച്ചു. ഇന്ത്യയിലിന്ന് തൊഴിലാളിവർഗ-കർഷക ഐക്യം ശക്തിപ്പെടുത്തേണ്ട സാഹചര്യമാണ്. ചൈനയിൽ കർഷക ജനതക്കെതിരായ ഭീതി മധ്യ വർഗത്തിനിടയിൽ പടർത്തുന്നതിൽ മുതലാളിത്തം വിജയിച്ചു. അപ്പോ

ഴാണ് അവിടെ ബൂർഷ്വാസിക്ക് ആധിപത്യം നിലനിർത്താൻ സാധിച്ചത്. പാരീസ് കമ്യൂണിന്റെ തകർച്ചക്കും ഇതുതന്നെയായിരുന്നു കാരണം. ബൂർഷ്വാസിക്ക് പിന്തുണ ലഭിച്ചത് കർഷകരിൽ നിന്നാണ്, ഫ്രഞ്ചുജന തയിൽ നിന്നുമല്ല. ഫ്രാൻസിൽ തൊഴിലാളി-കർഷകവർഗ ഐക്യം ശക്തിപ്പെടുകയുണ്ടായില്ല. ബോൾഷെവിക്ക് വിപ്ലവവും ചൈനീസ് വിപ്ല വവും വിജയിക്കാൻ കാരണം അവിടങ്ങളിലെല്ലാം തൊഴിലാളിവർഗ-കർഷക ഐക്യം ശക്തിപ്പെട്ടതാണ്. ഇന്ത്യൻ ദേശീയ സ്വാതന്ത്ര്യസമര ത്തിൽ അതിവിടെ ശക്തിപ്പെടുകയുണ്ടായില്ല. കൊളോണിയൽ വിരുദ്ധ ദേശീയ സമരത്തിന്റെ നേതൃത്വം ഇന്ത്യൻ ബൂർഷ്വാസിക്കായിരുന്നു. ഇന്ത്യയിലെ ഭൂപ്രഭു വർഗത്തിന്റെയും ചെറുകിട സ്വത്തുടമസ്ഥരുടെയും പിന്തുണ ഇന്ത്യൻ ബൂർഷ്വാസിക്ക് ലഭ്യമായിരുന്നു. എനിക്കുതോന്നുന്നത്, ഇന്നത്തെ സാഹചര്യത്തിൽ തൊഴിലാളിവർഗ-കർഷക ഐക്യവും ഇന്ത്യയിൽ മുതലാളിത്തത്തിന്റെ പുതിയ പ്രതിസന്ധി ഏറ്റവും കൂടു തൽ ബാധിക്കുന്നത് കർഷകജനതയെയായിരിക്കും. കർഷകജനതയുടെ ശാക്തീകരണം ആവശ്യപ്പെടുന്ന സാഹചര്യമാണിത്. അത്തരമൊരു പ്രവർത്തനം നടക്കുന്നത് തൊഴിലാളി-കർഷകവർഗ ഐക്യത്തിലൂടെ യായിരിക്കണം. അത്തരം പ്രവർത്തനം നമ്മുടെ ആസന്നമായ ജനാധി പത്യവിപ്ലവത്തിന് കളമൊരുക്കും. നമ്മുടെ ആസന്നമായ ലക്ഷ്യം സോഷ്യലിസ്റ്റ് വിപ്ലവമല്ല, ജനാധിപത്യ വിപ്ലവമാണ്. ജനാധിപത്യവിപ്ല വമാണ് സോഷ്യലിസ്റ്റ് വിപ്ലവത്തിന്റെ പാത വെട്ടിത്തുറക്കുന്നത്. സോഷ്യ ലിസം ഒരു സുപ്രഭാതത്തിൽ പൊട്ടിവിടരുന്നതല്ല. അതിനു കളമൊരു ക്കാൻ നമുക്കൊരു പാതവേണം. അതാണ് ജനാധിപത്യവിപ്ലവം.

അതെ, സോഷ്യലിസമെന്നത് നമ്മുടെ മാക്സിമം അജണ്ടയാണ്, ജനാധിപത്യം മിനിമം പരിപാടിയും.

ശരിയാണ്, കാരണം നമുക്കൊരു പാതയില്ലാതെ സഞ്ചരിക്കാനാ വില്ല. ഈ പാതയിലൂടെ നടന്നാലേ നമുക്ക് സോഷ്യലിസത്തിലേക്ക് പ്രവേശിക്കാനാവൂ. അത്തരമൊരു ലക്ഷ്യത്തിന് തൊഴിലാളി-കർഷക ഐക്യം വളരെ പ്രധാനപ്പെട്ടതാണ്.

വിപ്ലവത്തിന്റെ ന്യൂക്ലിയസ് എന്നുപറയുന്നത്, തൊഴിലാളിവർഗസർവാ ധിപത്യത്തിന്റെ ന്യൂക്ലിയസ് എന്നുപറയുന്നത് ഈ വർഗഐക്യമാ ണല്ലോ?

ശരിയാണ്. കാർഷിക പ്രതിസന്ധി ഇന്ത്യൻ സാഹചര്യത്തിൽ വളരെ പ്രധാനമാണ്. ഇന്നത്തെ കർഷക ആത്മഹത്യ, 1930 കളിലെ പ്രതിസന്ധിയെ ഓർമപ്പെടുത്തുന്നു. 1930 കളിൽ ഇന്ത്യൻ ദേശീയ പ്രസ്ഥാ നത്തിൽ അതു പ്രകടമായിരുന്നു. കർഷകവർഗം കൊളോണിയൽ വിരുദ്ധ ദേശീയ സമരത്തിൽ ശക്തമായി പങ്കുകൊണ്ടു. അവർ ജനങ്ങളുടെ സമ രവുമായി ഐക്യദാർഢ്യം പ്രഖ്യാപിച്ചു. എനിക്കുതോന്നുന്നത് അത്തര മൊരു സാഹചര്യം ഇന്ത്യയിലിനിയും വരാൻ പോവുകയാണെന്നാണ്.

സമീപകാലത്തായി പുതിയ പ്രവണതകൾ ഉയർന്നുവരുന്നു. തൊഴി ലാളിവർഗവും കർഷകവർഗവും തമ്മിലുള്ള വൈരുധ്യങ്ങളെന്ന നില യിൽ പ്രത്യക്ഷപ്പെടുന്ന പ്രവണതകൾ എങ്ങനെ വിലയിരുത്തുന്നു?

ഉണ്ട്. അത്തരം സാഹചര്യങ്ങളെ അതിജീവിക്കേണ്ടതുണ്ട്. സാമ്രാ ജ്യത്വം, ആഗോളീകരണം, നിയോ-ലിബറലിസം, അത്തരം നയങ്ങൾ തുടരുന്ന ഇന്ത്യയിലെ വൻകിട ബൂർഷ്വാസി എന്നീ ശക്തികൾക്കെതി രായി തൊഴിലാളി-കർഷക ഐക്യത്തിൽ അധിഷ്ഠിതമായ പ്രക്ഷോഭ ങ്ങൾ ഉയർന്നുവരണം.

പാശ്ചാത്യ ധനശാസ്ത്രജ്ഞരിൽ പലരുടെയും അഭിപ്രായത്തിൽ ഇപ്പോഴത്തെ മുതലാളിത്തത്തിന്റെ പ്രതിസന്ധിയുടെ ആഘാതങ്ങൾ ഇന്ത്യയിൽ താരതമ്യേന കുറവായിരിക്കുമെന്നാണല്ലോ?

ഇന്ത്യ വലിയൊരു പരിധിവരെ നിയോ-ലിബറലിസത്തെ പ്രതിരോ ധിച്ചുവെന്നത് ശരിയാണ്. പക്ഷേ, അത് ഇടതുപക്ഷ സമ്മർദംകൊണ്ടാ ണ്. ഇന്ത്യൻ ബൂർഷ്വാസിയുടെ പ്രവർത്തനംകൊണ്ടല്ല. നിയോ-ലിബ റൽ നയങ്ങളെ എതിർത്ത ഇടതുപക്ഷനയമാണതിനു കാരണം.

എന്നാൽ ഇന്ത്യൻ ബൂർഷ്വാസിയുടെ വർഗഘടന ഇതിൽ ഒരു പ്രധാന ഘടകമല്ലെ. അതല്ലെ ഇടതുപക്ഷസമ്മർദത്തെ പ്രയോഗക്ഷമ മാക്കിയത്. ഇന്ത്യൻ ബൂർഷ്വാസി താരതമ്യേന മാനുഫാക്ചറിങ് മേഖ ലയിൽ പ്രവർത്തിക്കുന്ന ഘടകം.

അല്ല. ഇന്ത്യൻ ബൂർഷ്വാസിയുടെ ദേശീയസ്വഭാവം ഒരു ഘടകമല്ല. അംബാനിയെപ്പോലുള്ള മുതലാളിമാർ മാനുഫാക്ചറിങ് മേഖലയിൽ മാത്രമല്ല, കാർ വ്യവസായത്തിൽ മാത്രമല്ല, ഊഹ വ്യാപാരത്തിലെ പ്രധാ നകണ്ണിയാണ്.

താരതമ്യം ചെയ്യുമ്പോൾ?

ഇന്ത്യൻ ബൂർഷ്വാസി ആഗോള ധനമൂലധനത്തിലെ പ്രധാനകണ്ണി തന്നെയാണ്. പണ്ട് അവർ കോമ്പ്രദോർ (ദല്ലാൾ) ബൂർഷ്വാസിയാ യിരുന്നു. അതേ അവസരത്തിൽ മാനുഫാക്ചറിങ് മേഖലയിൽ വ്യാപൃ തരുമായിരുന്നു. കൊളോണിയൽ കാലഘട്ടത്തിലെ തൊഴിൽവിഭജനഘ ടന അതായിരുന്നു. അന്ന് കൊളോണിയൽ വിരുദ്ധ സമരത്തിൽ ഈ ദല്ലാൾ ബൂർഷ്വാസി പങ്കാളിയായിരുന്നു. എന്നാലിന്ന് അതല്ല സ്ഥിതി. ശരിയാണ് അവർ മാനുഫാക്ചറിങ് മേഖലയിൽ പ്രവർത്തിക്കുന്നുവെ ന്നത് ശരിയാണ്. പക്ഷേ, അവർ ആഗോള ഊഹവ്യാപാരത്തിൽ കണ്ണി കളാണ്.

ഇന്ത്യയിൽ കർഷകരും തൊഴിലാളിവർഗവും തമ്മിൽ ഐക്യത്തേക്കാ ളേറെ വൈരുധ്യങ്ങളാണോ രൂപപ്പെടുന്നത്? ബംഗാളിന്റെ അനുഭവങ്ങ ളുടെ പശ്ചാത്തലത്തിൽ എങ്ങനെ വിലയിരുത്താം?

കാരണം ഇന്നുകാണുന്ന മുതലാളിത്ത വ്യവസായവൽക്കരണത്തിന് കാര്യമായ തൊഴിലവസരങ്ങൾ സൃഷ്ടിക്കാൻ കഴിയുന്നില്ല. മാനുഫാക്ചറിങ് മേഖലയിൽ അവർക്ക് ആവശ്യത്തിന് പശ്ചാത്തലസൗകര്യങ്ങളില്ല. വ്യവസായവൽക്കരണത്തിന്റെ മുന്നുപാധികളും ആവശ്യത്തിനില്ല. 1973 മുതൽ ഇന്നുവരെയുള്ള മുതലാളിത്ത വികസിതരീതികളും ഇപ്പോഴത്തെ രീതികളും നിങ്ങൾ പരിശോധിക്കുക. തൊഴിൽ പുനഃസൃഷ്ടിക്കുന്നതിന്റെ നിരക്ക് ആഗോളാടിസ്ഥാനത്തിൽ കുറഞ്ഞുവരുന്നു. ഈയടുത്ത കാലത്ത് മുതലാളിത്തം പുനരുൽപ്പാദിപ്പിക്കുന്ന തൊഴിലവസരങ്ങൾ മൊത്തമെടുത്തു പരിശോധിച്ചാൽ അത് മനസിലാവും.

വൻകിട വ്യവസായങ്ങൾ തുടങ്ങുന്നുണ്ടെങ്കിലും തൊഴിലവസരങ്ങൾ സൃഷ്ടിക്കപ്പെടാത്തതിനാൽ കർഷകജനത വ്യവസായവൽക്കരണത്തെ എതിർക്കുന്നു. എന്നാൽ ഞാനൊരിക്കലും വ്യവസായവൽക്കരണത്തെ എതിർക്കുന്നില്ല. തീർച്ചയായും നമുക്ക് വ്യവസായങ്ങൾ വേണം. പ്രശ്നമിതാണ്. വ്യവസായങ്ങൾ കർഷകജനതയ്ക്ക് ഗുണകരമാവണം. അവർ വ്യവസായവൽക്കരണത്തിന്റെ ഭാഗമായി മാറണം. വ്യവസായങ്ങൾ പുതുതായി തുടങ്ങുമ്പോൾ അത് കർഷകർക്ക് ദ്രോഹകരമായി മാറരുത്. കർഷകർക്കനുകൂലമായ നിയമനിർമാണങ്ങൾ കേന്ദ്രഗവണ്മെന്റുതന്നെ നടപ്പാക്കണം. ഭൂമി നഷ്ടപ്പെടുന്ന കർഷകർക്ക് നല്ല രീതിയിലുള്ള നഷ്ടപരിഹാരം ലഭ്യമാക്കണം. ഇന്നു മുതലാളിത്തം ചെയ്തുകൊണ്ടിരിക്കുന്നത് ഒരു സംസ്ഥാന സർക്കാരിനെ മറ്റു സർക്കാരുകൾക്കെതിരെ തിരിച്ചുവിടുകയാണ്. ബംഗാൾ, കർണാടക, ഗുജറാത്ത് എന്നിവയെയെല്ലാം പരസ്പരം ശത്രുക്കളാക്കുന്നു.

അപ്പോൾ, നമ്മൾ, ഇടതുപക്ഷ സർക്കാരുകൾക്ക് കൃത്യമായ ഒരു വ്യവസായനയം ഉണ്ടായിരിക്കണം. അത് ഇതര സംസ്ഥാനങ്ങളുടെ നയങ്ങളിൽനിന്നും തികച്ചും വ്യത്യസ്തമായിരിക്കണം. വൻകിട വ്യവസായികളെ വ്യവസായങ്ങൾ തുടങ്ങാൻ ക്ഷണിക്കുകയെന്നതിൽ കവിഞ്ഞ് കൃത്യമായ നയം ഇടതുസർക്കാരുകൾക്ക് ഉണ്ടായിരിക്കണം. മറ്റൊന്ന്, നാം കേന്ദ്രഗവണ്മെന്റിനോടാവശ്യപ്പെടേണ്ടത്, കർഷകർക്ക് അവരുടെ ഭൂമിയുടെ അടിസ്ഥാനത്തിൽ ആരംഭിക്കാൻ പോവുന്ന കമ്പനിയിൽ ഇടമസ്ഥാവകാശം ലഭ്യമാവുന്ന രീതിയിൽ നിയമനിർമാണം നടത്തണം. അതിനുവേണ്ടിയാണ് ഇടതുപക്ഷം പൊരുതേണ്ടത്. അത് കർഷകജനതയ്ക്ക് നീതി ലഭ്യമാക്കുന്നതായിരിക്കണം. അതുപോലെതന്നെ പൊതുമേഖലയിലും സഹകരണമേഖലയിലും വ്യവസായ സ്ഥാപനങ്ങൾ തുടങ്ങുന്നതിനെപ്പറ്റി ആലോചിക്കണം. മുതലാളിത്ത വ്യവസായസ്ഥാപനങ്ങൾക്ക് ആനുകൂല്യം നൽകുന്നതാവരുത് നമ്മുടെ നയം. മുതലാളിത്ത മൂലധന ഒഴുക്കിന് നാം നിയന്ത്രണമേർപ്പെടുത്തണം. മുതലാളിത്തമൂലധനത്തിന്റെ അധിനിവേശത്തിനെതിരായിരിക്കണം നമ്മുടെ നയം. അതുപോലെതന്നെ പൊതുമേഖലയിലും സഹകരണാടിസ്ഥാനത്തിലും വ്യവസായങ്ങൾ തുടങ്ങുന്നതിന് പ്രചോദനമാവണം ഇടതുനയം. ലോകത്ത് വൻകിട വ്യവസായങ്ങളിൽ പ്രമുഖമായ പലതും തകർന്നുകഴിഞ്ഞു.

നമ്മുടെ പത്രങ്ങളെല്ലാംതന്നെ സ്വകാര്യവ്യവസായ സ്ഥാപനങ്ങളെയാണ് പിന്തുണയ്ക്കുന്നത്.

നമ്മുടെ രാജ്യത്തെ സഹകരണബാങ്കുകളെ ജനങ്ങൾക്കുപകാരപ്രദമായി മാറ്റാൻ കഴിയാത്ത സാഹചര്യമുണ്ടല്ലോ. സഹകരണ പ്രസ്ഥാനങ്ങളും കർഷകരും തമ്മിൽ വൈരുധ്യരഹിതമായ ബന്ധം സ്ഥാപിക്കപ്പെടേണ്ട തല്ലേ?

സഹകരണ പ്രസ്ഥാനങ്ങൾ, തീർച്ചയായും കർഷകന്റെ താൽപ്പര്യ ങ്ങൾക്കനുസരിച്ച് പ്രവർത്തിക്കേണ്ടതാണ്. അതിലേക്ക് ഞാൻ വരാം. അതിനുമുമ്പ് തൊഴിലാളികളും കർഷകരും തമ്മിലുള്ള ബന്ധം നില നിർത്തുന്നതിനെപ്പറ്റിയാണ് നാം ചിന്തിക്കേണ്ടത്.

തൊഴിലാളിവർഗ-കർഷകഐക്യം നിലനിർത്താനും ശക്തിപ്പെടുത്താനും എന്താണ് വേണ്ടത്?

അതെ, ആ നിലയ്ക്കാണ് നാം ചിന്തിക്കേണ്ടത്. നിങ്ങൾ പറഞ്ഞ തുപോലെ തൊഴിലാളി-കർഷകഐക്യം അത് ശക്തിപ്പെടുത്തുകയെ ന്നതാണ് പ്രധാനം. എന്നാൽ നിങ്ങൾ നേരത്തെ പറഞ്ഞത് ഞാൻ തള്ളി ക്കളയുന്നില്ല. കർഷകർക്ക് ഗുണകരമായിരിക്കണം സഹകരണബാങ്കു കൾ. ഇന്ദിരാഗാന്ധി അത് ചെയ്തിട്ടുണ്ട്. കർഷകർക്ക് വായ്പ നൽകാൻ ബാങ്കുകളെ ഉപയോഗപ്പെടുത്തിയിട്ടുണ്ട്. ബാങ്കുകൾ ദേശസാൽക്കരി ച്ചിട്ടുണ്ട്. തൊഴിലാളികൾ, നമ്മൾ എല്ലാം തന്നെ മുതലാളിത്തലോക ത്തിലാണ് ജീവിക്കുന്നത്. നമുക്ക് സെസ് വേണം. വ്യവസായം വേണം. അതിനുവേണ്ടി നിക്ഷേപങ്ങൾ വേണം. പക്ഷേ, തൊഴിലാളിവർഗത്തിന്റെ നിലപാട് അതാണ് പ്രധാനവിഷയം. അതിതാണ്. തൊഴിൽ നഷ്ടപ്പെടുന്ന സാഹചര്യം, തൊഴിലിന്റെ കാര്യക്ഷമത വർധിക്കണം കൃഷിക്കാർക്ക് ഭൂമിനഷ്ടപ്പെടാൻ പാടില്ല. അവർ കടക്കെണിയിൽ വീഴാൻ പാടില്ല. ഭൂമി വിൽപ്പനയും വാങ്ങലുമായി ബന്ധപ്പെട്ട് നടന്നുവരുന്ന ഊഹവ്യാപാര മേഖല, തൊഴിലാളിവർഗ താൽപ്പര്യവുമായി പൊരുത്തപ്പെടുന്നതല്ല. അതുപോലെതന്നെ ഈ മേഖലയെ പ്രോത്സാഹിപ്പിക്കുന്നതിനുള്ള എളു പ്പവഴിയായി, ഉപാധിയായി സെസ് മാറാൻ പാടില്ല.

കാർഷിക പ്രതിസന്ധിയും പുറാളികളും

ഇന്ത്യൻ കാർഷികഘടനയിൽ സവിശേഷമായി ഊന്നൽ നൽകുന്ന സമീ പനമാണ് നമുക്കു വേണ്ടതെന്ന് താങ്കൾ പല സന്ദർഭങ്ങളിലും അഭിപ്രാ യപ്പെട്ടിട്ടുണ്ട്. നാണയവിളകൾക്ക് പകരം ഭക്ഷ്യോൽപ്പന്നങ്ങൾ ഉൽപ്പാ ദിപ്പിക്കുന്നതിൽ കേരളീയർ ശ്രദ്ധിക്കണമെന്നും മറ്റും പറയുമ്പോൾ ഇവിടെ നിലനിൽക്കുന്ന ഭൂവ്യവസ്ഥയുടെ കൊളോണിയൽ ഘടനയെ പ്രശ്നവൽക്കരിക്കേണ്ടതല്ലേ?

കേരളത്തിലെ കാർഷികഘടനയിൽ പ്രധാനപ്പെട്ട പരിവർത്തനങ്ങൾ ഭൂപരിഷ്കരണവുമായി ബന്ധപ്പെട്ട് ഉണ്ടായിട്ടുണ്ട്. അത് കേരളത്തിനെ

സംബന്ധിച്ചിടത്തോളം നിർണായകമാണ്. കേരളത്തിലെ കാർഷികവ്യ
വസ്ഥയിൽ ഭക്ഷ്യോൽപ്പാദനത്തിന് പ്രാധാന്യം ലഭിക്കേണ്ടതുണ്ട്. നാണ്യ
വിളകളിൽനിന്ന് ഭക്ഷ്യോൽപ്പന്നങ്ങളിലേക്ക് കർഷകരുടെ ശ്രദ്ധ തിരി
യേണ്ടതുണ്ടെന്നും അത് പ്രോത്സാഹിപ്പിക്കപ്പെടേണ്ടതുണ്ടെന്നും ഞാൻ
പറഞ്ഞത് അതിന്റെ ഭാഗമാണ്. കേരളത്തിൽ ഭൂപരിഷ്കരണശ്രമങ്ങൾ
നടന്നതിന്റെ ഭാഗമായി കൃഷിഭൂമി, അതായത് ഭക്ഷ്യോൽപ്പാദനഭൂമി
തോട്ടം മേഖലയിലേക്ക് അപഹരിക്കപ്പെട്ടതിനെക്കുറിച്ച് നിങ്ങൾ പറ
ഞ്ഞത് ശരിയാണ്. ഞാൻ പറയുന്നത് കൃഷിക്കാരന് കൃഷി ചെയ്യാൻ
പര്യാപ്തമാവുന്ന രീതിയിൽ ഭൂപരിഷ്കരണം പൂർത്തിയായെങ്കിലേ
കാർഷികരംഗത്തെ പ്രശ്നങ്ങൾ പരിഹരിക്കാൻ കഴിയുകയുള്ളുവെ
ന്നാണ്. അതിന് നമ്മുടെ സംസ്ഥാനത്തെ അനധികൃതമായി കൈവശം
വെച്ചുവരുന്ന ഭൂമി എത്രയുണ്ടെന്ന് കണക്കാക്കുകയും അത് ദരിദ്രകൃ
ഷിക്കാർക്കും മറ്റും വിതരണം ചെയ്യുകയും വേണം. ഉൽപ്പാദനമേഖല
യ്ക്കാണ് നാം പ്രാധാന്യം നൽകേണ്ടത്. ഉൽപ്പാദനമേഖലയ്ക്ക്
പ്രാധാന്യം നൽകുന്നതിലൂടെ മാത്രമേ ഉപഭോക്തൃസംസ്ഥാനമെന്ന
അവസ്ഥ മാറുകയുള്ളു. ഇങ്ങനെ ഭക്ഷ്യോൽപ്പാദനമേഖലയെന്ന നില
യിലേക്ക് കേരളം മാറണമെങ്കിൽ ഭൂമിയുടെ വിതരണത്തിലെയും കൈവ
ശംവെക്കലിന്റെയും അസന്തുലിതാവസ്ഥ മാറണം. അത്തരമൊരു
പുനർക്രമീകരണമാണ് നാം ലക്ഷ്യംവെക്കേണ്ടത്. ഇത് ചെയ്യുന്നതിന്റെ
ഭാഗമായി അനധികൃതമായി കൈവശം ഭൂമിയെത്ര എന്ന് നമുക്കറിയാൻ
കഴിയണം.

*കേരളത്തിലെ കാർഷികഘടനയിൽ വലിയൊരന്തരം നിലനിൽക്കുന്നു
ണ്ട്. വലിയൊരു ശതമാനം ഭൂമിയും തോട്ടംമേഖലയിലാണ് നിലനിൽക്കു
ന്നത്. ഭക്ഷ്യമേഖലയിലാവട്ടെ വളരെ കുറവാണ്. ഇത്തരമൊരവസ്ഥയിൽ,
ഭൂവിതരണത്തിലെ കൊളോണിയൽ ഘടന നിലനിൽക്കുവോളം ഭൂമി
യുടെ പുനർവിതരണം എങ്ങനെ സാധ്യമാവും?*

കേരളത്തിലെ തോട്ടംമേഖല മുതലാളിത്തകൃഷിയുടെ ഭാഗമായി നില
നിൽക്കുന്നതാണ്. അത് മുതലാളിത്തോൽപ്പാദനത്തിന്റെ ഭാഗമാണ്.
അതിന്റെ ഫ്യൂഡൽ-കൊളോണിയൽ ഘടനയുടെ മാറ്റങ്ങളെക്കുറിച്ച്
നമുക്ക് ചർച്ചകൾ ആവശ്യമാണ്. ഇത്തരം പ്രശ്നങ്ങൾ പല മൂന്നാം
ലോകരാഷ്ട്രങ്ങളിലും നടന്നിട്ടുണ്ട്. നടക്കുന്നുമുണ്ട്. എന്നാൽ ഞാൻ
പറയുന്നത്, തോട്ടം മേഖലയിൽപ്പെടാത്ത വളരെയേറെ ഭൂമി പലരും അന
ധികൃതമായി കൈവശംവെക്കുന്നുണ്ട്. ഇതിന്റെ പുനർവിതരണം പ്രധാ
നപ്പെട്ടതാണ്.

*ആഗോളമുതലാളിത്ത പ്രതിസന്ധിയുടെ കാലഘട്ടത്തിൽ കാർഷികരം
ഗത്ത് കൂടുതൽ കുഴപ്പങ്ങൾ പ്രത്യക്ഷപ്പെട്ടു കാണുന്നു. മറ്റു മേഖലയു
മായി താരതമ്യം ചെയ്യുമ്പോൾ കാർഷികരംഗത്ത് പ്രതിസന്ധിയുടെ പ്ര
ത്യാഘാതങ്ങളെ എങ്ങനെയാണ് താങ്കൾ വിലയിരുത്തന്നത്?*

തീർച്ചയായും മുതലാളിത്തപ്രതിസന്ധി അതിന്റെ വിനാശകരമായ പ്രത്യാഘാതങ്ങൾ കൂടുതലും സൃഷ്ടിക്കുന്നത് കാർഷികരംഗത്തുതന്നെയായിരിക്കും. മറ്റു മേഖലകളിൽ ഉളവാകുന്ന പ്രത്യാഘാതങ്ങളെ കുറച്ചുകാണിക്കുകയല്ല. നമ്മുടെ ബാങ്കിങ് മേഖലയിലും വ്യാവസായിക മേഖലകളിലും ഇൻഷുറൻസ് മേഖലകളിലും ഗുരുതരമായ പ്രശ്നങ്ങൾ രൂപപ്പെടാൻ സാധ്യതയുണ്ട്. എന്നാൽ കാർഷികരംഗത്ത് ചില സവിശേഷ പ്രശ്നങ്ങൾ തന്നെ പ്രത്യക്ഷപ്പെട്ടുതുടങ്ങിയിരിക്കുന്നു. S E Z (സവിശേഷ സാമ്പത്തിക മേഖല)-ന്റെയും ഷെയർ മാർക്കറ്റ് വികാസത്തിന്റെയും ഭാഗമായി ഇന്ത്യൻ ഗ്രാമങ്ങളിലും പട്ടണങ്ങളിലും ഉയർന്നുവന്നിട്ടുള്ള പ്രശ്നങ്ങൾ ഇതിന്റെ അഭേദ്യഭാഗം തന്നെയാണ്. ഭൂമിയുടെ ക്രയവിക്രയവുമായി ബന്ധപ്പെട്ട് വന്നിട്ടുള്ള വൈരുധ്യങ്ങൾ തന്നെ നോക്കൂ. നഗരങ്ങളിൽ സാധാരണക്കാർക്ക് ജീവിക്കാൻ കഴിയാത്ത സാഹചര്യം. എന്നാൽ കാർഷികഘടനയെ അടിസ്ഥാനപരമായ സാമ്പത്തിക വ്യവസ്ഥയായി നാം പരിഗണിക്കുന്നില്ലെങ്കിൽ പ്രതിസന്ധിയുടെ ഫലപരിണതി ദുസ്സഹമാവും. ഉൽപ്പാദനവ്യവസ്ഥക്ക് ഊന്നൽ നൽകിക്കൊണ്ടുള്ള സാമ്പത്തിക പ്രവർത്തനത്തിനാണ് നാം മുൻതൂക്കം നൽകേണ്ടത്. സാമ്രാജ്യത്വവും മൂന്നാം ലോകരാഷ്ട്രങ്ങളും തമ്മിലുള്ള വൈരുധ്യത്തിന്റെ അടിസ്ഥാനപരമായ പ്രതിഫലനമാണ് കാർഷികരംഗത്തെ കുഴപ്പങ്ങൾ. മൂന്നാംലോകരാഷ്ട്രങ്ങളിലെല്ലാം തന്നെ ഇത്തരം കാർഷികകുഴപ്പങ്ങൾ രൂപപ്പെടുന്നുണ്ട്. ഇന്ത്യയിൽ തന്നെ പകുതിയിലേറെ ജനങ്ങൾ കൃഷിയെ ആശ്രയിക്കുന്നു. മുതലാളിത്തത്തിന്റെ പ്രത്യാഘാതങ്ങൾ അനുഭവിക്കുന്നത് കൃഷിക്കാർ മാത്രമല്ല. ചെറുകിട ഉൽപ്പാദകരും ഇതിന്റെ ഭവിഷ്യത്ത് അനുഭവിക്കുന്നുണ്ട്. എന്നാൽ മുതലാളിത്തവ്യവസ്ഥക്കു കീഴിൽ കാർഷികത്തൊഴിലാളികളും കൃഷിക്കാരും നേരിടുന്ന പ്രശ്നങ്ങളാണ് ഇന്ത്യയിലെ പ്രധാന വൈരുധ്യം. തൊഴിലാളിവർഗത്തിനു മാത്രമേ കൃഷിക്കാരുടെയും കാർഷികത്തൊഴിലാളികളുടെയും നേതാവായി ഉയരാൻ കഴിയുകയുള്ളു. ഇന്ന് കാർഷികമേഖലയിൽ നിലനിൽക്കുന്ന പ്രശ്നങ്ങൾക്ക് പരിഹാരം നിർദേശിക്കാൻ മുതലാളിത്തത്തിന് ഒരിക്കലും സാധ്യമല്ല. മുതലാളിത്തമെന്നത് ഒരു വർഗത്തിന്റെ സർവാധിപത്യമാണ്. അതിനുകീഴിൽ കൃഷിക്കാർ ഭൂരഹിതരായിമാറുന്ന കാഴ്ചയാണ് നാം കാണുന്നത്. അനുദിനം അവർ ദരിദ്രരായിക്കൊണ്ടിരിക്കുന്നു. കാർഷിക പ്രതിസന്ധിയുടെ ഭാഗമായ ഈ ദാരിദ്ര്യവൽക്കരണത്തിന് പരിഹാരം മുതലാളിത്തവ്യവസായ വികസനമോ നവീകരണമോ അല്ല, മറിച്ച് സോഷ്യലിസ്റ്റ് വികസനനയം മാത്രമേ അഭികാമ്യമായിട്ടുള്ളുവെന്നാണ് നാം മനസിലാക്കേണ്ടത്. കൃഷിക്കാരും കാർഷികത്തൊഴിലാളികളും ദരിദ്രജനവിഭാഗങ്ങളെല്ലാംതന്നെ സംഘടിതമായി നടത്തുന്ന പ്രക്ഷോഭങ്ങൾ അത്തരം സോഷ്യലിസ്റ്റ് പ്രശ്നങ്ങൾക്ക് പ്രചോദനമാവും.

തൊഴിലാളികളും കാർഷകരും തമ്മിലുള്ള വർഗസഖ്യത്തിന്റെ ദൃഢീകരണത്തെ ആശ്രയിച്ചാണ് വിപ്ലവത്തിന്റെ വിജയസാധ്യതയെന്ന് ലെനിൻ

നിരീക്ഷിച്ചിട്ടുണ്ടല്ലോ. ഇന്ന് തൊഴിലാളികളും കൃഷിക്കാരും അല്ലെങ്കിൽ കാർഷികത്തൊഴിലാളികളും തമ്മിലുള്ള താൽപ്പര്യസമവായം എത്ര ത്തോളം സാധ്യമാണ്? ഇടതുഗവൺമെന്റുകൾക്കെതിരായി ഉയർന്നുവ രുന്ന മുഖ്യ ആരോപണങ്ങളിൽ പലതും ഈ ദരിദ്രജനവിഭാഗങ്ങളെ മുൻനിർത്തിയാണല്ലോ. ബംഗാളിലും മറ്റും ചില പ്രശ്നങ്ങളുണ്ടായപ്പോൾ അതിൽ പ്രാന്തീയവർഗം അഥവാ പുറാളികൾ നേരിടുന്ന പ്രശ്നങ്ങളെ ഇടത് അവസരവാദികളും പ്രതിലോമകാരികളായ മറ്റു വിഭാഗങ്ങളും ഉപ യോഗപ്പെടുത്തുകയുണ്ടായല്ലോ?

..........ഇതിൽ ആദ്യമേതന്നെ ഒരു കാര്യം സ്പഷ്ടമാക്കട്ടെ. ഇടതു ഗവൺമെന്റുകളെ തൊഴിലാളിവർഗ ഗവൺമെന്റുകളായി കാണുന്ന പ്രവ ണത ശരിയല്ല. അത്തരമൊരു പ്രവണത ഇന്ന് വളർന്നുവരുന്നുണ്ട്. തീർച്ച യായും ഇടതുഗവൺമെന്റുകളെ മുതലാളിത്ത വ്യവസ്ഥക്കു കീഴിൽ നിൽക്കുന്ന താൽക്കാലിക സംവിധാനമായി നാം തിരിച്ചറിയണം. അത്തരം ഗവൺമെന്റുകളെ തൊഴിലാളിവർഗ ഗവൺമെന്റുകളായി തെറ്റി ദ്ധരിക്കുന്നവരുണ്ട്. രണ്ടാമതായി, പ്രാന്തീയ ജനവിഭാഗങ്ങൾ ഇടതുഗ വൺമെന്റുകൾക്കെതിരാവുന്നത് പ്രാന്തീയ ജനവിഭാഗങ്ങളുടെ കുഴപ്പമ ല്ല. ബംഗാളിലും മറ്റും നമുക്ക് ചില തെറ്റുകൾ പറ്റിയിട്ടുണ്ട്. ആഗോള വൽക്കരണത്തിന്റെ ഭാഗമായി നടക്കുന്ന പ്രാന്തീയവൽക്കരണ നടപടി കളെ നാം ശ്രദ്ധയോടെ വിലയിരുത്തേണ്ടതുണ്ട്. ദലിത് ജനവിഭാഗങ്ങ ളുടെ പ്രശ്നങ്ങളെ ഗൗരവമായി സമീപിക്കേണ്ടതുണ്ട്. ദലിത് ജനവിഭാ ഗങ്ങളുടെ കൺവെൻഷൻ വിളിച്ചത് നമ്മുടെ പ്രസ്ഥാനത്തെ സംബന്ധി ച്ചടത്തോളം നിർണായകമാണ്. ആഗോളീകരണത്തിന്റെ പ്രത്യാഘാത ങ്ങളിൽ പ്രധാനപ്പെട്ട ഒന്നാണ് പുറാളികളുടെ (Marginalised people) പെരുപ്പം. പുറാളികളുടെ (പ്രാന്തീയജനത) ഈ പെരുപ്പം ദാരിദ്ര്യവൽക്ക രണത്തെ തന്നെയാണ് അടയാളപ്പെടുത്തുന്നത്. തൊഴിലാളിവർഗ്ഗത്തിന്റെ കടമകളിൽ ഒന്നാണ് ഈ പുറാളികളെ സംഘടിതരാക്കുകയെന്നത്.